TẠP CHÍ VIÊN GIÁC
SỐ 268 - THÁNG 8/2025

VIÊN GIÁC

TẠP CHÍ CỦA NGƯỜI VIỆT TỴ NẠN & PHẬT TỬ VIỆT NAM
TẠI CỘNG HÒA LIÊN BANG ĐỨC

Chủ nhiệm Sáng lập: H.T. Thích Như Điển
Chủ bút: Nguyên Đạo | Quản lý Tòa soạn: Thị Tâm
Tòa soạn: Chùa/Pagode Viên Giác
Karlsruher Str. 6 - 30519 Hannover - Germany
Tel. +49 511 87 96 30 | Fax : +49 511 87 941 200
Website: https://www.viengiac.info

VIÊN GIÁC

TẠP CHÍ CỦA NGƯỜI VIỆT TỴ NẠN VÀ PHẬT TỬ VIỆT NAM TẠI CỘNG HÒA LIÊN BANG ĐỨC
Zeitschrift der vietnamesischen Flüchtlinge und Buddhisten in der Bundesrepublik Deutschland

CHỦ TRƯƠNG (HERAUSGEBER)
Congregation d. Vereinigten Vietn. Buddh. Kirche (gem.) e. V.
Karlsruher Str.6 - 30519
Hannover - Deutschland

QUẢN LÝ TÒA SOẠN
Thị Tâm Ngô Văn Phát

CHỦ NHIỆM SÁNG LẬP
Hòa Thượng Thích Như Điển

CHỦ BÚT
Nguyên Đạo

KỸ THUẬT
Nguyên Đạo – Quảng Hạnh Tuệ

BAN BIÊN TẬP & CỘNG TÁC VIÊN
* **Đức:** HT. Thích Như Điển - Tích Cốc Ngô Văn Phát - Nguyên Đạo - Dr. Trương Ngọc Thanh - Trần Đan Hà - Đỗ Trường - Lương Nguyên Hiền - Đại Nguyên Nguyễn Quý Đại - Nguyên Hạnh HTD - Hương Cau - Hoa Lan Thiện Giới - Thi Thi Hồng Ngọc - Phương Quỳnh - Tịnh Ý - Quỳnh Hoa - Trần Thế Thi - Hoàng Quân.
* **Pháp:** Dr. Hoang Phong Nguyễn Đức Tiến – Chúc Thanh
* **Thụy Sĩ:** TT. Thích Như Tú - Trần Thị Nhật Hưng - Song Thư LTH – Lưu An Vũ Ngọc Ruẫn.
* **Bỉ:** Nguyên Trí Hồ Thanh Trước.
* **Áo:** Nguyễn Sĩ Long
* **Ý:** Huỳnh Ngọc Nga - TS. Elena Pucillo Trương & Trương Văn Dân.
* **Hoa Kỳ:** Tuệ Nga – Họa Sĩ ViVi Võ Hùng Kiệt & Cát Đơn Sa – Diễm Châu – Lâm Minh Anh – thylanthao – Nguyên Minh Nguyễn Minh Tiến – Dr. Bạch Xuân Phẻ.
* **Canada:** Dr. Thái Công Tụng – GS. Trần Gia Phụng – DVM Nguyễn Thượng Chánh.
* **Úc Châu:** TT. Thích Nguyên Tạng – Dr. Lâm Như Tạng – Quảng Trực Trần Viết Dung.
* **Và chư Tôn đức Tăng Ni, Cư sĩ Phật tử cũng như văn, thi, họa sĩ... tán đồng chủ trương của Viên Giác.**

CÙNG SỰ CỘNG TÁC CỦA (Mitwirkung von)
Hội Phật Tử VNTN tại Cộng Hòa Liên Bang Đức
Vereinigung der Buddhistische-Vietnamflüchtlinge i. d. BRD

TÒA SOẠN
Chùa/Pagode Viên Giác
Karlsruher Str. 6 - 30519 Hannover
Tel. 0511 - 87 96 30 . Fax : 0511 - 87 941 200
Website: https://www.viengiac.info
Email Chùa: todinh@viengiac.info
Email văn phòng: pagodevg2020@gmail.com
Email bài vở: chubut.viengiac@gmail.com

- Tạp chí Viên Giác phát hành mỗi hai tháng vào những tháng chẵn. Viên Giác bảo tồn và phát huy truyền thống Văn Hóa Phật Giáo và Dân Tộc Việt Nam ở hải ngoại, không có tính thương mại. Mọi hỷ cúng và ủng hộ để phụ giúp trang trải các chi phí ấn loát, điều hành, bưu phí... chúng tôi xin đón nhận và chân thành cảm tạ.
- Ngoài số ấn bản in trên giấy mỗi kỳ, Tạp chí Viên Giác còn phát hành trên mạng toàn cầu Amazon và phổ biến rộng rãi trên các trang mạng Phật Giáo lớn trên thế giới.
- Ủng hộ hiện kim cho Tạp chí Viên Giác, khi có yêu cầu chúng tôi sẽ gởi đến quý vị biên nhận để làm đơn xin quân bình thuế lương bổng, lợi tức hằng năm ở sở thuế.
- Nội dung bài viết hay quảng cáo thuê đăng trên Tạp chí Viên Giác không nhất thiết là quan điểm hay chủ trương của Ban Biên Tập. Các tác giả hay những cơ sở thuê đăng quảng cáo chịu trách nhiệm về nội dung hay bản quyền trích dẫn theo quy định tác quyền (copyright).

Trương mục ngân hàng:
Congr. d. Verein Vietn. Buddh. Kirche Abteilung i.d. Sparkasse Hannover Konto Nr. 910 4030 66
BIC: SPKHDE2HXXX. IBAN: DE40 2505 0180 0910 4030 66

MỤC LỤC số 268

Bìa: Họa sĩ Đình Khải | Hình minh họa: ViVi Võ Hùng Kiệt, Cát Đơn Sa, Lương Nguyên Hiền, U. Ostlaender
Ấn loát: Gutenberg Beuys Feindruckerei GmbH

* Viên Giác số 269 kỳ tới, chủ đề: "Mùa Thu – Lá Rụng, Tâm Buông Xả" sẽ phát hành vào 10/2025. Hạn chót nhận bài là 10.09.2025.
* Vì số trang báo có giới hạn nên một số bài viết cũng như Phương danh Cúng dường... không thể đăng hết trong một kỳ. Chúng tôi sẽ lần lượt đăng trong các số báo tới. Xin quý vị thông cảm.

Thư Tòa Soạn
Báo Viên Giác số 268

Mấy tháng nay thế giới như bị thôi miên bởi truyền thông, Internet, Messenger, Viber v.v... nói chung là các mạng xã hội đã đưa nhiều hung tin đã xảy ra khắp nơi trên thế giới như: Chiến tranh Trung Đông, Á Châu; rồi lụt lội tại Trung Quốc, Việt Nam; động đất tại Miến Điện, Nhật Bản, Đài Loan; đến lốc xoáy tại Hoa Kỳ, Úc Đại Lợi... Có cái đã xảy ra, có cái đang xảy ra và có cái sẽ xảy ra. Nhưng tất cả đều mang tính phỏng đoán có đôi chút thổi phồng thêm lên. Ví dụ Tsunami của Nhật Bản đã xảy ra vào năm 2011 ở vùng Bắc Honshu thì nay những phương tiện truyền thông đem ghép vào cho những ngày sắp tới sẽ còn bị cơn sóng thần ập đến xứ Nhật đến kinh thiêng động địa hơn thế nữa.

Thỉnh thoảng đọc báo Đức, xem truyền hình Đức loan tin về bệnh dịch Corona đang bùng cháy trở lại. Lốc xoáy tại Berlin, Nordrhein-Westfalen và nhiều nơi khác tại Âu Châu. Cũng có một vài quốc gia khác như Pháp, Thuỵ Sĩ lại khuyên người dân nên chuẩn bị thực phẩm, nước uống trong vòng nhiều ngày và tìm chỗ trốn khi chiến tranh hay hỏa hoạn, động đất xảy ra.... Nói chung là con người khắp nơi trên thế giới đang bị động. Nhưng biết làm gì đây, khi con người không còn khả năng tự vệ nào khác ngoài niềm hy vọng. Sự hy vọng thì không tốn kém gì cả; nhưng hy vọng vào cái gì? Hy vọng dựa vào ai, vào đâu để tồn tại và có thể tránh khỏi những tai ương, tật ách có thể xảy ra cho bất cứ ai và bất cứ lúc nào trên hành tinh này?

Người có niềm tin Tôn Giáo có lẽ sẽ bớt lo hơn là người không có được một đức tin nào che chở khi cơn khủng hoảng vật chất và tinh thần đang bị khủng bố dồn dập đó đây. Riêng người Phật Tử tu theo pháp môn Tịnh Độ Chơn Tông của Ngài Thân Loan Thánh Nhơn người Nhật Bản, có lẽ ít lo lắng hơn. Vì lẽ Ngài Thân Loan căn cứ theo lời nguyện thứ 18 của Đức Phật A Di Đà, khuyến khích chúng sanh tin vào tha lực cứu độ của Đức Phật A Di Đà, dầu cho kẻ ấy có phạm tội ngũ nghịch hay hủy báng chánh pháp đi nữa. Ngài lý luận rằng Đức Từ Phụ A Di Đà cũng giống như là một người Mẹ, Đức Phật Thích Ca Mâu Ni giống như một người Cha. Khi Cha và Mẹ thấy con đau khổ thì không thể nào không cứu giúp. Do đó với niềm tin này, nương vào Bổn Nguyện của Đức Từ Phụ A Di Đà thì cánh cửa vãng sanh về Tây Phương Cực Lạc là điều chắc chắn; ít nhất cũng từ Trung Phẩm đến Thượng

Phẩm Thượng Sanh. Còn những người chỉ dùng tự lực của mình để niệm Phật thì việc vãng sanh cũng có thể; nhưng những người này sẽ sanh về Nghi Thành hay Thai Cung biên địa như những người phạm tội ngũ nghịch và hủy báng Chánh Pháp. Đây là chủ trương tương đối khác lạ với những nước khác theo Phật Giáo Tịnh Độ.

Căn cứ vào Kinh Đại Bát Niết Bàn tập 2, Đức Phật cho rằng: Tất cả các pháp đều bất định. Cho nên Nhứt Xiển Đề cũng bất định (có nghĩa là những chúng sanh không tin vào một cái gì cả, kể cả nhân quả); nhưng Nhứt Xiển Đề ấy một ngày nào đó cũng có khả năng thành Phật. Ngoài ra ở kinh Quán Vô Lượng Thọ, Đức Phật dạy cách quán cho Hoàng hậu Vi Đề Hy về Hạ Phẩm Hạ Sanh của cửu phẩm Liên Hoa. Chính những kẻ phạm ngũ trọng tội hay Nhứt Xiển Đề cũng có khả năng sanh về Tây Phương Cực Lạc; nhưng phải có đầy đủ hai điều kiện. Đó là chính cá nhân người muốn vãng sanh, phải sám hối tội lỗi của mình đã gây ra từ trong nhiều đời nhiều kiếp và phải có những thiện hữu trí thức niệm Phật hộ niệm giúp cho ta trước khi lâm chung. Nếu không có hai điều kiện này theo cùng thì việc vãng sanh cũng giống như cách dùng tự lực mà phái Tịnh Độ Chơn Tông của Nhật Bản do Ngài Thân Loan chủ trương.

Vậy ở thời buổi nhiễu nhương này chúng ta nên phát nguyện vãng sanh về Tây Phương Cực Lạc, nương vào tha lực Bổn Nguyện của Đức Phật A Di Đà thì mới mong được an ổn, nếu việc xấu nhất có thể đến với chúng ta trên quả địa cầu này. Ai trong chúng ta cũng không ai muốn từ giả ra đi sớm hơn. Nhưng sự chết là hiển nhiên và chúng ta chẳng biết lúc nào. Do vậy ngay từ bây giờ mọi người nên khởi lòng tin đến Bổn Nguyện và Tha Lực của Đức Từ Phụ A Di Đà thì một ngày nào đó trong sự rủi ro có thể xảy ra đó, chúng ta sẽ an tâm hơn. Vì bên cạnh chúng ta đã có người Mẹ với lòng từ bi đang đợi chờ chúng ta nơi cánh cửa giải thoát tại thế giới Tây Phương Cực Lạc.

Đại Lễ Phật Đản năm nay khắp nơi trên thế giới đều tổ chức rầm rộ để đón mừng ngày xuất thế của Thái Tử Tất Đạt Đa lần thứ 2649. Ngài đến với nhân loại khổ đau này chỉ mang theo một tâm nguyện duy nhất là: “Mở bày cho chúng sanh vào tri kiến của chư Phật” như trong Kinh Pháp Hoa đã nói. Hy vọng rằng với niềm tin vững chắc của người Phật Tử, chúng ta sẽ luôn được sống an vui dưới ánh từ quang của chư Phật và chư vị Bồ Tát ở cõi trần này.

Năm nay nhuận hai tháng 6 âm lịch; nên các chùa tổ chức lễ An Cư Kiết Hạ trễ hơn mọi năm chừng một tháng. Vì vậy Đại lễ Vu Lan cũng bắt cầu qua đầu tháng 9 dương lịch các chùa mới tổ chức ra hạ và Tự tứ cũng như mừng lễ Vu Lan. Hy vọng bà con Phật Tử về chùa đông hơn để cùng cầu nguyện cho thế giới hòa bình nhân sinh an lạc.

Năm nay Giáo Hội Phật Giáo Việt Nam Thống Nhất Âu Châu quyết định tổ chức Khóa Tu Học Phật Pháp Âu Châu kỳ thứ 36 tại Neuss, Đức Quốc; mượn cơ sở của một trường trung học Đức như trước đây mấy năm chúng ta đã có nhiều lần tổ chức. Chưa biết năm nay sẽ có được bao nhiêu học viên tham dự; nhưng dầu sao đi nữa thì sự tiếp nối, duy trì những gì mà Cố Hòa Thượng Thích Minh Tâm đã sáng lập ra từ thuở ban sơ, và chúng ta nên cố gắng gìn giữ để tiếp lửa cho những thế hệ mai sau.

Khắp nơi tại nước Đức và Âu Châu đều có những kHóa tu học ngắn hay dài hạn. Ví dụ như Thọ bát Quan Trai trong vòng 24 tiếng đồng hồ hay Huân tu trong một ngày hoặc cả cuối tuần. Có nơi có cả 1 tháng tu học hay 10 ngày xuất gia gieo duyên v.v… tất cả đều là những sự cố gắng của chư Tôn Đức Tăng Ni của các tự viện cũng như của các Phật Tử khắp nơi tại Âu Châu này. Trong lúc kinh tế khó khăn, thời giờ eo hẹp mà các Phật tử về chùa hay các Đạo Tràng để tu tập trong một thời gian dài như thế quả là điều đáng tán thán vô cùng.

Đầu tháng 6 vừa qua Giáo Hội Phật Giáo Việt Nam Thống Nhất Âu Châu đã tiễn đưa Hòa Thượng Thích Minh Giác, Tổng Vụ Trưởng Tổng Vụ Tăng Sự, Trụ Trì chùa Vạn Hạnh Hòa Lan về cõi Phật. Đây là một mất mát không nhỏ đối với Giáo Hội và riêng ngôi chùa Vạn Hạnh trong hiện tại đang thiếu người lãnh đạo tinh thần. Hy vọng nay mai mọi việc sẽ được ổn định trở lại.

Kính nguyện Đức Từ Phụ A Di Đà, Đức Phật Thích Ca Mâu Ni và chư vị Bồ Tát từ bi gia hộ cho tất cả chúng ta sớm vượt qua những cơn ác mộng của thế gian và trở về nơi nội tâm an ổn, nhằm củng cố niềm tin vào tha lực của Quý Ngài.

Xin cầu chúc cho chư Tôn Đức Tăng Ni và Quý Phật Tử gần xa luôn được sở cầu như nguyện.

Ban Biên Tập Báo Viên Giác.

TUỆ SỸ

SỰ THỰC HÀNH CỦA THIỀN TÔNG VIỆT NAM

I- GIẢI PHÁP NGHIÊN CỨU

Thiền tông bất chấp mọi sự thực khách quan của lịch sử. Điều này đã trở thành một quán lệ cho những khảo cứu. Biến cố lịch sử không làm sáng tỏ ý nghĩa rốt ráo trong thông điệp của Thiền Tông. Do đó, trước khi thực hiện công tác giải thích người ta không thể không đặt lại ý nghĩa của chính sự giải thích. Tham vọng về một môi trường "Siêu ngôn ngữ" hầu như đang chi phối mạnh trong các khuynh hướng tư tưởng hiện đại. Ngôn ngữ trong môi trường Siêu ngôn ngữ sẽ là yếu tố quyết định. Với Thiền tông, yếu tố này lại hệ trọng tuyệt đối.

Hiển nhiên, có thể nói Thiền tông không phải là tất cả Phật giáo Việt Nam. Tuy nhiên nếu thiết lập được phả hệ truyền thừa của nó trong nhu cầu thiết thực và cá biệt của một dân tộc, thì nói rằng Thiền tông là tất cả Phật giáo Việt Nam không phải là điều quá đáng.

Vấn đề phả hệ truyền thừa của Thiền tông Việt Nam vẫn còn trong vòng giả thiết tạm thời, mặc dù những khảo cứu đã có từ lâu. Trường hợp Vạn Hạnh Thiền sư, theo phả hệ thiền ngài thuộc dòng Thiền Tỳ-ni-đa-lưu-chi. Nhưng, thay vì thực hành công án theo như lối thông thường của Thiền, ở đây ngài lại chuyên tu Tổng trì tam ma địa, một lối tu có liên hệ Mật tông nhiều hơn. Vậy, Vạn Hạnh là Thiền sư, được truyền thừa theo phả hệ Thiền tông, hay kỳ thực là một quán hạnh sư của Mật tông? Câu hỏi này được đặt ra bởi một học giả dày công nghiên cứu về văn học Việt Nam, rất đáng chú ý. Nhưng trả lời thỏa mãn không phải là điều giản dị. Những gì liên quan đến ngài mà chúng ta có, thì rất ít, dù sự nghiệp lớn lao của ngài là một điều quá rõ. Chúng ta có rất ít hy vọng về một giải pháp lịch sử cho Thiền tông Việt nam. Những biến cố lịch sử, dù đã được kiểm chứng cẩn thận, chắc chắn chỉ là một mớ sự kiện rời rạc, mà sự sắp đặt và phối kiểm để giải quyết vấn đề chỉ tùy thuộc chủ quan tính của mỗi người.

Thí dụ sau đây sẽ cho thấy mức độ giá trị của một giả thuyết để giải quyết vấn đề - một giả thuyết lượm lặt từ các biến cố lịch sử.

Trước hết, chúng ta có những dữ kiện gợi ý:

- Bồ-đề-đạt-ma với bộ kinh Lăng già, *vượt biển* sang Tàu truyền tâm ấn.
- Huệ Năng với một chuyển hướng của truyền thừa, đã thay kinh Lăng già bằng kinh Kim Cang.
- Phái Thiền Tỳ-ni-đa-lưu-chi của Việt Nam được truyền thừa trước khi Kim Cang xuất hiện trong Thiền tông của Huệ Năng.
- Phái Thiền Vô Ngôn Thông được truyền thừa từ Huệ Năng, sau khi Kim Cang xuất hiện.
- Phái Tỳ-ni-đa-lưu-chi truyền đến ngài Vạn Hạnh, thì triều Lý được thiết lập.
- Phái Vô Ngôn Thông, đến nhà Trần, được các nhà Vua của triều này dựng lên phái Thiền Trúc Lâm Yên Tử.

Những dữ kiện trên đây, một phần là sự thực của lịch sử và một phần là huyền thoại. Nhưng trải qua bao thế hệ, chúng đã được tin tưởng, và chính sự tin tưởng đó khiến cho mọi huyền thoại trở thành sự thực. Tin tưởng ấy cho phép chúng ta hiểu biết về vai trò của Thiền tông tại Việt Nam.

Bây giờ chúng ta sẽ có một giả thiết. Và giả thiết này đòi hỏi kiến thức đại cương về các Kinh Lăng già và Kim cang. Dĩ nhiên, ở đây chúng ta khỏi phải dài dòng về các Kinh đó.

Nếu chấp nhận phái Tỳ-ni-đa-lưu-chi được truyền thừa dưới ảnh hưởng của Lăng già; vấn đề Vạn Hạnh có phải là Thiền sư, sẽ không trở thành phức tạp. Bởi vì sự thực hành của Tổng Trì tam địa, dù mang tính cách Mật tông nhiều hơn, vẫn có thể được coi như một phương tiện để chứng nghiệm điểm cốt yếu của Lăng già: Ngũ Pháp và Tam tự tánh. Ngũ pháp là quá trình và tác dụng của ngôn ngữ. Tam tự tánh là quá trình và tác dụng của tâm thức. Sự liên hệ của chúng tức là của ngôn ngữ và tâm thức. Cuối cùng người ta bắt gặp lý tưởng cứu cánh của Đại thừa:

Ngôn ngữ đạo đoạn
Tâm hành diệt ngật
Bất sinh bất diệt
Pháp như Niết bàn

Với lý tưởng này, ngài Long Thọ đã đặt nền móng cho tất cả các Tông phái Đại thừa. Do đó kinh Kim cang cũng được các nhà Đại thừa giải thích theo lý tưởng ấy. Tuy nhiên, có thể nói Lăng già thiên về *đối trị*, trong khi Kim cang thiên về *hóa giải*. Đối Trị, và Hóa Giải, cả hai có liên hệ nào với tinh thần của các Triều đại Lý-Trần?

Trên đây là một thí dụ về một giả thiết căn cứ theo giải pháp lịch sử. Thiền tông vốn bất chấp lịch sử, thì hiệu lực của giải pháp ấy sẽ không là vấn đề. Nghĩa là một giải pháp nào cũng có thể đưa ra một giả thiết. Có giả thuyết tức là có luôn giải đáp. Sự thực hành của Thiền tông Việt Nam cũng là một trong những giải pháp đó.

II – ĐẶC CHẤT CỦA VĂN HỌC THIỀN

Trước khi đề cập đến sự thực hành của Thiền tông Việt Nam, chúng ta cần có một vài nét đại cương về đặc chất của văn học Thiền tông nói chung. Nền văn học này sẽ được căn cứ trên Thiền tông Trung Hoa để trình bày.

Ấn tượng sâu đậm nhất mà Thiền tông Trung Hoa gợi lên cho chúng ta, đó là sự cần thiết của một thứ ngôn ngữ trực tiếp, với khẩu hiệu "Trực chỉ nhân tâm, kiến tánh thành Phật". Ngôn ngữ này không thể sử dụng theo đường lối thông thường. Bởi vì trong mọi tác phẩm, ngôn ngữ bao giờ cũng chỉ có tính cách gián tiếp. Do đó, một tác phẩm ký lục về các truyền kỳ của Thiền cũng được gọi là *Chỉ Nguyệt sao*, góp nhặt ngón tay chỉ mặt trăng, *Chỉ Nguyệt sao* thường được những nhà học Thiền đặt ngang hàng với *Truyền đăng lục*.

Hiện nay, chúng ta có ít nhất là ba tác phẩm tiêu biểu của Việt Nam về văn học Thiền. Tác phẩm thứ nhất, *Thuyền uyển tập anh*, góp nhặt những tinh hoa của vườn Thiền. Sách này, về phương diện lịch sử, đã được cụ Trần văn Giáp nghiên cứu tường tận trong *Le Bouddhisme en Annam, de son origine jusqu'au XIIIè siècle.* Hình thức của một quyển *Truyền đăng lục* đây rất rõ rệt. Như vậy nó là một tác phẩm của Thiền tông không có gì đáng thắc mắc.

Tác phẩm đặc trưng kế tiếp, *Khóa hư lục* của Trần Thái Tông, mà nội dung đã được cụ Nguyễn Đăng Thục phân tích trong *Triết học Trần Thái Tông*. Nhưng, nếu bỏ ra ngoài những "đoản văn", coi như phụ lục, căn cứ trên điểm chính và mạch lạc của nó, thì đây có phải là một tác phẩm của Thiền hay không, vấn đề đáng được đặt lại. Những bài về *Tứ sơn*, trong phần đầu, hiển nhiên không chỉ là tư tưởng Thiền, mà lại lẫn lộn đủ thứ. Nghĩa là, đáng coi như một thiên luận tổng quát về Phật học. Phần sau, «Lục thời sám hối» lại càng là điều xa lạ đối với Thiền. Bởi vì, phần này cốt trình bày phương pháp tu tập; nhưng phương pháp *Niệm Phật Tam Muội* mà xâm nhập được vào các Thiền viện đã là điều khó khăn, ở đây hành Thiền bằng cách sám hối hầu như khó xảy ra cho Thiền tông.

Tác phẩm thứ ba, *Tam Tổ hành trạng*, chúng ta có bản dịch Việt văn của cụ Trần Tuấn Khải. Nếu không kể phần trình bày về sự tích của ba vị tổ khai sáng của Thiền Trúc Lâm Yên Tử, phần quan trọng sẽ là "Đại chân viên giác thanh". Phần này vốn là một tác phẩm riêng biệt, có thể nói với nhan đề *Trúc lâm tông chỉ*. Lối kết cấu của nó quả là đặc chất của Văn học Thiền, có thể so với Bích nham lục hay Vô môn quan. Nhưng lối hành văn không gay cấn bằng hai tác phẩm này.

Ở đây, trong ba tác phẩm vừa kể, *Thiền uyển tập anh*, hoàn toàn là một tác phẩm Thiền tông, sẽ chỉ dùng để khảo chứng. *Đại chân viên giác thanh*, cũng có thể coi là một tác phẩm Thiền tông, sẽ được đề cập sau. Còn lại *Khóa hư lục*. Về ý nghĩa nhan đề, có thể tóm tắt theo đề tựa được viết dưới triều Nguyễn mà E. Gaspardone trích trong *Bibliographie annamite* của ông như sau: "Tâm đương hư dã, thời bất khả hư dã; nhi công khóa vưu bất khả thời khắc hư dã". *Tâm vốn đã là hư nhưng thời gian thì không thể hư, không thể để luống trôi qua; mà công khóa, sự tu tập hằng ngày, lại cũng không thể để cho thời khắc luống trôi qua được.* Với ý nghĩa như vậy, nó có liên hệ gì đến bản chất của Thiền tông?

Điều đáng chú ý, *Thiền Uyển tập anh* vốn là sự tích của truyền thừa Thiền tông, nhưng sách cũng ghi những thực hành không theo khuôn mẫu Thiền của các Thiền sư. Một cách đại cương, chúng ta có thể thấy hai sắc thái khác biệt về sinh hoạt thiền của hai dòng Thiền Tỳ-ni-đa-lưu-chi, Vô Ngôn Thông: sinh hoạt của phái Thiền Vô Ngôn thông mang nhiều tính chất lãng mạn của tư tưởng văn học, với những Thiền sư nổi tiếng vì tư tưởng và văn học như: Ngô Chân Lưu (Khuông Việt đại sư, 1010), Viên Chiếu Thiền sư (1090), Cứu Chỉ Thiền sư (1067), Thông Biện quốc sư (1134), Mãn Giác Thiền sư (1090), Ngộ Ấn (1090), Không Lộ (1119)... Đối với phái Tỳ-ni-đa-lưu-chi, người ta có thể thấy rõ ảnh hưởng thần bí trong các sinh hoạt của họ; đa số trì tụng các *đà la ni* hay mật chú, một số có gốc Chàm hay Bà la môn, và thường giỏi về sấm ngữ. Trong số đó, có thể kể: La Quí An (936), Ma Ha (1029), Vạn Hạnh (1001), Đạo Hạnh (1112), Trì Bát (1117), Thiền Nham (1163)...

Điều đáng chú ý khác, cả hai phái hầu như thường có thực hành về lễ tụng, nhất là sám hối. Lễ tụng hay sám hối tất phải dựa trên thuyết «Tha lực», nhưng Thiền Tông không biết đến «Tha lực». Vậy nếu họ là những Thiền gia chân chính, thì pháp môn Thiền của họ không phải là thứ mà chúng ta có thể tìm thấy qua tài liệu văn học Thiền của Trung Hoa. Chính vì vậy mà chúng ta cần một giải pháp khảo cứu đặc biệt dành cho Phật học Việt Nam, không thể theo tiêu thức khảo cứu chung về Phật học. Như vậy, ngoài giải pháp lịch sử, chúng ta còn giải pháp văn học. Lịch sử của Thiền mang một tính cách kỳ lạ và ngoại lệ. Nó có tính cách biểu tượng nhiều hơn là sự thật khách quan của lịch sử. Do đó lịch sử của Thiền không phải là diễn tiến mạch lạc giữa các biến cố có liên hệ với nhau. Đằng khác, văn học Thiền không có luận thuyết đã đành mà lối *ký* sự của nó cũng không hẳn là ký *Sự* [hai chữ *ký* và *Sự* in nghiêng như văn bản gốc – QHT]. Thiền học Việt Nam, như vậy trở nên phức tạp. Trong vô số phức tạp chưa được đặt thành vấn đề, nơi đây chúng ta chỉ thảo luận vài nét về sự thực hành của nó.

III- THIỀN TÔNG GIÁO LÀ GÌ?

Rút ra từ đặc chất của văn học Thiền Tông Việt Nam, chúng ta có một giả thiết: Thiền tông Việt Nam mang nặng tính chất thực hành lễ tụng bái sám, vậy đây có phải là một thứ thiền tôn giáo? Nhưng thiền tôn giáo là gì?

Một thứ Thiền như vậy quả thật khó hiểu đối với quan niệm chân chính về Thiền. Trong tạm thời, chúng ta hãy bằng lòng về nhận định cho rằng tôn giáo là một loại tín ngưỡng đại chúng, hay nói cách khác, tín ngưỡng tha lực. Tin tưởng vào sự cứu rỗi của một thực thể siêu việt, và thực hành theo đường hướng của một tập thể có tổ chức; đây là những điều không thể xảy ra cho Thiền. Tuy nhiên, nếu chúng ta không nghi ngờ gì về phả hệ truyền thừa, thì chính yếu tố đại chúng đã quyết định đường hướng thực hành của Thiền tông Việt Nam. Trường hợp Thiền sư Ma-Ha là một điển hình. *Thiền uyển tập anh* chép sư là truyền thừa vào đời thứ X thuộc dòng Tỳ-ni-đa-lưu-chi gốc Chiêm thành, mang họ Dương, được Pháp thuận truyền cho phép *sám hối*, thường tụng *Đại bi tâm chú*, sau ba năm, được Bồ Tát Quan Thế Âm rưới dương chi tịnh thủy cho mà hoát nhiên *minh tâm*. Nhân dạo bước đến Ái Châu, nơi đây dân chúng tin quỷ thần, sát sinh hiến tế. Sư can họ. Nhưng họ lại sợ các thần linh của họ hơn. Sư mới bảo đảm về việc giáng họa của thần linh, và chắp tay niệm Phật mà trị được bịnh. Do đó, dân chúng bỏ thần linh theo sư.

Tất cả chi tiết câu chuyện, phải nói là diễn ra ngoài sinh hoạt của Thiền tông. *Minh tâm* và *kiến tánh* là yếu chỉ của nó. Nhưng sự thực thành phải căn cứ nơi tự lực, vì sở chứng cá biệt. Ở đây, nói là nhờ uy lực của Quan Thế Âm, hình như chỗ Minh Tâm này mang khí vị Mật tông nhiều hơn.

Hiện nay, giải thích về lối thực hành này còn là vấn đề quá sớm. Tuy nhiên một vài dữ kiện khác xác chứng cho chúng ta về tính chất tín ngưỡng đại chúng trong Thiền tông Việt Nam. Như Viên Chiếu, là một Thiền sư không thể nghi ngờ, với những *Vấn đáp* được ghi trong *Thiền uyển tập anh*. Hình như những vấn đáp này rút ra từ sách *Tham đồ hiển quyết* của sư. Một tác phẩm khác của sư, khá quan trọng. *Dược sư thập nhị nguyện văn*. Kinh Dược Sư được coi như thuộc Phật giáo đại chúng, với mục đích thỏa mãn những nhu cầu cấp bách thường nhật của đại chúng bình dân. Vì nguyên bản thất lạc, chúng ta không hiểu sách được viết như thế nào. Nhưng yếu tố đại chúng của nó là điều không thể chối cãi. Một khi Thiền tông đi vào đại chúng, nó không thể giữ mãi đặc chất thượng lưu trí thức của nó. Bởi vì, dù Huệ Năng không biết chữ, nhưng không phải bình dân thảy đều có khả năng lãnh hội «Ưng vô sở trụ nhi sinh kỳ tâm» của Kim Cang. Ở đây Thiền bị biến thái là lẽ tất nhiên. Vậy, biến thái đến mức nào để Thiền vẫn còn là Thiền? Trả lời cho câu hỏi này hầu như là điều bất khả, vì không dễ gì mà định nghĩa được Thiền là gì? Điều quan trọng đối với chúng ta là chỉ cần biết rằng, quả thực, Thiền Sư đã không từ chối vai trò của mình giữa đại chúng; còn sở chứng cũng như sở hành của ông là điều ở ngoài khả năng của chúng ta. Nỗ lực tìm sự liên hệ giữa tư tưởng Thiền và hành vi của Vạn Hạnh chắc chắn phải là việc làm quá đáng.

Các Thiền sư Trung Hoa xuất hiện giữa đại chúng như một người hoàn toàn không liên hệ gì đến thế sự. Những Bố Đại, Hàn Sơn, Thập Đắc... là những nhân cách độc đáo trong phong độ xử thế của Thiền, nhưng là những nhân vật quá xa lạ giữa đại chúng Việt Nam, nếu có. Ở đây, đại chúng cần có những Khuông Việt, những Vạn Hạnh... Ngay cả Trần Nhân Tôn, mà sứ mệnh đối với dân tộc coi như đã trọn vẹn sau khi khoác áo nâu sòng; nhưng, vào thời này, ngài vẫn lấy việc giao tiếp để thỏa mãn các nhu cầu của Phật tử bình dân làm điều trọng yếu. Giữa đại chúng, họ là bậc thầy về đạo đức, về xử thế, là y sĩ của tâm hồn và thể xác; trên tất cả, họ như một nhà lãnh tụ. Mối liên hệ giữa một thiền sư và các hoạt động chính trị của ông quả là điều quá quen thuộc trong lịch sử Phật giáo Việt Nam. Và đấy có thể coi như là một thứ *Thiền tông giáo*, hay nói cách khác, là Thiền của Bái Sám. *Khóa hư lục* tiêu biểu cho loại Thiền này.

Ở đây, Thiền với sự thực hành Bái Sám, nó sẽ không khốc liệt như Thiền với lối thực hành công án của Trung hoa. Sinh hoạt của Thiền cần có sự liên lục của tâm được quy tụ trên một vấn đề. Sự liên tục của công án sẽ gây nên nhiều phản ứng mạnh của tâm lý. Về kết quả của những phản ứng này, chúng ta có thể đọc thấy trong *Thiền quan sách tấn,* bản dịch Việt văn của Thích Thanh Từ. Đối với hiệu quả của lối thực hành về Bái Sám, không có ký lục để cho chúng ta khảo cứu. Chắc chắn hiệu quả ấy sẽ không diễn ra như pháp môn niệm Phật. Trong pháp môn niệm Phật không có ám ảnh về tội lỗi, ngay dù tội ngũ nghịch nặng nhất cũng không đáng sợ; nhưng trong Bái Sám thì không thể không có ám ảnh như vậy. Tuy nhiên, Bái Sám có khả năng *đối trị* rất lớn. Chúng ta biết rằng «đối trị» là điểm ách yếu của Lăng già. Chỉ có điều, Lăng già đề cập đến các cấp bực của Thiền định, và đến chỗ cao nhất là pháp môn Thiền của Thiền tông. Hoàn toàn không nói đến Bái Sám.

Chúng ta hãy cứ tạm thời bằng lòng với giả thiết về Thiền Bái Sám mà không giải thích.

IV– TÍN NGƯỠNG QUÁN THẾ ÂM

Quán Thế Âm là một vị Bồ tát gần gũi với quần chúng bình dân Việt Nam nhất. Đức Phật Di Đà hay Thích Ca đôi khi còn xa lạ, nhưng Bồ tát này có lẽ chưa từng như vậy.

Thoạt tiên, có thể đức Quán Thế Âm chỉ xuất hiện giữa quần chúng bình dân để thỏa mãn những nhu cầu của họ. Nhưng ngài đã ảnh hưởng lên tầng lớp trí thức càng lúc càng lớn. Chúng ta biết rằng chùa *Một Cột* là kết quả của ảnh hưởng này. Nhưng đến như *Đại chân viên giác thanh* thì ảnh hưởng đã có tính cách quyết định và mất hẳn dấu vết bình dân.

Đại chân Viên giác thanh chắc chắn phải là một tác phẩm của Thiền tông, vì hình thức kết cấu, cũng như nội dung. Tuy nhiên, nguồn gốc của nó thật là phức tạp.

Trước hết, với ảnh hưởng bình dân, nên hình ảnh đức Quán Thế Âm nghiễm nhiên chiếm vị trí tâm điểm. Rồi thì, sự tu tập của ngài như đã được mô tả trong kinh *Thủ lăng nghiêm tam muội* đã khiến cho tác giả phân phối thành 24 Thanh, chúng tương ứng với ba phần Thể, Tưởng và Dung của đức Quán Thế Âm. Tiếp theo sự giải thích về 24 thanh đã thấy mang dấu vết của hệ thống *Tất đàm*, một hệ thống nghiên cứu ngữ pháp Sanskrit của người Trung Hoa và Nhật Bản. Sau hết, là ảnh hưởng của Thiệu Khang Tiết, về sự thăng giáng của âm dương chi phối vận động của âm thanh.

Một tác phẩm, với những nguồn ảnh hưởng phức tạp như vậy, quả là khó khảo cứu. Tuy nhiên, bỏ qua tất cả những phức tạp ấy, chúng ta vẫn có thể nắm lấy ngay hai yếu tố căn bản của nó một cách dễ dàng: Thiền và Tín ngưỡng Quán Thế Âm. Sự kết hợp cả hai yếu tố trái ngược này thực là một điều kỳ diệu mà tác giả của *Đại chân Viên giác thanh* đã làm được. Có lẽ, nếu đã từng đọc qua tác phẩm này, độc giả sẽ cảm giác ngay óc độc lập của tác giả, khi ông quả quyết có những ấn nghĩa quan trọng trong *Thiền* mà ngay các tổ sư Thiền Trung Hoa không nhận ra. Lý luận của tác giả có đôi chỗ ấu trĩ. Tuy nhiên, đặt lý luận ra ngoài Phật học Trung Hoa, chắc chắn đấy không hẳn đã là ấu trĩ. Chúng ta bị ám ảnh bởi các luận thuyết của Phật học Trung Hoa khá nặng.

Như vậy, một khi Thiền và Tín ngưỡng (tha lực) không phải là nước với lửa, thì sự xuất hiện của các phương pháp thực hành khác trong Thiền tông Việt Nam sẽ không còn là điều đáng ngạc nhiên. Và chính những thực hành này sẽ giúp chúng ta hiểu biết thêm đôi chút về bản chất cũng như vai trò của Phật giáo Việt Nam trong lịch sử dân tộc cũng như trong sinh hoạt nhân gian. ■

*[***Tạp chí Viên Giác** *trích đăng từ* **Đặc san Khuông Việt**, *Số Đặc biệt Kỷ niệm Phật Đản 2516, do Tổng vụ Văn hoá GHPGVNTN chủ trương, Ban Tổ chức Phật Đản Trung ương ấn hành, từ trang 20. Văn bản được Phật tử Quảng Hạnh Tuệ đánh máy lại từ bản chụp do Phật tử Hà Phước Hoàng thực hiện. Đây được xem là bản tái tạo đầu tiên sau lần ấn hành nguyên thủy vào Pl. 2516- Dl.1972 – Ghi chú 7/2025].*

Tôn tượng Quán Âm tại chùa Viên Giác (Đức)
Ảnh: Ulf Ostlaender

Thích Đức Thắng

HẠNH NGUYỆN CỦA ĐỨC BỒ TÁT QUÁN THẾ ÂM

Hiện tướng bản thể vũ trụ là một trò chơi vừa có tính thực và bất thực, hay vừa có tính hòa âm và bất hòa âm. Nếu người biết được trò chơi này, là người nắm được thực tại trên mười đầu ngón tay; thì trái lại, kẻ không nắm được thực tại trên mười đầu ngón tay, kẻ đó không biết được hòa âm vũ trụ trong trò chơi này. Nói thế không có nghĩa là bản thể vũ trụ ở trong tình trạng phân cắt làm đôi và đối lập nhau; nhưng nó chỉ là một. Tuy thế, về mặt tùy thể, chúng ta nhìn bản thể vũ trụ như là một phức thể, tùy theo kiến giác của mỗi chúng ta. Vì tùy thể này, nói lên được sự hiện hữu của duyên nghiệp trong mỗi chúng ta đang ở trong tình trạng sinh khởi, nối tiếp và ràng buộc vào nhau, mà hiện ra các khổ tướng báo thân có sai khác. Nhưng về mặt nhất thể, thì hiện tướng chính là bản thể, và bản thể chính là hiện tướng.

Do đó, cuộc đại hòa âm hay bất đại hòa âm trong vũ trụ, cũng tùy theo đó mà hiện hữu như một thực tại giữa chúng ta, không thể không chấp nhận. Vì kẻ biết được hay không biết được trò chơi cùng đang nằm trong quỹ đạo của ý niệm, nhưng khi ý niệm vừa khởi lên, liền sau đó phát hiện ra âm thanh hoặc tương đồng hoặc tương khắc với thế giới âm thanh bên trong hay bên ngoài. Tuy nhiên trong thế giới ngũ trược này, hầu hết chúng sanh đã mang vào trong mỗi tướng thể một khổ quả nào đó, cùng nằm trong một cộng nghiệp không thể tránh khỏi luật tắc luân hồi, đã mang và sẽ đưa chúng sanh vào con đường khổ. Chính vì khổ nghiệp của chúng sanh đang vây khổn mà các đức Phật Thế Tôn cùng các vị Bồ Tát xuất hiện ra thế gian này, với hạnh nguyện đại từ, đại bi, ban vui cứu khổ cho mọi loài. Cùng ở trong hạnh nguyện đó, sự xuất hiện của Bồ Tát Quán Thế Âm được các kinh công nhận là độc đáo nhất trong hạnh nguyện của các vị Bồ Tát. Ngài đã chứng ngộ bằng âm thanh qua nhĩ căn viên thông, và lấy âm thanh là tiêu đích trong việc cứu khổ cứu nạn cho tất cả chúng sanh. Với danh hiệu Đại từ đại bi tầm thinh cứu khổ cứu nạn Quán Thế Âm Bồ Tát, đã nói lên đầy đủ ý nghĩa hạnh nguyện đó.

Trong nhiều bộ kinh, có nói về đức Quán Thế Âm Bồ Tát; nhưng chúng ta không thấy đề cập đến phương pháp chứng ngộ của Ngài. Duy bộ kinh Lăng Nghiêm có đề cập đến sự chứng ngộ ấy, kinh Lăng Nghiêm trực chỉ ghi rõ rằng:

Sau khi đức Thế Tôn gạn hỏi chỗ sở chứng của 24 Thánh đệ tử xong, đến lượt Bồ Tát Quán Thế Âm bày tỏ chỗ sở chứng của mình như sau:

"Quán Thế Âm Bồ Tát bạch rằng: Tôi nhớ là hà sa số kiếp về trước, có một vị Phật hiệu là Quán Thế Âm; vị Phật đó dạy tôi muốn vào chánh định thì phải theo nghe-nghĩ-tu. Từ trong nghe, khi trở về tự tánh thì sở duyên biến mất và con đường vào trở nên vắng lặng (sở không có, năng không có chỗ duyên, nên năng vẫn không hiện hữu, ở trong tự tánh vắng lặng). Hai tướng động và tịnh không sinh. Từ từ mà tiến lên như vậy, thì nghe và đối tượng bị nghe đều hết. Nghe đã hết không trụ, thì giác và đối tượng của bị giác đều không khi không giác đã tròn đầy, thì không và đối tượng không đều diệt. Khi sinh và diệt đã mất, thời cảnh tịch diệt hiện ra trước mắt".

Thế giới phơi mở trước chúng ta như là một hiện hữu, vượt khỏi không gian thời gian. Cảnh giới này không bị ràng buộc bởi xuất thế gian và thế gian, hay các pháp hữu vi và vô vi. Cảnh giới này trên đồng với Như Lai một từ lực, dưới hợp với tất cả chúng sanh trong sáu đường và, đồng với chúng sanh một lòng bi ngưỡng.

Đến đây, chúng ta thấy hạnh nguyện của Bồ Tát Quán Thế Âm trong kinh Lăng Nghiêm cùng kinh Pháp Hoa, phẩm Phổ Môn, gặp nhau trong lòng bi ngưỡng đối với chúng sanh đại thể. Nhưng về ý nghĩa danh từ có sự khác nhau. Trong kinh Lăng Nghiêm ý nghĩa luôn luôn ở trong chiều hướng phản phục cái nghe nơi tự tánh. Như vậy, cái nghe ở trong chiều hướng nội. Một khi tâm đã phản phục, thời cảnh sở quán sẽ không còn, nên không có sự đối đãi giữa năng và sở nữa. Lúc đó Như Lai tạng tâm sẽ hiển bày ra trước mắt. Lúc đó tâm năng văn và cảnh sở văn sẽ tiêu tan dung hội. Như vậy kinh Lăng Nghiêm lập cứ trên nhân hạnh mà gọi là Quán Thế Âm. Ngược lại trong kinh Pháp Hoa, phẩm Phổ Môn lại lập cứ trên quả đức để hiển nghĩa thì, Âm chính là tiêu đích của văn tầm cứu. Dù là tịch thinh hay là động thinh, nghe của Quán Thế Âm Bồ Tát cũng thấu suốt tất cả. Âm thinh từ trạng thái tâm lý đến lúc phát ra ngoài, phải qua một tiến trình chuyển động của cơ thể. Có sự liên hệ giữa một ý niệm khi phát khởi, và các sợi thần kinh liên hệ chuyển động để thoát ra ngoài cửa miệng, lúc đó mới tạo thành âm thanh thật sự. Âm thanh này sẽ dàn trải ra vô tận, và sẽ tạo thành âm thanh sống của vũ trụ. Trong những biến động tiếp giao này, cùng với những âm thanh khác, sẽ tạo ra những điệu hòa âm, hay bất hòa âm, tùy theo lối dung nạp của mỗi âm thanh từng người, từng loại chúng sanh. Ở đây trạng thái tịch thanh không tự hữu, mà chỉ hiện hữu trong mỗi người, mỗi sự vật, chính ngay trong ý niệm, trong mặc thức, không phát ra bên ngoài, hay chưa khởi phát ra ngoài, nhưng nó có tác động của tâm thức can thiệp vào. Ở đây, còn gọi là tâm thanh, là tiếng nói của tâm.

Vậy, âm là biểu tượng ý nghĩa cuộc sống, thế giới ngoại tại của chúng sanh trong pháp giới duyên khởi này chính là hiện tướng của nghiệp tướng vô minh con người đang lôi kéo con người trong bể khổ sanh tử luân hồi. Những khổ đau tai nạn của kiếp người, cùng tiếng kêu gào van xin, cầu cứu của chúng sanh trong bể khổ đã làm cho nguyện lực độ sanh của Bồ Tát Quán Thế Âm phát sinh. Ngài đã cùng nhĩ căn viên thông, thường xuyên quán sát và nghe tiếng cầu cứu của chúng sanh, tùy theo căn cơ của từng loại mà Ngài hóa độ, cứu vớt.

Ở đây, về ý nghĩa danh xưng, chúng ta thấy sự khác biệt giữa kinh Lăng Nghiêm và kinh Pháp Hoa trong lòng bi nguyện của Ngài. Một đàng hướng nội nghe bản thể tự tánh, tức là Như Lai tạng tâm và đó cũng chính là bản thể của chúng sanh, của vũ trụ mà lập cứ (theo nhân hạnh) để cứu vớt; một đàng hướng ngoại nghe quả khổ của chúng sanh, cùng tiếng cầu cứu mà lập cứ (theo quả đức) để cứu vớt. Nếu căn cứ nơi nhân và quả để hiểu thì làm sao có sự gặp gỡ hạnh nguyện giữa Kinh Lăng Nghiêm và kinh Pháp Hoa trong lòng bi nguyện của Ngài? Đó là câu hỏi cần đặt ra và cần giải đáp. Sự xuất hiện của Ngài vì lòng bi ngưỡng vô úy, cùng với chúng sanh cùng một thể tánh. Ngài đã mang danh hiệu Đại Từ Đại Bi tầm thanh cứu khổ cứu nạn Quán Thế Âm Bồ Tát, nói lên lòng bi ngưỡng vô úy đó. Chính lòng bi ngưỡng giữa nhân hạnh và quả đức của bản thể tự tánh Như Lai tạng tánh cũng chính là bản thể của chúng sanh của vũ trụ.

Lòng bi ngưỡng vô úy mà chúng sanh đã đánh mất, thay vào đó lòng sợ hãi. Chính vì lòng sợ hãi mà con người luôn ở trong tình trạng lo đối phó, nhưng đối phó với phương pháp chạy trốn thực tại, tìm cách né tránh với tương lai. Mà tương lai là những gì chưa xảy đến với họ hay sẽ không xảy đến. Vì sợ hãi lo âu nên con người tự đánh lừa chính mình và dần dần trở thành vong thân. Từ đó thần thánh, ma quỉ, Thượng đế được xuất hiện bởi con người và do con người đặt ra, con người lấy đó làm nơi nương tựa. Cuộc sống của chúng ta đầy dẫy những biểu tượng, biểu tượng của sợ hãi, do đó chúng ta đã tự đánh mất bản tính vô úy của ta. Con người không dám nhìn thực tại, không dám nhìn vào chính mình, không dám sống với thực tại, luôn luôn sống với tương lai; mà tương lai là những gì ảo tưởng. Con người luôn tìm cách nắm bắt những ảo tưởng đó để rồi thất vọng đau khổ.

Trong truyền thống triết lý siêu hình Tây phương, vì sự sợ hãi này mà Thượng đế xuất hiện. Thượng đế đã được lý trí con người đặt ra để tôn thờ là nơi nương tựa của những con người yếu bóng vía, đầy lòng sợ hãi với hiện tại, với tương lai. Tự đặt con vào sự cứu rỗi của Thượng đế, tự họ đánh mất bản tánh của họ. Họ làm nô lệ cho một Thượng đế bên ngoài, họ đã vong thân và Thượng đế thần thánh đã ngự trị, chi phối cuộc sống họ. Kể từ Socrates mãi cho đến Arthur Schopenhauer, giai đoạn này Thượng đế đã được đề cập đến nhiều, nhất là thời kỳ trung cổ, thời kỳ kinh viện, Thượng đế được coi như là thần linh, ban phước giáng họa và mãi đến Hegel.

Hegel quan niệm: Thượng đế là một nhân cách hóa của con người và con người là nhân cách của Thượng đế. Thượng đế chính là ý niệm tuyệt đối. Ông giải thích Thượng đế của ông theo sách Sáng Ký và ba ngôi của Kitô giáo bằng biện chứng pháp của ông theo ba tiến trình: đề, phản đề, tổng hợp đề. Ông bảo rằng: Chính Thượng đế đã vong thân, Thượng đế đã đẻ ra hình ảnh Adam và Eva nơi vườn địa đàng, và chính Adam và Eva đã phản lại lời dặn dò của Thượng đế khi nghe lời dụ dỗ con rắn (tượng trưng cho ác quỉ sa tăng) mà ăn phải trái cấm thiện ác, để rồi từ đó về sau con người mắc phải tội tổ tông (nguyên tội) và bị đày đọa trong khổ đau, càng khổ đau con người càng tạo nên tội lỗi. Để chuộc lại tội lỗi này, Thượng đế đã cho Jesus giáng thế, và bị đóng đinh trên cây thập tự giá, để chịu tội cho thế gian; khi đó con người trở lại trạng thái ban sơ nơi vườn địa đàng. Để rồi ông kết luận Thượng đế là con người và con người là Thượng đế. Đó là giai đoạn chung cuộc của lịch sử tương lai.

Từ Hegel đến Schopenhauer, quan niệm Thượng đế thay đổi dần và biến mất từ Schopenhauer. Với quyển *"Vũ trụ như là ý lực"*, ông đã phủ nhận Thượng đế. Ông là người đầu tiên mang truyền thống Đạo học Đông Phương thổi vào Âu Châu một luồng sinh khí mới mẻ, và mạnh mẽ nhất là Nietzsche với chủ trương "con người siêu nhân" và ông đã nói: *"Thượng đế đã chết"* (Gott ist tot). Như thế Thượng đế thực sự đã vắng mặt trên thế gian này. Mãi đến Heidegger, danh từ Thượng đế không còn được nhắc đến nữa. Nền siêu hình học hiện đại mà người đại diện cho nền triết lý Tây Phương là Heidegger đã không nhắc đến một Thượng đế nào, ông chỉ đề cập đến tính thể của hiện thể tại thế (Dasein) của con người mà thôi. Những vấn đề xa xôi chưa đến trong tương lai, không phải là vấn đề bận tâm của ông. Ông chỉ biết hiện tại, sống với hiện tại, tìm ra những vấn đề liên hệ giữa con người với con người, giữa cuộc sống và con người cùng sự hiện hữu chính mình. Theo ông đó là những bâng khuâng của con người, cần phải tìm ra sợi dây liên hệ đó. Có thế con người mới làm chủ được chính mình và làm chủ được cuộc sống; lúc này con người sẽ không còn sợ hãi nữa, họ sống một cách bình thản chấp nhận tất cả dù là cái chết đi nữa, cũng không sợ sệt, vui cười với cái chết. Họ đã đến gần Đông phương với tinh thần vô úy. Nhưng đó chỉ là một thiểu số có tinh thần thượng thừa, đã nhìn ra được trò chơi của vũ trụ trong suy niệm. Họ đã chấp nhận hiện tại và sống với hiện tại, chơi với hiện tại bằng một thái độ lì lợm, kiêu hãnh với chính mình mà không bao giờ sợ hãi. ■

GIÁO HỘI PGVNTN ÂU CHÂU
C/o Chùa Khánh Anh - Evry-Courcouronnes

CÁO PHÓ

Hội Đồng Điều Hành GHPGVNTN AC
Hội Phật Giáo Việt Nam Thống Nhất Hoà Lan
Môn Đồ Pháp Quyến chùa Vạn Hạnh – Hoà Lan
vô cùng kính tiếc báo tin:

Hòa Thượng THÍCH MINH GIÁC
Tổng Vụ Trưởng Tổng Vụ Tăng Sự
GHPGVNTNAC
Hội Trưởng Hội Phật Giáo VNTN Hoà Lan,
Khai Sơn Trụ Trì chùa Vạn Hạnh tại thủ đô
Amsterdam – Hòa Lan.

Thế danh: **NGUYỄN QUANG CHÁNH**
Pháp danh: **MINH GIÁC**
Pháp tự: **CHƠN HƯƠNG**
Nối dòng Lâm Tế Chánh Tông đời thứ 44

Xuất thế: năm Đinh Dậu 1957 - Trụ thế: 69 năm
Tăng lạp: 53 năm - Hạ lạp: 45 năm.
Vì bệnh duyên đã thâu thần viên tịch
vào lúc 00 giờ 07 phút thứ tư, 4/6/2025
(nhằm mùng 9 tháng 5 năm Ất Tỵ)

* Lễ Nhập Kim Quan vào lúc 15g00 ngày 5/6/2025 (nhằm ngày 10 tháng 5 năm Ất Tỵ).
* Lễ Phụng Tống Kim Quan vào lúc 09g00 ngày 10/6/2025 (nhằm ngày 15 tháng 5 năm Ất Tỵ).

Thay mặt
Hội Đồng Điều Hành GHPGVNTN Âu Châu
Hội Phật Việt Nam Thống Nhất Hoà Lan
Môn Đồ Pháp Quyến chùa Vạn Hạnh

- Đệ Nhất Chủ Tịch GHPGVNTN AC
Hòa Thượng Thích Tánh Thiệt
- Đệ Nhị Chủ Tịch GHPGVNTN AC
Hòa Thượng Thích Như Điển
(đã ấn ký)

Thích Như Điển

TƯỞNG NIỆM BA CƯ SĨ PHẬT TỬ CÓ CÔNG VỚI PHẬT GIÁO VIỆT NAM TẠI ĐỨC ĐÃ RA ĐI

Người xưa thường nói: "Uống nước nhớ nguồn, ăn quả nhớ kẻ trồng cây" thiết nghĩ muôn đời vẫn không có gì thay đổi và bất cứ ai trong chúng ta cũng không nên quên điều này. Vì đó chính là cội nguồn, là sự tiếp nối, là lẽ sống, là nhân văn, là đạo đức v.v...

Nhân mùa Vu Lan Báo Hiếu và Lễ hội Quan Âm năm 2025 này, tôi sẽ viết đôi dòng Tưởng niệm về ba vị Cư sĩ Phật tử đã đóng góp cho sự xây dựng và phát triển Phật Giáo Việt Nam tại xứ Đức trong suốt mấy mươi năm qua và bây giờ họ không còn có mặt trên cuộc đời này nữa. Đó là Anh Cựu Chủ Bút báo Viên Giác Nguyên Trí Nguyễn Hòa, Bác Sĩ Thị Minh Văn Công Trâm và Kiến Trúc Sư Từ Hùng Trần Phong Lưu. Họ là những Phật Tử thuần thành, là những người có công với Phật Giáo Việt Nam của chúng ta tại Đức; nên cần ghi lại những điều cần nhớ, để sau này thời gian dẫu có trôi đi; nhưng những người còn ở lại biết và nhớ về họ.

Đạo Hữu Nguyên Trí, Nguyễn Hòa với bút hiệu Phù Vân.

Trước khi Anh đến với báo Viên Giác, Anh cũng đã cộng tác với Văn Bút Âu Châu; nhưng Văn Bút Âu Châu thỉnh thoảng mới in ấn một vài đặc san; nên qua lời mời của tôi, Anh đã về cộng tác với tư cách là Chủ Bút báo Viên Giác ít nhất cũng gần 30 năm như thế. Chuyện vui buồn gì, đa phần Anh cũng kể cho tôi nghe. Bởi lẽ có ai hiểu được nỗi khó nhọc của một Chủ Bút. Nếu bài của người gửi đến bị cắt xén hay thêm bớt; hoặc giả chậm đăng hay vĩnh viễn không cho đăng v.v... sẽ bị giận hờn ngay. Việc không vừa ý ấy có thể kéo dài nhiều tháng, nhiều năm rồi cũng cộng tác lại; nhưng sự liên hệ nhiều khi không vừa ý và bị trách móc thế này thế nọ. Bởi lẽ khi người cầm bút đã viết nên một câu chuyện hay bài thơ, họ đều để hết tâm ý vào đó; nhưng nếu bị Ông Chủ Bút kiểm duyệt, gạch bỏ thì cái ngã của người viết bài sẽ nổi lên cơn thịnh nộ. Trong trường hợp như vậy Anh thường hay gọi cho tôi để nhờ an ủi, thăm hỏi người viết bài dùm. Nhiều khi tôi cũng chẳng biết là phải làm sao đây; có khi liên hệ, nhiều khi cũng không trực tiếp. Bởi lẽ càng biện minh thì sẽ càng đi vào ngõ cụt. Do vậy nhiều khi cứ để vết thương lòng tự nhiên như thế sẽ lành ở vào một thời điểm nhất định nào đó. Đây cũng là cách giải quyết của Sư Ông Minh Tâm khi còn sinh tiền. Sư Ông bảo: "có những việc cần, phải giải quyết; nhưng cũng có nhiều việc không cần phải giải quyết, cũng là một sự giải quyết êm đẹp vậy". Nhiều khi tôi thấy điều này cũng đúng; nên đôi khi cũng áp dụng vào việc hành xử với công việc. Riêng tôi với vai trò Chủ Nhiệm sáng lập báo Viên Giác sẽ là người cuối cùng kiểm duyệt tất cả các bài viết. Nếu bài nào không hợp với lập trường hay chủ trương của tờ báo thì sẽ cho lưu lại hay niêm phong vĩnh viễn. Nên nhiều vị không hiểu, trách Anh Chủ Bút; chứ thật ra tôi nhiều khi còn khó hơn cả vị Chủ Bút nữa. Vì khi một tờ báo đã lên khuôn rồi, mà đọc lại thấy sống sượng hay trái với chủ trương của một tờ báo Phật Giáo thì người chịu trách nhiệm đầu tiên là Chủ Nhiệm và sau đó là Chủ Bút. Nên kính xin quý Văn Thi hữu hiểu dùm cho điều này để không còn oán than nữa.

Nhận được lời khen từ độc giả thì rất ít; cho nên Anh Chủ Bút nhiều khi phải làm một thống kê để thăm dò ý kiến; nhưng cũng ít được quan tâm. Thế nhưng khi báo chưa đến hay đến lạc địa chỉ thì liền khiếu nại về Văn Phòng của chùa. Có nhiều năm, số báo Tết chúng tôi in đến 5.000 số và bây giờ sau 47 năm (1.1.1979 - năm 2025) xuất bản, còn lại trên 1.000 độc giả khắp năm châu vẫn miệt mài ủng hộ. Do vậy chúng tôi mới có thể sống cho đến ngày hôm nay, chứ đã có rất nhiều tờ báo đã phải ngưng xuất bản. Tôi viết bài này để vinh danh Anh là một người Chủ Bút chịu khó, hay liên lạc với nhiều cây bút gạo cội để xin bài và thăm hỏi khi đau ốm hay lúc gia đình có chuyện vui, buồn. Bởi nếu không có sự kham nhẫn ấy thì chắc rằng báo Viên Giác cũng không được lòng độc giả để tồn tại cho đến ngày hôm nay.

Bác Sĩ Thị Minh Văn Công Trâm

Ngày xưa khi còn ở Việt Nam thời còn học Tiểu Học trường làng Xuyên Mỹ, Duy Xuyên, Tỉnh Quảng Nam thì Bác Sĩ là bạn học cùng trường. Rồi quê hương bị bom đạn giày xéo; nên mỗi người mỗi ngã để tính chuyện tương lai. Trâm xuống Hội An rồi ra Đà Nẵng học; còn tôi xa quê để tìm đường học Đạo cũng tại Hội An; nhưng thuở ấy của hơn 60 năm về trước chúng tôi chưa gặp nhau tại Hội An lần nào. Mãi cho đến năm 1968 mới gặp Trâm tại Đà Nẵng; rồi hai người lại xa nhau, cho đến khi tôi đi Nhật Bản du học và về thăm Việt Nam mùa hè năm 1974 thì gặp Trâm tại sân trường Đại Học Vạn Hạnh ở Sài Gòn. Lúc ấy mới biết Trâm từ Đức vừa về thăm quê. Đến ngày 30.4.1975 chúng tôi cũng chẳng biết nên phải làm gì ở thời điểm đó; nên chỉ cố gắng học để ra trường là việc chính. Đến năm 1977, sau khi thi đậu vào Cao Học Đại Học Phật Giáo Rissho, Tokyo, Nhật Bản, tôi có ý định sang Đức thăm và nhờ Bác Sĩ Trâm làm giấy bảo lãnh. Thế là con đường Đạo tại Đức lại bắt đầu từ nhân duyên ấy.

Năm 1978 tôi dời về Hannover để tiếp tục học Cao Học ngành Giáo Dục tại đây sau một năm học tiếng Đức ở Kiel và suốt trong năm này Trâm và tôi cùng sống và sinh hoạt trong cư xá Sinh Viên tại đường Holtenauer. Phật Đản năm 1978 tại Hannover lần đầu tiên Ban Hộ Trì Tam Bảo được thành lập dưới sự chứng minh của cố Hòa Thượng Thích Minh Tâm. Anh Tusito Nguyễn Ngọc Tuấn làm Trưởng Ban và Chị Diệu Hoa Nguyễn Thị Thu Cúc làm Thư ký kiêm Thủ quỹ. Đến Vu Lan năm ấy thì 3 người Phật Tử Việt Nam đầu tiên đã quy y Tam Bảo với Pháp Danh là: Thị Chơn, Thị Ân và Thị Nhân. Thời gian sau không bao lâu thì Trâm đã quy y Tam Bảo cùng với Thị Thiện Phạm Công Hoàng cũng trong năm 1978 và tôi cho Pháp Danh là Thị Minh. Sau này khi bắt đầu thành lập Hội Sinh Viên và Kiều Bào Phật Tử Việt Nam tại Đức thì Bác Sĩ Thị Minh làm Hội Trưởng, Thị Chơn Ngô Ngọc Diệp làm Hội Phó cùng 3 thành viên khác để được Tòa Án Hannover công nhận với tư cách e.V. (eingetragener Verein) và kế đó trở thành tư cách gemeinnuetzige Verein e.V. (Tổ chức Tôn Giáo, công ích, từ thiện, xã hội). Tất cả những văn kiện bằng Đức ngữ thuở ban đầu tôi đều cậy nhờ vào Bác Sĩ Thị Minh, Kỹ Sư Thị Chơn và Anh Tusito cũng như Chị Diệu Hoa. Anh Lâm Đăng Châu thì hỗ trợ cho tôi về trường học cũng như tìm chỗ ở v.v...

Bác Sĩ Trâm với tôi là người đồng hương Quảng Nam, bắt đầu là bạn học, sau đó là bạn Đạo, rồi quy y làm đệ tử cũng như hoạt động tích cực cho Phật Giáo Việt Nam tại Đức ít nhất cũng gần 40 năm như vậy và cuối cùng Bác Sĩ cũng đã ra đi. Ngày tiễn biệt Bác Sĩ tại nghĩa trang Öjendorf Hamburg cách đây hơn một năm, tôi đã nhắc lại một số kỷ niệm và cảm ơn Trâm. Nếu không có Bác Sĩ Trâm thì tôi sẽ khó mà hiện diện được nơi Đức Quốc này, kể từ năm 1977 cho đến nay (2025) cũng đã gần 50 năm rồi chứ không ít. Ơn nghĩa thật là nghìn trùng, biết nói sao cho hết. Thôi thì xin chắp hai tay lại để niệm ân một người mà tôi đã mang ơn lâu nay, để sau này khi Phật Giáo Việt Nam vẫn còn tồn tại, phát triển nơi đây, những người ngày sau không nên quên những ân nghĩa nghìn trùng ấy.

Kiến Trúc Sư Từ Hùng Trần Phong Lưu

Khi đến Đức tôi không nghĩ rằng mình phải ở lại Đức lâu như vậy; nhưng thời gian cứ tiếp tục kéo dài thêm ra và thế là rễ, cây, cành lá đã bắt đầu được vun xới. Đầu tiên là nha sĩ Tô Vĩnh Hòa cứ hỏi tôi hoài với câu là: "Tại sao Thầy không xây chùa?". Cứ như thế câu hỏi được lặp đi lặp lại nhiều lần khi Anh gặp tôi ở đâu đó. Năm 1984 bắt đầu mua được mảnh đất 4.000 m2 tại đường Karlsruher Str. qua sự giúp đỡ ý kiến của Chị Nguyễn Thị Hạnh ở Braunschweig về cách kêu gọi đóng góp một mét vuông đất xây chùa. Thế là công việc lại tiếp tục, khi Anh Từ Hùng Trần Phong Lưu về học bổ túc ngành kiến trúc tại Hannover có cơ hội để phụ trách việc vẽ đồ án xây chùa. Năm 1986 đã có giấy phép xây dựng và năm 1989 mới khởi công xây cất chính thức, Năm 1991 khánh thành và năm 1993 hoàn nguyện.

Bản thân tôi phải cảm ơn Anh rất nhiều vì ngoài việc vẽ đồ án xây chùa ra, cả hai năm như vậy Anh coi công trường xây cất, phần tôi lo đi vận động tài chánh. Tiền có đến đâu thì xây đến đó. Hãng Mehlmel trúng thầu để xây dựng và bây giờ cũng không còn tồn tại nữa, kể cả xưởng gỗ Steinmann làm nóc chùa Viên Giác. Họ đã ra đi và các hãng lớn như thế tồn tại ở Hannover từ năm 1875 đến năm 2025; nhưng sau hơn 150 năm như vậy cũng đã phá sản, sau khi những Ông Chủ này đã ra đi vĩnh viễn khỏi cõi trần này. Điều này nếu không dùng hai chữ Vô Thường để gọi, thì nên gọi bằng từ gì đây để thay thế vào? Ngôi chùa ngày nay đã sừng sững với gió sương tuyết giá qua hơn 35 mùa mưa nắng và sẽ còn tiếp tục mãi mãi tồn tại với người con Phật Việt Nam tại xứ lạnh tình nồng này. Anh Từ Hùng không lấy tiền công họa đồ; chỉ lấy tiền xe cộ lên xuống Hannover từ Trier xa xôi nằm tận bên biên giới của Pháp và Lục Xâm Bảo. Sau này khi chùa Khánh Anh ở Évry xây dựng cũng đang trong lúc cần Kiến Trúc Sư; tôi đã giới thiệu Anh với Cố Hòa Thượng Thích Minh Tâm và Anh đã về đó cộng tác với Sư Ông suốt trong một thời gian dài, cho đến khi Sư Ông Minh Tâm viên tịch vào năm 2013 tại Phần Lan.

Ngày Anh Từ Hùng ra đi tại Saarburg cách đây mấy tháng, tôi cùng Quý Thầy từ Ravensburg đã đến đây để tiễn Anh lần cuối và hôm đó có cả Thượng Tọa Quảng Đạo Trụ Trì chùa Khánh Anh Évry, Pháp Quốc cũng đã đến để tiễn biệt Anh. Ân nghĩa thật nghìn trùng là như vậy đó. Câu văn này hay sự tán thán kia chỉ là một điểm nhấn cho một sự kiện đã qua; nhưng những gì Quý Anh đã làm cho Đời và cho Đạo vẫn còn mãi lại đó với thời gian và năm tháng tại các xứ Âu Châu này.

Nhân mùa Vu Lan báo hiếu năm nay tôi viết bài này để tưởng niệm đến Quý Anh và xin Quý Anh cứ an vui nơi cõi tịnh, vì các Anh cũng biết rằng chúng tôi, những người còn ở lại nơi trần thế này không bao giờ và mãi mãi sẽ không bao giờ quên ơn người đã đào giếng và đã trồng cây cho những thế hệ sau này thừa hưởng cả.

Nam Mô Tiếp Dẫn Đạo Sư A Di Đà Phật. ■

Viết xong vào ngày 21 tháng 6 năm 2025 tại thư phòng Tổ Đình Viên Giác Hannover, Đức Quốc.

Thích Như Tú

TIẾNG CHUÔNG KHUYA: HỒI TƯỞNG VỀ MỘT VỊ HÒA THƯỢNG

Vào thứ tư, ngày 4.6.2025 nhằm ngày mồng 9 tháng 5 năm Ất Tỵ, trước thời kinh Lăng Nghiêm, chúng con nhận được ai tin từ Đại lão Hòa Thượng Thích Như Điển, Đệ nhị Chủ tịch Hội Đồng Điều Hành Giáo Hội Phật Giáo Việt Nam Thống Nhất Âu Châu gởi đi với nội dung “*Hòa Thượng Thích Minh Giác đã viên tịch*”. Chúng con xúc động bàng hoàng trước thời kinh sáng.

Thụy Sĩ đã vào hè nhưng khí trời se lạnh của những ngày giông tố. Tuy hiện tượng bên ngoài về thời tiết đang thay đổi, nhưng sao lại chạm vào lòng người trong phút giây tiễn biệt. Giữa không gian tĩnh lặng ở điện Phật, tiếng chuông công phu ngân vang, đánh thức tâm khảm của chúng con, một ký ức đẹp về vị Hòa Thượng hiền từ vừa mới viên tịch.

Sự ra đi của ngài không chỉ để lại niềm tiếc nuối trong lòng chư Tăng Ni và hàng ngàn Phật tử khắp Âu châu, mà còn làm xao xuyến biết bao trái tim yêu thương và quý mến ngài.

Vị Hòa Thượng ấy, chúng con có duyên đã được gặp ngài rất lâu từ năm 2003 tại một Niệm Phật Đường Vạn Hạnh (chùa cũ) ở Hòa Lan. Hòa Thượng thượng Minh hạ Giác, Tổng vụ trưởng Tổng vụ Tăng sự, với nghị lực phi thường và trí tuệ sáng suốt, ngài đã dành trọn cuộc đời mình để phụng sự đạo pháp và nhân sinh. Ngài không chỉ là một người lãnh đạo tâm linh, mà còn là một người thầy, một người Tôn trưởng, một tấm gương cho nhiều thế hệ Tăng Ni và Phật tử ở Hải ngoại. Với lòng từ bi và nhẫn nại, ngài đã làm rạng danh hình ảnh của Phật giáo Việt nam giữa đời thường trời Âu, khơi dậy trong mỗi người niềm tin vào cuộc sống, sự hướng thiện và lòng từ nhân ái.

Ngài đã cùng Hội Phật tử Việt nam tỵ nạn tại Hòa Lan kiến tạo ngôi chùa mới tại vùng đất Almere – Hòa Lan thật khang trang, với không gian sân vườn thoáng rộng và tôn trí 19 thánh tượng Bồ Tát Quán Thế Âm. Ngôi chùa Vạn Hạnh đã trở thành một địa danh nổi tiếng và thu hút hàng ngàn Phật tử Việt Nam cũng như khách viếng thập phương mỗi khi chùa tổ chức Đại lễ.

Nhớ lại những giây phút quý giá, hiếm hoi cùng an cư với ngài tại Chùa Linh Thứu Berlin - nước Đức, chúng con không thể quên những bài giảng sâu sắc và giản dị mà ngài đã chia sẻ. Vai trò của ngài làm Tăng sự nên khi ngài khai thị cho đại chúng, hầu như là luôn nhắc lại lời cảnh sách của các Tổ sư để chư Tăng Ni cùng Phật tử thúc liễm thân tâm, trau giồi giới đức "*Phật tiên chế luật khởi sáng phát mông. Quỹ tắc oai nghi tịnh như băng tuyết. Chỉ trì tác phạm thúc liễm sơ tâm, vi tế điều chương cách chư ổi tệ. Tỳ ni pháp tịch tằng vị thao bồi, liễu nghĩa thượng thừa khởi năng chân biệt. Khả tích nhất sanh không quá, hậu hối nan truy. Giáo lý vị thường thố hoài, huyền đạo vô nhân khế ngộ*". (Nghĩa là: Phật trước tiên chế luật để mở bày chỉ dạy cho người tăm tối sơ cơ. Phép tắc oai nghi trắng sạch như băng tuyết. Người sơ tâm nương theo đó để ngăn chặn mọi điều sai phạm. Phép luật tinh vi cải đổi những điều dở tệ. Nơi giới luật chưa từng học nương theo, thì pháp liễu nghĩa cao thượng làm sao hiểu được? Thật đáng tiếc thay, một đời trôi qua vô nghĩa, sau có dù hối tiếc ăn năn đâu còn kịp nữa. Giáo lý không chịu để lòng, thì đạo nhiệm mầu đâu thể tỏ ngộ).

Mỗi lời ngài nói như một viên ngọc quý, chứa đựng tri thức và trí tuệ, dẫn dắt chúng con trên con đường tìm cầu chân lý. Ánh mắt từ bi, nụ cười hiền hậu của ngài đã trở thành nguồn động viên mạnh mẽ, giúp chúng con vượt qua những khó khăn, thử thách trong cuộc sống hành đạo nơi xứ người.

Sự ra đi của Hòa Thượng như một cơn gió nhẹ thoảng qua, không ồn ào, không báo trước, nhưng đủ để thức tỉnh chúng con về sự vô thường của một kiếp nhân sinh. Trong khoảnh khắc ấy, lòng chúng con bỗng trở nên trống vắng, như vừa đánh rơi một điểm tựa thiêng liêng. Thế nhưng, giữa niềm tiếc thương sâu lắng, chúng con cũng nhận ra rằng, những giá trị mà ngài để lại sẽ mãi mãi sống trong tâm hồn của tất cả những ai đã từng có duyên được gần gũi ngài. Từ sự nghiêm khắc nhưng đầy tình thương nơi ngài, đã thầm nhắc nhở hàng Tăng Ni và đồ chúng Phật tử cùng nhau tinh tấn tu học, thực hành và tiếp nối những gì ngài đã từng bước đi qua.

Cuộc sống là một hành trình, và vị Hòa Thượng Tổng vụ trưởng Tổng vụ Tăng sự đã vững vàng bước đi trên con đường ấy, gieo rắc yêu thương, truyền bá ánh sáng của trí tuệ. Hòa Thượng cũng nhiều lần sách tấn chúng con bằng lời của Tổ "*Vô thường lão bịnh bất dữ nhơn kỳ. Triêu tồn tịch vong, sát na dị thế. Thí như xuân sương, hiểu lộ, thúc hốt tức vô; ngạn thọ tỉnh đằng, khởi năng trường cửu! Niệm niệm tấn tốc, nhất sát-na gian, chuyển tức tức thị lai sanh. Hà nãi yến nhiên không quá*?". (Nghĩa là: Vô thường già, bịnh không hẹn cùng người. Sớm còn tối mất, chỉ trong khoảnh sát na đã qua đời khác. Ví như sương, như mốc sáng sớm mùa xuân, phút chốc liền tiêu tan. Như cây bên bờ vực, như dây leo bên miệng giếng, sao bền chắc được! Niệm niệm chóng vánh qua mau, chỉ trong sát-na, trút hơi thở đã qua đời khác. Sao lại an nhiên để ngày tháng trôi qua vô ích?".

HT Thích Minh Giác tại chánh điện Chùa Vạn Hạnh, Hòa Lan

Giờ đây, ngài đã trở về với cõi Phật, nhưng hình ảnh của ngài vẫn luôn hiện diện trong mỗi bước đi, qua những việc làm, tình thương và lòng nhân ái của hàng đệ tử tông môn, ngài sẽ sống mãi, sống mãi trong trái tim của những người đã từng được vinh dự là học trò, là đệ tử xuất gia hay tại gia của ngài.

Với chúng con, tiếng chuông chùa vẫn vang lên, không chỉ để tưởng nhớ ngài mà còn nhắc nhở chúng con rằng cuộc sống này rất quý giá. Hàng Tăng Ni và Phật tử cũng sẽ sống sao cho xứng đáng với những lời dạy của ngài, để mỗi ngày trôi qua đều tràn đầy ý nghĩa và sống trong đạo tình Linh Sơn cao quý. Hãy luôn nhìn về phía trước, mang theo trong lòng hình ảnh của vị Hòa Thượng như một ngọn đèn soi sáng cho cuộc trình độ sanh này.

Kính nguyện Giác Linh Hòa Thượng Cao Đăng Phật Quốc, sớm hội nhập Ta-bà hóa độ chúng sanh. Nam mô Tiếp Dẫn Đạo Sư A Di Đà Phật.

Chúng con thành tâm cung kính khấp bái. ■

Quảng Phúc

TƯỞNG NIỆM

HÒA THƯỢNG THÍCH MINH GIÁC CỦA ĐẠI DIỆN HỘI PHẬT GIÁO VIỆT NAM TẠI HÒA LAN, ĐỌC TRONG LỄ TRUY ĐIỆU NGÀY THỨ HAI 9/6/2025

Nam Mô A Di Đà Phật.

Kính bạch Chư Tôn Hòa Thượng, Thượng Tọa, Đại Đức Tăng Ni,

Kính thưa quý tang quyến và quý Phật tử hiện diện,

Đại diện Hội Phật Giáo Việt Nam tại Hòa Lan, chúng con xin có đôi lời tưởng niệm cố Hòa Thượng Thích Minh Giác thân yêu của chúng con. Rạng đông ngày thứ tư 4-6-2025 (nhằm ngày 9 tháng 5 năm Ất Tỵ), trên khắp nước Hòa Lan, tiếng điện thoại reo lên không ngừng. Từ khắp nơi, Phật tử Việt Nam gọi nhau để chuyền cho nhau tin quan trọng và đau buồn rằng "Thầy Minh Giác đã mất".

Tin thật bất ngờ và chấn động trong Cộng đồng người Việt khắp nước Hòa Lan. Toàn thể Phật tử Việt Nam bàng hoàng xúc động trước sự ra đi đột ngột và nhanh chóng của Thầy. Trời Hòa Lan màu tang che phủ, giọt lệ người sao mãi tuôn trào.

Hòa Thượng Thích Minh Giác, trụ trì chùa *Vạn Hạnh* tại Almere, là vị lãnh đạo tinh thần của Phật tử Việt Nam tại Hòa Lan. Thầy đã gây dựng thành công Phật sự tại Hòa Lan và đã xây dựng nên chùa *Vạn Hạnh* là ngôi chùa Việt Nam đầu tiên tại Hòa Lan mà Thầy là vị trụ trì đầu tiên.

Thầy Thích Minh Giác đến Hòa Lan định cư vào năm 1986 do sự vận động bảo lãnh của Hội Phật Giáo Việt Nam tại Hòa Lan, với trách nhiệm hướng dẫn và lãnh đạo tinh thần toàn thể Phật tử Việt Nam tại Hòa Lan. Ngay từ đầu, thầy đã biến đổi căn nhà thuê của mình ở thị xã Hoorn thành Niệm Phật Đường *Niệm Phật* để từ đó nền móng Phật sự tại Hòa Lan thực sự thành hình và phát triển. Năm 1993, Hội Phật Giáo Việt Nam tại Hòa Lan mua được một trang trại ở thị xã Nederhorst-den-Berg và biến cải trang trại này thành một ngôi chùa mang tên *Vạn Hạnh.* Năm 2011, Hội mua được một khu đất ở thị xã Almere để xây chùa mới. Năm 2012, ngày 12 tháng 12 lúc 12 giờ 12 phút, chùa được khởi công xây cất và năm 2014 ngôi chùa *Vạn Hạnh* tại Almere đã được hoàn thành. Ngay từ khi bước chân đến Hòa Lan, Thầy Thích Minh Giác đã nhận trách nhiệm của mình đối với Phật tử Việt Nam và Thầy đã không ngừng nghĩ ra công phát huy Phật pháp, đồng thời tạo dựng một ngôi chùa Việt Nam cho toàn thể Phật tử.

Bằng tất cả khả năng và sức khỏe của mình, Thầy đã hết lòng phục vụ đạo pháp và phục vụ toàn thể Phật tử. Chúng con luôn ghi nhớ công ơn to lớn cũng như quyết tâm xây chùa của Thầy, và sự cố gắng bền bỉ của Thầy để vượt qua mọi trở ngại. Sự nhân từ và đức độ của Thầy mãi mãi là bài học lớn cho toàn thể Phật tử chúng con.

Sự ra đi đột ngột của Thầy không khỏi làm cho chúng con hụt hẫng và đã để lại một khoảng trống lớn khó lấp trong lòng chúng con. Từ nay về chùa không còn gặp Thầy, như về nhà mà không còn cha mẹ. Từ nay sẽ không còn được nhìn thấy nụ cười rạng rỡ và hiền từ, độ lượng của Thầy, sẽ không còn được nghe giọng nói trầm ấm của Thầy và tiếng đọc kinh vang rền của Thầy nơi chánh điện. Từ nay sẽ không còn được nghe những lời thăm hỏi chân tình của Thầy, sẽ không còn được nhận những chiếc bánh hay trái cây đơn sơ mộc mạc nhưng gói ghém tình thương chân thật của Thầy. Từ nay mỗi dịp Tết về chùa, sẽ không còn được nghe thời pháp và lời chúc Tết của Thầy, sẽ không còn được nhận bao lì xì trong có lộc Phật đầu năm và câu Pháp cú do chính tay Thầy chuẩn bị. Thầy ra đi, chúng con mất đi một vị chân tu hiền từ, đức hạnh, chúng con mất đi vị Thầy trụ trì chùa *Vạn Hạnh* muôn vàn kính yêu.

Tuy nhiên văng vẳng bên tai chúng con sẽ còn mãi lời chúc của Thầy: "Nguyện cầu hồng ân Chư Phật gia hộ quý vị và gia quyến thân tâm thường an lạc". Thầy ơi, chúng con nguyện sẽ noi gương đức hạnh và chánh pháp của Thầy và luôn tinh tấn tu học. Tâm nguyện của Thầy, là ngôi chùa Vạn Hạnh, đã được thực hiện, chúng con Phật tử Việt Nam tại Hòa Lan nguyện sẽ giữ gìn và phát huy tâm nguyện của Thầy.

Kính bạch Thầy,

Có câu nói *Anh hùng tử, khí hùng bất tử* ghi ơn các chiến sĩ anh hùng vì nước hy sinh, thì Phật tử chúng con xin có câu *Hiền tăng tử, khí hiền bất tử* để tưởng nhớ đến Thầy Thích Minh Giác và tưởng niệm công ơn và tấm lòng của Thầy đối với đạo pháp và Phật tử Việt Nam tại Hòa Lan.

Nguyện cầu Thầy vãng sanh nơi Miền Cực Lạc.

Nam Mô Tiếp Dẫn Đạo Sư A Di Đà Phật. ■

Thiện Quả Đào Văn Bình

TRUNG HIẾU LÀ
NỀN TẢNG ĐẠO ĐỨC CỦA DÂN TỘC

Ngày xưa trung và hiếu là hai tiêu chuẩn đánh giá một con người. Bất cứ ai mà không có lòng ái quốc và hiếu kính cha mẹ thì không thể xứng đáng đứng trong trời đất. Chữ hiếu còn được các vị vua coi như điều kiện để được tuyển chọn ra làm quan giúp nước và là nền tảng đạo đức của dân tộc Việt và Trung Hoa.

Truyện *Nhị Thập Tứ Hiếu* của Quách Cư Nghiệp viết từ Thế Kỷ XIII đời Nhà Nguyên còn lưu truyền tới ngày nay trong đó có những nhân vật nổi tiếng hiếu thảo như Đế Thuấn. Mẹ ông mất sớm cha là Cổ Tẩu lấy vợ khác sinh được một trai một gái. Dù bị mẹ kế và hai em đối xử tệ bạc nhưng Đế Thuấn vẫn một mực hiếu thuận, giữ đạo làm con. Còn ông Tăng Sâm tức Tăng Tử thừa kế và phát triển tư tưởng của Khổng Tử. Ông viết sách đề cao chữ hiếu. Chuyện kể lại như sau: Có lần ông làm chuyện gì đó bị mẹ đánh ông, ông khóc nức nở. Bà ngạc nhiên, dừng roi và hỏi: Sao từ trước đến nay ta đánh chẳng bao giờ con khóc hôm nay con lại khóc? Ông đáp: Thưa mẹ - mấy lần trước con đau nên biết mẹ còn khỏe nay con không thấy đau nữa nên thương mẹ đã già yếu. Ông thật là người con chí hiếu. Còn Lục Tích thời Tam Quốc, một hôm theo cha sang Quận Cửu Giang viếng Viên Thuật. Họ Viên làm việc thết đãi, Lục Tích thấy trong tiệc có quýt ngon, bèn lấy hai trái giấu trong túi áo. Khi chào Viên Thuật ra về, vô ý để quýt rớt ra ngoài. Viên Thuật nói đùa: Sao lấy quýt giấu như thế? Lục Tích đáp ngay: Mẹ tôi thích ăn quýt lắm. Nhân tiện trong tiệc có quýt ngon nên tôi giấu vài quả đem về biếu mẹ tôi. Viên Thuật khen Lục Tích là người con chí hiếu.

Còn Việt Nam ta cũng có rất nhiều gương hiếu thảo như vua Tự Đức dâng roi cho mẹ đánh đòn khi vua phạm lỗi. Rồi vua Trần Anh Tông là vị vua tôn trọng đạo hiếu, tuân theo lời dạy của cha. Ông bỏ rượu, trở nên minh mẫn hơn. Và một nhân vật độc đáo của hoàng tộc triều Nguyễn là Sư bà Diệu Không (*nhũ danh Quận chúa Hồ Thị Hạnh*). Đọc lại lịch sử mới thấy Quận Chúa Hồ Thị Hạnh có thể là hóa thân của ngài Địa Tạng Vương Bồ Tát với dung nhan, tài đức và trung-hiếu vẹn toàn.

Có thể nói hầu hết các Nho gia Việt Nam đều đề cao trung-hiếu như cụ Đồ Chiểu trong Lục Vân Tiên viết: *Trai thì trung hiếu làm đầu. Gái thì tiết hạnh là câu trau mình.* Còn trong Gia Huấn Ca, cụ Nguyễn Trãi dạy con như sau: *Kìa hiếu dưỡng Thành Chu gia pháp và Dâu hiền có hiếu tiếng ghi để đời.*

Kể từ khi Đạo Phật du nhập vào Việt Nam, hình ảnh Đại Hiếu Mục Kiền Liên đã tô thắm thêm nền tảng đạo đức của dân tộc và đã trở thành tiêu biểu cho lòng hiếu thảo. Kinh Vu Lan Bồn chép rằng: "Một thời, Đức Phật trú tại vườn của Trưởng Giả Cấp Cô Độc. Bấy giờ ngài Mục Kiền Liên mới chứng đắc thần thông, muốn cứu độ cha mẹ để báo công ơn dưỡng dục, dùng mắt quán sát khắp thế giới, thấy mẹ mình bị đọa trong loài ngạ quỷ, không được uống ăn nên thân hình chỉ còn da bọc xương. Tôn giả thấy vậy vô cùng xót thương, liền lấy bát đựng đầy cơm và vận dụng thần thông đem hiến dâng cho mẹ. Bà mẹ nhận được cơm, dùng tay trái che đậy, tay phải bốc ăn, cơm chưa vào miệng đã hóa thành than hồng nên không thể ăn được. Tôn giả Mục Kiền Liên lớn tiếng khóc than trở về bạch Phật, thuật lại đầy đủ sự việc. Đức Phật bảo: Này Mục Kiền Liên. Thân mẫu của ông tội chướng sâu dày, không phải một mình ông có thể cứu được. Tuy lòng hiếu thảo của ông vang động trời đất. Nhưng cho dù là những thiên thần, tà ma ngoại đạo, đạo sĩ và bốn vị thiên vương cũng không thể làm được. Nay ông phải nhờ vào oai lực của chư Tăng ở mười phương cùng chú nguyện thì mới có thể siêu thoát. Này Mục Kiền Liên! Ngày rằm Tháng Bảy là ngày Tự Tứ của mười phương tăng chúng cùng các vị hiền thánh hoặc tu thiền định hoặc đi kinh hành. Nếu có người dâng cúng chư tăng thì tất cả cha mẹ bà con quyến thuộc trong đời hiện tại đã quá vãng sẽ được siêu sinh trong ba đường khổ liền được đầy đủ áo cơm. Nếu cha mẹ, thân quyến thuộc còn sống thì được hưởng phước lạc sống lâu trăm tuổi, còn cha mẹ quá khứ bảy đời thì được sinh lên cõi Trời Tự Tại. Rồi Phật bảo chúng tăng ở mười phương trước tiên phải chú nguyện cho cha mẹ bảy đời của thí chủ rồi sau mới thọ thực. Khi ấy, Tôn giả Mục Kiền Liên cùng với chư vị Đại sĩ, Bồ-tát đều rất hoan hỷ, tiếng than khóc bi thương của ngài Mục Kiền Liên cũng tan biến. Thân mẫu của ngài cũng trong ngày ấy được thoát khổ trong loài ngạ quỷ."

Chính vì sự tích Mục Kiền Liên mà ngày rằm Tháng Bảy đã trở thành Ngày Vu Lan Báo Hiếu *(Ullambana)*. Phật tử khắp nơi, dù ở hải ngoại, nô nức tới chùa cúng dường chư Phật, dự lễ Vu Lan và xin chư tăng cầu nguyện cho cửu huyền thất tổ. Đây là nét đẹp văn hóa đặc sắc của dân tộc Việt Nam.

Rồi trong Kinh Đại Báo Phụ Mẫu Trọng Ân, Đức Phật bảo ngài A Nan rằng: Công ơn từ mẫu, gồm có mười điều, phàm kẻ làm con, phải lo báo hiếu. Những gì là mười điều?

1) Nhớ ơn mẹ ta, chín tháng mười ngày, cưu mang nặng nhọc.

2) Nhớ ơn mẹ ta, khi sinh lúc nở, đau đớn vô cùng.

3) Nhớ ơn mẹ ta, khi sanh lúc nở, quên cả âu lo.

4) Nhớ lại công ơn, mẹ ăn miếng đắng, lại nhả miếng ngon, dành dụm cho con.

5) Nhớ lại công ơn, chỗ ướt mẹ nằm, chỗ ráo xê con.

6) Nhớ ơn mẹ ta, ba năm bú mớm, nuôi nấng thuốc thang, trong khi sài đẹn.

7) Nhớ ơn mẹ ta, giặt diệm hong phơi áo quần dơ dáy, ô uế tanh hôi mẹ đành cam chịu.

8) Nhớ ơn mẹ ta, khi đi đâu xa, vì thương nhớ con, trong lòng cầy cậy, một phút chẳng ngơi.

9) Nhớ công ơn mẹ, vì sanh nuôi con, mà mẹ cam lòng tạo bao nhiêu ác nghiệp.

10) Nhớ công ơn mẹ, lòng rất thương con, trọn đời yêu dấu, không phút nào ngơi.

Đạo Phật là đạo hi hữu, là đạo duy nhất trên thế gian này đề cao lòng hiếu thảo. Như chúng ta đã biết Ngài Địa Tạng Vương Bồ Tát đã phát lời nguyện "Địa Ngục Giai Không" cứu độ tất cả chúng sinh lâm vào vòng tù tội và là bộ kinh được Phật tử ưa chuộng, đọc tụng để cầu nguyện cho cha mẹ mình. Tiền thân trong vô lượng kiếp trước, ngài là một cô gái dòng Bà la môn, tướng mạo đoan trang, được mọi người kính nể, đi đứng nằm, ngồi đều có chư Thiên hộ vệ. Thế nhưng bà mẹ lại là người mê theo tà đạo, khinh khi Tam Bảo. Khi chết, thần hồn bị đọa vào Địa Ngục Vô Gián (*□nantarya)* bị hành tội liên tục không ngừng nghỉ. Nghĩ đến mẹ, cô gái dùng tiền bạc mua sắm lễ vật đến cúng tại chùa có tượng thờ Đức Phật Giác Hoa Định Tự Tại Vương. Và cô cứ chăm chú nhìn vào tượng Phật mà khấn nguyện xin Phật cho biết mẹ cô thác sinh vào chốn nào. Rồi từ trên không có tiếng nói bảo rằng hãy mau về nhà ngồi ngay thẳng niệm danh hiệu Giác Hoa Định Tại Vương Như Lai thời sẽ biết chỗ thác sinh của mẹ. Quả nhiên với oai lực của Phật, cô gái được tới một nơi gọi là Địa Ngục Vô Gián nằm ở bờ biển nước sôi sùng sục trên đó có rất nhiều thú dữ thân thể bằng sắt, bay nhảy trên mặt biển và rất nhiều trai gái chìm nổi trong biển và bị thú dữ ăn thịt. Tại đây cô được người cai quản là ông Quỷ Vô Độc tiếp đón và nói rằng nếu không phải nhờ oai lực của Phật thì không một ai có thể tới đây, xin thánh nữ cứ yên tâm. Xin thánh nữ trở về nhà, chớ đem lòng nhớ thương buồn rầu. Mẹ của thánh nữ đã được sinh lên cõi trời ba ngày rồi. Và nhờ công đức của thánh nữ thờ phượng và cúng dường Đức Phật Giác Hoa Định Tự Tại Vương mà các tội nhân ở đây cũng đã được sanh lên cõi trời.

Cũng trong pháp hội tại Cung Trời Đao Lợi này, Thánh Mẫu Ma Gia *(Maya)* mẹ của Đức Phật đã hỏi Ngài Địa Tạng Vương Bồ Tát, "Chúng sinh trong cõi Diêm Phù Đề tạo nghiệp khác nhau, cảm thọ quả báo khác nhau như thế nào?". Địa Tạng Vương Bồ Tát thưa rằng, "Như có chúng sinh chẳng hiếu thảo với cha mẹ, cho đến giết hại cha mẹ, kẻ đó phải đọa vào Địa Ngục Vô Gián muôn nghìn ức kiếp không thể nào ra khỏi".

Ngày nay, do sự bùng nổ của kỹ nghệ truyền thông, do có facebook, twitter, tiktok, điện thoại cầm tay… đã ảnh hưởng nặng nề tới đầu óc trẻ thơ và thanh thiếu niên. Tốt lành thì ít mà nguy hại thì nhiều. Đã có những cô gái, thanh niên chết vì trò nhịn đói, nín thở được biểu diễn trên Tiktok. Do đó cha mẹ cần phải đưa con nhỏ tới chùa từ thuở đầu đời, chẳng phải lo cho mình mà lo cho cuộc đời của chính chúng nó. Đã có một số chùa tổ chức ngày báo hiếu, con cái rửa chân cho cha mẹ. Đây là việc làm vô cùng tốt đẹp cần phải được phát huy và dần trở thành truyền thống bên cạnh lễ cài hoa hồng nhân ngày Vu Lan.

Xin nhớ, đạo hiếu ngoài việc báo đền công ơn cha mẹ còn nâng cao phẩm giá con người. Cho nên bậc làm cha mẹ phải cho con cái tới chùa để học Phật và học về đạo hiếu. Gia Đình Phật Tử và các Câu Lạc Bộ Thanh Thiếu Niên Phật Tử là nơi tốt lành cho con trẻ. Phải giáo dục con cái ngay từ thuở đầu đời. Tại hải ngoại này, có những chùa nhỏ, tuy Phật tử không đông nhưng thật cảm động khi thấy các em nhỏ, tiếng Việt nói không rành mà khoác lên mình chiếc áo màu lam, dâng hương cúng Phật trong ngày Lễ Phật Đản và cài hoa lên áo các ông, các bà, các cụ nhân ngày Lễ Vu Lan. Mầm mống Phật phải gieo trồng cho trẻ nhỏ. Mai mốt cha ông chết hết thì ai giữ đạo đây?

Đạo Phật là đạo đẹp tuyệt vời mà thế giới đang hướng tới như biểu tượng cho lương tâm của nhân loại. Chúng ta được tắm gội trong giáo pháp của Đức Phật thật là phước báu. Chúng ta phải có nhiệm vụ phát huy. Ngoài chức năng của giáo hội, chư tăng/ni và thiện tri thức - gia đình phải là nơi gieo trồng hạt giống Phật từ thuở đầu đời cho con cháu. Trong *Kinh Pháp Cú* bản dịch của Tây Tạng, nơi *Phẩm Khả Ái*, Đức Phật dạy rằng, "Người sống với giới đức được chư thiên ca ngợi. Người không có lỗi nào sẽ có niềm vui tuyệt hảo trên cõi Trời. Do vậy hãy làm việc thiện lành cũng để cho đời sau vì thiện nghiệp sẽ đón nhận các chúng sinh trong thế giới khác". (*)

Xin nhớ cho hiếu thảo là thiện nghiệp lớn nhất.

Nam Mô Đại Hiếu Mục Kiền Liên Bồ Tát. ■

(*) *Bản dịch của Cư Sĩ Nguyên Giác*

Nguyên Giác

TRUYỆN VỀ HAI NGƯỜI CHA THỜI ĐỨC PHẬT

Lòng của người cha lúc nào cũng thương con. Ca dao thường nói rằng công cha như núi Thái Sơn. Nhìn như thế, là nhìn từ ngoài vào. Nhưng bản thân các người cha vẫn nghĩ rằng hy sinh cho con chỉ là chuyện bình thường, không có gì gọi là nặng nhọc như vác núi, gánh rừng. Trong Kinh Tạng Pali, có kể hai truyện về hai người cha thời Đức Phật. Qua hai truyện này, chúng ta sẽ thấy sức mạnh của Chánh pháp.

Truyện thứ nhất chúng ta kể nơi đây là người cha của Ni trưởng Anopamā. Thân phụ của Ni trưởng là ông Megha, một người có tài sản lớn. Khi là một thiếu nữ mới lớn, cô Anopamā được nhiều hoàng tử và công tử tới, xin cầu thân. Các chàng trai quý tộc sẵn sàng đem kho báu tới hiến tặng người cha để được rước cô Anopamā về làm vợ. Tuy nhiên, trong một cơ duyên được đảnh lễ Đức Phật, cô được ngài giảng cho một bài pháp. Và khi Đức Phật kết thúc bài pháp, cô Anopamā tức khắc chứng quả Bất Lai, tức là quả vị thứ ba. Trường hợp này rất là hy hữu, vì cô Anopamā lần đầu nghe pháp, chưa từng tu tập; như thế, chỉ có thể giải thích rằng tự thân cô đã tu nhiều kiếp trước, và lúc đó kể như gần sạch tham sân si.

Chuyện này, về sau, được Trưởng lão ni Anopamā kể lại trong bài thơ Thig 6.5. Và được nhà sư Bhikkhu Indacanda dịch ra tiếng Việt như sau:

"6.5. Anopamā

"Tôi đã được sanh ra trong gia đình cao quý, có nhiều của cải, có tài sản đồ sộ, được thành tựu về màu da và dáng vóc, con gái ruột của Megha.

Được những người con trai của các vị vua ao ước, được những người con trai của các nhà triệu phú khao khát, họ đã gởi sứ giả đến gặp cha tôi: 'Hãy gả Anopamā cho chúng tôi.

Cô con gái Anopamā ấy của ông được cân nặng chừng nào, tôi sẽ trao vàng và ngọc tám lần so với chừng ấy'.

Tôi đây, sau khi lắng nghe đấng Toàn Giác, bậc Trưởng Thượng của thế gian, đấng Vô Thượng, tôi đã đảnh lễ hai bàn chân của Ngài rồi đã ngồi xuống một bên.

Ngài Gotama ấy, vì lòng bi mẫn, đã thuyết giảng Giáo Pháp cho tôi. Ngồi ở tại chỗ ấy, tôi đã chạm đến quả vị thứ ba.

Sau đó, tôi đã cắt tóc, tôi đã xuất gia sống đời không nhà. Hôm nay, đối với tôi là đêm thứ bảy, kể từ lúc ấy tham ái đã được làm khô héo".

Trưởng lão ni Anopamā đã nói những lời kệ như thế".

***

Truyện thứ nhì là về một người cha: Long vương, tức là Vua rồng. Truyện này là từ Kinh Pháp Cú bài kệ 182. Chuyện này là về Vua rồng Erakapatta.

Khi trú ngụ gần Baranasi, Đức Phật đã đọc Bài kệ 182 của Kinh Pháp Cú, liên hệ đến Erakapatta, vua của loài rồng.

Ngày xưa có một vị vua rồng tên là Erakapatta. Trong một kiếp trước của mình vào thời Đức Phật Ca Diếp, ông đã là một nhà sư trong một thời gian dài. Vì lo lắng về một tội nhỏ mà ông đã phạm trong thời gian đó, ông đã tái sinh thành một con rồng. Là một con rồng, ông đã chờ đợi sự xuất hiện của một vị Phật. Erakapatta có một cô con gái rất xinh đẹp, và ông đã sử dụng cô như một phương tiện để tìm kiếm Đức Phật. Ông cho biết bất kỳ ai có thể trả lời các câu hỏi của cô đều có thể lấy cô làm vợ. Hai lần mỗi tháng, Erakapatta bắt cô nhảy múa ngoài trời và hát lên những câu hỏi của mình. Nhiều người cầu hôn đã đến để trả lời các câu hỏi của cô với hy vọng lấy cô, nhưng không ai có thể đưa ra câu trả lời đúng.

Một ngày nọ, Đức Phật nhìn thấy một thanh niên tên là Uttara trong linh ảnh. Ngài cũng biết rằng chàng thanh niên sẽ đạt được Quả Tu Đà Hoàn liên quan đến những câu hỏi do con gái của Vua rồng Erakapatta đặt ra. Lúc đó, chàng thanh niên đã trên đường đến gặp con gái của Erakapatta. Đức Phật đã ngăn chàng lại và dạy chàng cách trả lời những câu hỏi. Trong khi chàng đang được dạy, Uttara đã đạt được Quả Tu Đà Hoàn. Bây giờ vì

Uttara đã đạt được Quả Tu Đà Hoàn, chàng không còn muốn kết hôn với cô công chúa rồng nữa. Tuy nhiên, Uttara vẫn đi trả lời những câu hỏi vì lợi ích của nhiều chúng sinh khác.

Bốn câu hỏi nêu ra là:

1. Ai là người cai trị?

2. Người bị sương mù của ô nhiễm đạo đức bao trùm có được gọi là người cai trị không?

3. Người cai trị nào thoát khỏi những ô nhiễm đạo đức?

4. Người như thế nào bị gọi là kẻ ngu?

Câu trả lời cho những câu hỏi trên là:

1. Người kiểm soát được sáu căn là người cai trị.

2. Người bị sương mù của ô nhiễm đạo đức bao phủ thì không được gọi là người cai trị; người xa lìa khỏi tham ái được gọi là người cai trị.

3. Người cai trị thoát khỏi tham ái thì thoát khỏi các ô nhiễm đạo đức.

4. Người khao khát các thú vui nhục dục bị gọi là kẻ ngu.

Sau khi có được câu trả lời đúng cho những câu hỏi trên, công chúa Long nữ đã hát lên những câu hỏi liên quan đến lũ lụt của ham muốn nhục dục, của sự tái sinh, của tà giáo và của sự vô minh, và cách để vượt qua chúng. Chàng trai Uttara đã trả lời những câu hỏi này theo lời dạy của Đức Phật.

Khi Vua rồng Erakapatta nghe những câu trả lời này, ông biết rằng một vị Phật đã xuất hiện trên thế gian này. Vì vậy, ông đã yêu cầu chàng trai Uttara đưa ông đến gặp Đức Phật. Khi nhìn thấy Đức Phật, Erakapatta kể với Đức Phật rằng ông đã từng là một nhà sư vào thời Đức Phật Ca Diếp, rằng ông đã vô tình làm gãy một ngọn cỏ khi đang đi thuyền, và rằng ông đã lo lắng về tội nhỏ đó vì đã không làm hành động giải tội như đã quy định, và cuối cùng là ông đã tái sinh thành một con rồng như thế nào. Sau khi nghe ông kể, Đức Phật đã nói với ông rằng thật khó để được sinh ra trong thế giới loài người, và khó được sinh ra trong thời kỳ Đức Phật xuất hiện hoặc trong thời gian còn lưu truyền Giáo lý của các vị Phật.

Sau đó, Đức Phật đã nói bài kệ như sau:

Bài kệ 182: *Khó sinh được làm người; khó khăn là cuộc sống của phàm nhân; khó có được cơ hội để nghe Phật pháp; khó có một vị Phật xuất hiện.*

Bài thuyết pháp trên đã mang lại lợi ích cho rất nhiều chúng sinh. Vua rồng Erakapatta là một loài vật nên không thể đạt được Quả Tu Đà Hoàn ngay tại đó.

Bài kệ này được Thầy Minh Châu dịch như sau.

182. *"Khó thay, được làm người,*
Khó thay, được sống còn,
Khó thay, nghe diệu pháp,
Khó thay, Phật ra đời!"

Dựa theo bài Kệ này, tất cả chúng ta đều có may mắn hơn rất nhiều chúng sinh khác: sinh làm người, và nghe Phật Pháp. Tất cả những người cha trên cõi này đều muốn để lại gia sản quý giá nhất cho con mình: trong đó, không có kho tàng nào quý giá hơn Phật pháp.

Hôm nay, bài này được viết trong Ngày Lễ Cha, để mời gọi tất cả những người cha hãy khuyên nhủ con mình tin theo Chánh pháp, dùng thân giáo để hướng dẫn con mình sống theo Chánh pháp, và hãy mượn các phương tiện truyền thông mang ngọn đèn Chánh pháp tới rọi sáng tất cả những nơi tăm tối trong đời này. Hạnh phúc là những người cha biết tìm ra Phật pháp, tài sản quý nhất trong cõi này, để trao lại cho con mình. Cũng y hệt như ông trưởng giả trong Kinh Pháp Hoa, giấu viên ngọc trong góc áo của cậu con trai bụi đời.

Và cũng hạnh phúc là những người con nhận ra rằng cha mình đã dạy cho con từ những ngày thơ ấu về niềm tin Tam Bảo, đã dạy cho con biết tin sâu vào nhân quả để không bao giờ dám làm ác, đã dạy cho con biết từ bi với người và yêu thương với đời, và đã dạy chữ cho con bằng cách đánh vần theo những dòng kinh để không bao giờ trôi lạc trong cõi này. ■

THAM KHẢO:

+ Trưởng Lão Ni Kệ, Thig 6.5. Bản Việt dịch Bhikkhu Indacanda:

https://suttacentral.net/thig6.5/vi/indacanda

+ Kinh Pháp Cú, bài Kệ 182:

https://www.tipitaka.net/tipitaka/dhp/verseload.php?verse=182

+ Kinh Pháp Cú, bản dịch của Thầy Minh Châu:

https://thuvienhoasen.org/p15a7962/pham-11-20

Đan Hà

Tấm Lòng Đại Hiếu

(Truyện thơ: Sự tích Đức Đại Hiếu Mục Kiền Liên)

Ngày xưa Đức Mục Kiền Liên
Thuộc hàng Đệ tử đầu tiên Phật Đà
Một lòng báo hiếu Mẹ Cha
Luân hồi trong cõi ta bà tử sinh
Mẹ Ngài chìm đắm vô minh
Nghĩ thân còn khỏe, ỷ mình giàu sang
Thấy người nghèo khổ chẳng màng
Đoái thương mà lại lòng càng khinh chê
Ngài thường khuyên Mẹ Thanh Đề
Phát tâm học đạo theo về Như Lai
Cúng dường phẩm vật tịnh tài
Trên cầu giải thoát muôn loài chúng sinh
Nguyện cầu Tam Bảo chứng minh
Tấm lòng thành kính của mình dâng lên
Nhưng Bà tâm tính ươn hèn
Lòng còn bỏn sẻn không thèm nghe theo
Khinh thường các bậc Tỳ Kheo
Thấy ai vất vã đói nghèo chẳng thương
Thế rồi trong cuộc vô thường
Tấm thân tứ đại theo đường tử sinh
Mang theo nghiệp chướng vô minh
Xuống tầng địa ngục cực hình khổ thân
Ngồi trên đống lửa, bàn chông
Đớn đau, đói khát chất chồng triền miên
Trong khi Đức Mục Kiền Liên
Dốc lòng tinh tấn ngày đêm tu trì
Ngài theo học đạo Bồ Đề
Phát tâm dõng mãnh không hề lãng xao
Lòng thành tin bậc nhiệm mầu
Không lâu Ngài đặng đứng đầu lục thông
Bèn dùng huệ nhãn quán trông
Nhìn xem sáu nẻo sắc không luân hồi
Kiếm tìm thân mẫu nổi trôi
Biến thành ngạ quỷ thương ôi hình hài
Đói rách tiều tụy bi ai
Mục Liên cảm thấy ai hoài mẫu thân
Bèn đem phẩm vật hiến dâng
Cầu mong cho Mẹ đỡ đần sớm hôm
Mẹ mình mới nhận bát cơm
Hóa thành than đỏ trong cơn đói thèm
Vì lòng bỏn xẻn sợ đem
Ra ăn ma quỷ mon men tới gần
Giành giựt không được trọn phần
Cho nên cơm ấy không cầm được lâu
Mục Liên thấy Mẹ âu sầu
Trở về Bạch Phật ngỏ hầu giải nan
Đức Phật chỉ vẽ rõ ràng
Mẹ ông nghiệp chướng
vô vàn nặng sâu
Dầu ông thành khẩn
mong cầu
Mẹ ông thoát khỏi khổ
sầu gian nan
Dầu ông hiếu thảo
muôn vàn
Một mình không thể
chu toàn được đâu
Phải nhờ thần lực
nhiệm mầu
Mười phương chư Phật
dẫn đầu chúng Tăng
Hãy tìm đến chốn đạo
tràng
Nhằm ngày Tự tứ chúng
Tăng hội đồng
Ngày rằm tháng bảy rất
đông
Trì giới thanh tịnh mới
mong giải nàn
Mau về sắm sửa đèn nhang
Cùng với phẩm vật cúng dàng thập phương
Chư Phật cùng với Thánh nhơn
Chư Tăng thọ lãnh bát cơm Lục Hòa
Cùng nhau cầu nguyện thí gia
Bảy đời Phụ Mẫu, Mẹ Cha hiện tiền
Thoát vòng khổ lụy truân chuyên
Sinh về Cực lạc thiện duyên tu hành
Chư Tăng cùng một lòng thành
Với tâm thanh tịnh, tu hành tinh nghiêm
Lòng hiếu thảo Mục Kiền Liên
Cứu Mẹ thoát kiếp cửu tuyền tà ma
Sinh về cõi tịnh Di Đà
Học đạo giải thoát để mà độ sinh
Sớm chiều tiếng kệ lời kinh
Tiếng chuông tịnh độ lung linh nắng vàng

Từ ấy mỗi độ thu sang
Là mùa báo hiếu Vu Lan lại về
Hôm nay tháng bảy ngày rằm
Theo dòng lịch sử hai ngàn năm dư
Chư Tăng kiết hạ an cư
Giữ gìn giới luật, chuyên tu hộ trì
Nguyện cầu Tam Bảo chứng tri
Con nguyền theo gót Từ Bi của Người
Cầu cho phụ mẫu bảy đời
Chúng sinh tám cõi trong ngoài độ sinh
Con xin theo gót đăng trình
Của Ngài sớm tối tu hành nghiêm minh
Cầu cho muôn loại chúng sinh
Nương theo bến giác lời kinh độ đời.
Nam Mô Đại Hiếu Mục Kiền Liên Bồ Tát.

Mục Kiền Liên Tôn Giả. Nguồn: Internet

Đỗ Văn Tuấn (Pd. Ngộ Hỷ Đức)

Mối Liên Hệ Về Chữ "Hiếu" Trong Nho Giáo Và Văn Hóa Lễ Vu Lan Ở Trung Quốc: Từ Thế Tục Tới Tính Thiêng!

Dẫn Nhập

Phật giáo được truyền bá từ Ấn Độ sang Trung Quốc vào thời nhà Hán (202 TCN-220 CN); kết hợp các nền văn hóa bản địa cố hữu, Phật giáo dần trở thành một tôn giáo có sức ảnh hưởng lớn ở Trung Quốc. Trong thời kỳ Phật giáo sơ truyền, do những đặc điểm siêu thế tục nổi bật của mình, Phật giáo từng phải chịu sự lên án của người dân Trung Quốc, đặc biệt là các Nho sĩ khi mới du nhập vào đất nước này. Các nhà sư lỗi lạc của Trung Quốc cổ đại đã phải đào sâu các tư tưởng về "đạo đức hiếu thảo" từ kinh điển Phật giáo và quảng bá, phổ biến tư tưởng này để làm cho Phật giáo phù hợp với đạo đức truyền thống Trung Quốc. Đây là nền tảng để Kinh Vu Lan, lễ hội Vu Lan được truyền bá rộng rãi ở đất nước tỷ dân này. Những tư tưởng "hiếu thảo" của Phật giáo ở các bộ Kinh Vu Lan không chỉ phù hợp với quan niệm "tôn kính gia đình" của Nho giáo Trung Quốc mà chữ "hiếu" của Phật Giáo còn có ý nghĩa cao quý hơn và vượt lên sự thế tục, có tính thiêng cao.

Chữ "Hiếu" trong Nho Giáo

Trung Quốc rất nhấn mạnh tầm quan trọng của đạo đức "hiếu thảo". Khổng Tử, người sáng lập Nho giáo, là người ủng hộ mạnh mẽ các tục lệ "hiếu thảo". Như Luận ngữ[1] của Khổng Tử: "Trước hết phải dạy cho con em ở trong nhà thì hiếu thảo với cha mẹ, ra ngoài thì kính nhường bậc lớn tuổi, thận trọng lời nói mà thành thực, yêu khắp mọi người mà gần gũi người nhân đức, làm được như vậy rồi mà còn dư sức thì sẽ học văn[2]".

Đệ tử Hữu Nhược đã nói về lời dạy của sư phụ Khổng Tử: "Phụng sự cha mẹ là gốc rễ của lòng nhân từ và lẽ phải. Con người phải dựa vào đức hạnh hoàn hảo để đi đến con đường[3]". Khổng Tử rất coi trọng việc phụng dưỡng cha mẹ trong những lời giảng của mình:

Mạnh Tôn hỏi Hiếu là gì; Đức Khổng Tử nói: "Vô Vi (không nên trái)". Khổng Tử nói với một học trò khác đang đánh xe là Phàn Trì: Mạnh Tôn hỏi ta về đạo Hiếu, ta bảo là "không nên trái". Phan Trì thưa lại: "Ý nghĩa của Thầy là như thế nào?", Đức Khổng Tử trả lời: "Lúc cha mẹ khi còn sống phải được phụng dưỡng một cách đúng mực; khi chết thì phải chôn cất theo đúng nghi thức; và họ nên được tôn thờ, cúng tế có lễ nghi"…

Mạnh Võ Bá hỏi Hiếu là gì, Đức Khổng Tử dạy: "Bổn phận làm con, điều lo lắng nhất là bệnh tật của cha mẹ"… Tử Du hỏi Hiếu là gì, Đức Khổng Tử nói: "Trong thời đại này, nhiều người cho rằng nuôi dưỡng cha mẹ chỉ cần ăn no mặc ấm là hiếu. Nếu không có lòng kính, thì có khác nào nuôi ngựa nuôi chó, làm sao gọi là hiếu được?" (Yang, 1958, trang 147-148).

Khổng Tử cho rằng hiếu thảo không chỉ là cung cấp cơm ăn, áo mặc cho cha mẹ; điều quan trọng hơn là phải tôn trọng nhân cách của cha mẹ và học hỏi những thói quen, phẩm chất tốt đẹp của họ để ghi nhớ, để tiếp nối tổ tiên. Phận làm con phải thực hiện một cách đúng mực, bao gồm: "chăm sóc sức khỏe của cha mẹ, nhất là khi họ ốm đau, bệnh tật; lúc cha mẹ qua đời thì lo liệu tang lễ cho chu toàn; đồng thời phải cố gắng học tập, làm việc chăm chỉ để mang lại vinh quang cho gia đình". Làm theo những điều này mới thực sự là đức hiếu thảo. Ông cũng mở rộng khái niệm "tôn kính gia đình" không chỉ giới hạn là phục dưỡng cha mẹ. "Đạo đức hiếu thảo" còn bao gồm phát triển những đức tính cao thượng, siêng năng làm việc, giữ vững niềm tin vào chức vụ của mình, xây dựng công danh, sự nghiệp xuất sắc và đạt được những thành tựu to lớn. Điều

1 Bộ Luận ngữ, do môn đệ của Khổng Tử ghi chép những lời dạy bảo của thầy mà soạn thành. Nó mở đường cho thể "ngữ lục" đời sau. Nội dung của Luận ngữ rất là phong phú; bao quát cả triết học, chính trị, văn học, giáo dục…

2 Luận ngữ, học nhi 6 "弟子入則孝 出則悌 謹而信 汎愛眾而親仁 行有餘力則以學文". Nguyễn Hiến Lê, 2011, *Luận Ngữ & Khổng Tử*, truy xuất từ: https://nigioikhatsi.net/kinhsach-pdf/LuanNguKhong%20Tu-NguyenHienLe.pdf

3 Con đường được hiểu chính là Đạo.

này được ghi lại ở Chương 1[4] trong "Hiếu kinh[5]":

"Này đây, Hiếu là căn bản của Đức, do giáo dục mà sinh ra. Hãy ngồi trở xuống, ta nói cho ngươi biết. Thân thể, hình hài, tóc tai, da thịt là do cha mẹ sinh ra không được gây hư hại là nết đầu của chữ Hiếu. Sau lo lập thân, hành đạo để lại tiếng thơm cho đời sau là nết cùng của chữ Hiếu. Này đây, chữ Hiếu lấy việc phụng dưỡng cha mẹ làm đầu, kế đến thờ vua, sau rốt là lập thân"[6].

Khổng Tử nhấn mạnh đến lòng hiếu thảo và sự thờ cúng, điều này chắc chắn có tác động đáng kể và sâu sắc đến sự phát triển các đặc điểm của lễ Vu Lan sau khi Phật giáo du nhập vào Trung Quốc.

Bên cạnh nhà hiền triết Khổng Tử, Mạnh Tử cũng đề cao việc tôn trọng gia đình không kém gì Khổng Tử. Ông cho rằng nếu người đàn ông không thể làm hài lòng cha mẹ mình, anh ta không thể được coi là một người đàn ông đủ tư cách. Nếu một người đàn ông không vâng lời cha mẹ, anh ta không thể được coi là người con đủ tư cách. Ông nói: "Có rất nhiều việc trọng đại, nhưng phụng sự dành cho cha mẹ là gốc rễ của tất cả những việc trọng đại khác (Logge, 1983, trang 314).

Nho giáo là hệ tư tưởng chủ đạo của dân tộc Trung Hoa kể từ thời nhà Hán. Từ đó, tư tưởng "hiếu thảo" đã trở thành một phần thiết yếu của văn hóa Trung Quốc. Nho giáo chủ trương cai trị đất nước bằng "đạo hiếu" và mở rộng "hiếu" thành sự "trung thành". Ở Trung Quốc cổ đại, sự nhấn mạnh, quan trọng của tư tưởng "đạo đức hiếu thảo" đã dẫn đến việc chỉ tìm kiếm những vị quan trung thành xuất thân từ những "gia đình hiếu thảo". Người ta tin rằng nếu một người có thể tận tụy với trách nhiệm đất nước và quốc gia của mình, thì trước tiên người đó phải hiếu thảo với cha mẹ. Nếu một người không thể kính trọng và thể hiện lòng hiếu thảo với cha mẹ, gia đình thì không thể giữ được lòng trung thành của mình với bất kỳ ai. Vì vậy, tư tưởng "hiếu thảo" là nguyên tắc đạo đức không thể thiếu trong xã hội Trung Quốc và đây là nền tảng để Kinh Vu Lan, lễ hội Vu Lan được truyền bá rộng rãi ở đất nước này (Yin Zhao, 2022).

Chữ "Hiếu" trong văn hóa lễ Vu Lan ở Phật Giáo

Mặc dù giáo lý Phật giáo cũng chứa đựng khái niệm "tôn kính gia đình", nhưng nó không nằm trong xu hướng chủ đạo. Do những đặc điểm siêu thế tục nổi bật của mình như giải thoát – giác ngộ..., Phật giáo từng phải chịu sự lên án của người dân Trung Quốc, đặc biệt là các Nho sĩ khi mới du nhập vào đất nước này. Hệ thống Tăng già Ấn Độ truyền giáo là những vị tu sĩ phải cạo tóc, rời xa gia đình, không còn dục vọng, ái luyến... để tu học trong chùa, các cơ sở tự viện. Trong khi đó, quan niệm "hiếu thảo" truyền thống của Nho giáo yêu cầu con cái phải lập gia đình và sinh con trai để nối dõi dòng tộc. Theo Nho giáo, tội bất hiếu lớn nhất của phận làm con là không có con trai, bởi nếu không có con trai thì tổ tiên không có người thờ cúng, gia tộc sẽ không còn tồn tại và do đó giá trị của đạo hiếu cũng không thể được duy trì từ đời này sang đời khác (Hoàng Thu Trang, 2013). Sự khác biệt cực độ này khiến người dân Trung Quốc khó hiểu và khó chấp nhận giáo lý Phật giáo. Các nhà sư lỗi lạc của Trung Quốc cổ đại đã phải đào sâu các tư tưởng về "đạo đức hiếu thảo" từ kinh điển Phật giáo và quảng bá, phổ biến tư tưởng này để làm cho Phật giáo phù hợp với đạo đức truyền thống Trung Quốc. Vì vậy, những bộ kinh, kinh có nội dung về "tôn kính gia đình" đã lan truyền nhanh chóng ở Trung Quốc như Kinh Cha Mẹ Ân Trọng Khó Báo Đáp, Kinh Báo Ân Cha Mẹ, Kinh Bản nguyện của Bồ Tát Địa Tạng Vương, Kinh Đại Phương Tiện Phật Báo Ân... đặc biệt là Kinh Vu Lan.

Giáo lý Phật giáo tuyên bố rằng công ơn cha mẹ có sự cao quý không gì sánh được và người con không bao giờ có thể đền đáp hết công ơn đó trong suốt cuộc đời của mình, như Kinh Báo

---

4 Chương 1: Khai tông minh nghĩa (Mở ra cái gốc để giảng cho rõ nghĩa) của Hiếu Kinh hoặc Khai Thị Nghĩa Kinh.

5 Hiếu Kinh (tiếng Trung Quốc: 孝經; bính âm: *Xiàojīng*; hay là *Hsiao Ching*) được cho là văn bản viết vào khoảng thời kỳ Tần-Hán, là một luận thuyết kinh điển Nho giáo đưa ra lời khuyên về lòng hiếu thảo. Hiếu Kinh được xếp vào Thập tam kinh là bộ mười ba tác phẩm kinh điển được Nho học đề cao. Đời Hán đã liệt nó vào quyển kinh thứ bảy, sau Thi, Thư, Lễ, Nhạc, Kinh Dịch và Kinh Xuân Thu. Tác phẩm có 18 chương.

Tìm hiểu thêm Hiếu Kinh, Dịch giả: Huyền Mặc Đạo Nhơn, Đoàn Trung Còn, năm 2022, Nhà xuất bản Hồng Đức .

6 Hán văn: 身體髮膚受之父母. 不敢毀傷孝之始也. 立身行 道揚名於後世. 以顯父母. 孝之終也. 夫孝。始於事親. 中於事君. 終於立身. Phiên âm: Thân, thể, phát, phu, thụ chi phụ mẫu, bất cảm hủy thương, hiếu chi thủy dã. Lập thân hành đạo, dương danh ư hậu thế, dĩ hiển phụ mẫu, hiếu chi chung dã. Phù hiếu, thủy ư sự thân, trung ư sự quân, chung ư lập thân.

Ân Cha Mẹ[7] ghi: "Bấy giờ đức Thế Tôn dùng tiếng Phạm âm như tiếng hải triều, nói với đại chúng: "Giả như có người vai trái cõng cha, vai phải mang mẹ, cắt da đến xương, nghiền xương thấu tủy, máu đổ thịt rơi vẫn không thể báo đáp ân sâu của cha mẹ. Giả như có ai, gặp lúc đói khát, hủy hoại thân thể, cung phụng cha mẹ, cũng không báo được ân đức cha mẹ. Trải trăm ngàn kiếp thích tròng con mắt, cắt hết tim gan, dao sắt xuất nhập toàn thân, cũng không trả nổi ân đức cha mẹ. Và dẫu cuối cùng, vì cha vì mẹ, lấy thân làm đuốc, hiến cúng Như Lai, cũng không báo được hồng ân cha mẹ".

Để một đứa trẻ lớn lên, trưởng thành, cha mẹ phải hy sinh, đánh đổi nhiều thứ, cho dù phải lao động vất vả, cực nhọc. Như vậy, nếu một người với phận làm con mà không đền đáp công ơn cha mẹ thì chắc chắn sẽ đọa vào những đường ác như ngạ quỷ, súc sinh và phải chịu sự đau khổ vô hạn. Như Kinh Địa Tạng[8] có viết: "Nếu có chúng sinh nào không hiếu thảo với cha mẹ, thậm chí giết cha mẹ, thì người đó sẽ đọa vào Địa ngục Vô gián mãi đến nghìn muôn ức kiếp không lúc nào mong ra khỏi được".

Nghiệp là cốt lõi của giáo lý Phật giáo, được hiểu là bất kỳ hành động có chủ ý nào, dù là về mặt tinh thần, lời nói hay thể chất. Nó bao gồm tất cả những gì có trong cụm từ "suy nghĩ, lời nói và hành động" (tức ý - khẩu - thân). Nghiệp khiến vạn vật, chúng sinh liên tục trải qua sinh tử như một guồng quay. Chúng sinh phải luân hồi và không chỉ dừng lại ở cái chết. Do vậy, mỗi người sẽ có vô số cha mẹ trong vô số kiếp luân hồi, thay vì chỉ có cha mẹ ở hiện tại. Lòng hiếu thảo thực sự là cố gắng giải cứu tất cả cha mẹ ở các kiếp luân hồi có được sự giải thoát và trí tuệ. Kinh Vu Lan kể lại trường hợp của A La Hán Mục Kiền Liên - một trong thập đại đệ tử của Đức Phật Thích Ca Mâu Ni, Thánh Tăng đã vô cùng lo lắng, quan tâm về tình trạng của người mẹ đã khuất của mình, bởi bà hiện là một ngạ quỷ đói khát. Vì lòng từ bi và hiếu thảo, Đức Mục Kiền Liên đã thử mọi cách để cứu mẹ mình khỏi kiếp ngạ quỷ và sau cùng là cúng dường thức ăn tinh khiết và các đồ dùng cần thiết cho các tu sĩ ở mười phương vào ngày rằm tháng bảy theo lời Đức Phật Thích Ca dạy. Cuối cùng, mẹ ngài Mục Kiền Liên đã thoát khỏi sự giam cầm và đau khổ, đói khát. "Hiếu thảo" là một đức tính quan trọng trong văn hóa Trung Quốc và đóng vai trò trung tâm trong đạo đức Nho giáo. Đặc biệt, lòng hiếu thảo của con cái, đền đáp công ơn cha mẹ đã được đề cao từ thời xa xưa ở Trung Quốc. Hành động cứu người mẹ đã khuất của mình khỏi đau khổ của Thánh Tăng Mục Kiền Liên cho thấy sự tương đồng giữa lòng từ bi của Phật giáo và văn hóa "hiếu thảo" của Trung Quốc.

Lễ Vu Lan (một số nơi gọi là Buddha's joyful day - Ngày hoan hỷ của các Chư Phật[9]), còn gọi là Ngày Tự Tứ/Chư Tăng hội họp, là ngày cuối cùng trong ba tháng của kỳ an cư mùa hè hoặc mùa mưa của Tăng Đoàn, tức vào ngày 15 tháng 7 theo âm lịch Trung Quốc. Kể từ khi lễ hội Vu Lan được thành lập, các nhà sư đã tham gia lễ hội một cách cung kính cùng với những người tại gia. Như đã nêu trong Kinh Vu Lan, người tại gia thực hành hạnh hiếu thảo từ bi, thay mặt cho cha mẹ hiện tại và bảy thế hệ tổ tiên trong quá khứ (cửu huyền thất tổ), họ sẽ đặt thức ăn, đồ uống cho vào trong bát Vu Lan và cúng dường các vật dụng thiết yếu cho các tu sĩ Phật giáo đến từ khắp mười phương vào ngày mười lăm tháng bảy (15/07 ÂL). Khi những lời ước nguyện, gia trì được hoàn thành, cha mẹ hiện tại của người đó sẽ đạt được tuổi thọ lâu dài hơn. Bảy thế hệ tổ tiên của họ sẽ thoát khỏi đau khổ của việc làm ngạ quỷ và được tái sinh giữa trời và người, được phước lành và an lạc, hạnh phúc vô hạn.

Người Phật tử ngoài việc yêu thương cha mẹ và chu cấp cho họ trong cuộc sống hàng ngày, còn có thể tụng Kinh, viết, sao chép hoặc phổ biến Kinh Phật; cúng dường hay làm tượng Phật, cúng dường Tam Bảo, hoặc thậm chí làm từ thiện cho người nghèo, v.v..., để thực hành công đức, tích đức cho cha mẹ để báo đáp công ơn của họ. Hơn nữa, nếu cha mẹ không tin Phật thì nên khuyên họ quy y; nếu cha mẹ là những tín đồ với Đức Phật,

---

7 KINH VU LAN & KINH BÁO ÂN CHA MẸ, 2024, Đạo tràng Liên Hoa, Truy xuất từ: https://www.daotranglienhoa.com/wp-content/uploads/2022/01/kinh_vu_lan_va_kinh_bao_an_cha_me.pdf

8 Tham khảo thêm "Phẩm thứ ba - Quán chúng sanh nghiệp duyên, Kinh Địa Tạng", trang 26 - 27, truy xuất từ: https://www.daotranglienhoa.com/wp-content/uploads/2022/01/kinh_dia_tang.pdf

9 Ngày hoan hỷ của các chư Phật, vì thấy chư Tăng sau ba tháng an cư kiết hạ, đã tiến bộ rất nhiều trên đường tu học, các nghiệp được thanh tịnh, ba món vô lậu học được tăng trưởng, công đức thêm nhiều và đến ngày viên mãn. Trích theo Phật học Phổ thông, Hòa Thượng Thích Thiện Hoa, 2006, Nhà xuất bản tôn giáo; truy xuất từ: https://hoavouu.com/images/file/vIm03_QX0wgQAJJf/phat-hoc-pho-thong-ht-thien-hoa.pdf.

ta nên hướng dẫn cho họ cách thực hành đúng lời Phật dạy và giúp đỡ họ đạt được giác ngộ càng sớm càng tốt. Những hành động này được coi là "đạo hiếu" cao nhất, vượt xa sự "kính trọng gia đình" trên đời. Như trong Luật Tạng Căn bản thuyết nhất thiết hữu bộ[10]:

"Nếu cha mẹ không có đức tin vào đạo Phật thì con cái nên hướng dẫn họ tin vào con đường chân chánh của Phật giáo; nếu cha mẹ không có thực hành Giới[11], con cái nên khuyến khích họ tiếp nhận các Giới; nếu bản tính cha mẹ keo kiệt thì con cái nên khuyến khích cha mẹ làm việc bố thí; còn nếu cha mẹ không có trí tuệ thì con cái nên hướng dẫn để họ có được điều đó. Với hạnh kiểm này, người con thuyết phục được cha mẹ, thì họ sẽ sống với tâm an lạc, thảnh thơi trong Phật giáo, đó gọi là sự báo đáp chân thật, đền ơn hiếu thực sự."

Những tư tưởng "hiếu thảo" này của Phật giáo không chỉ phù hợp với quan niệm "tôn kính gia đình" của Nho giáo mà còn tăng thêm ý nghĩa thiêng liêng hơn, vượt lên sự thế tục của nó. Kể từ đó, tư tưởng hiếu thảo của Phật giáo đã được hầu hết người Trung Quốc vô cùng ngưỡng mộ và lan rộng khắp Trung Quốc.

Nhìn chung, mặc dù có sự đối lập, chống trái nhau về giáo lý, Nho giáo và Phật giáo đều có chung một sự tôn kính, đó chính là con đường của đạo đức hiểu thảo. Khi đó ảnh hưởng của hiếu thảo của Trung Quốc đối với Phật giáo cũng đóng một vai trò thiết yếu trong sự phát triển của Lễ hội Vu Lan. Chính trong bối cảnh văn hóa này mà Kinh Vu Lan - một kinh điển đề cao tư tưởng hiếu thảo, đã trở lên phổ biến. Giáo lý thì đơn giản, kinh văn ngắn gọn, thuận tiện cho việc thực hành. Vì vậy, nó được Thiền sư Zong-mi[12] ca ngợi là "bản Kinh vĩ đại vì nó giúp cho người con hiếu thảo bày tỏ cảm xúc, thể hiện tình cảm báo đáp công ơn cha mẹ". Từ đây, Lễ Vu Lan ở Trung Quốc đã được tổ chức hàng nghìn năm, phát triển cho tới ngày nay và trở thành một nếp sống văn hóa tâm linh của người Trung Hoa. ■

Tài liệu tham khảo

1. Hoàng Thu Trang. (2013). Quan niệm của Nho giáo về "hiếu" và ảnh hưởng của quan niệm đó trong đời sống gia đình Việt Nam hiện nay. *Tạp chí Khoa học xã hội Việt Nam*, số 9 (70) - 2013
2. Logge, J. (1983). *The Chinese classics with a translation, critical and exegetical notes, prolegomena, and copious indexes*. London, UK: Clarendon Press.
3. Yang, B. (1958). *Lun-yu yi-zhu (Confucian analects, the great learning, and the doctrine of the mean)*. Shanghai, China: Chung Hwa Book Company.
4. Yin Zhao. (2022). The Chinese Cultural Elements of the Ullambana Festival. *Asia Social Issues,* 2774-0315.

-

10 Bộ Luật Mūlasarvāstivādavinaya của Phái Nhất Thiết Hữu Bộ bao gồm nhiều truyền thuyết của Phật giáo liên quan đến Hội nghị ở Kashmir và Tây Bắc Ấn. Mūla-sarvāstivāda này, theo Nalinaksha Dutt, được phát hiện ở Gilgit, có thể đối chiếu với bản dịch của Tây Tạng. Mūla-sarvāstivāda giới thiệu nhiều tình huống liên quan đến những đời sống của đức Phật. Mūlasarvāstivāda này bao gồm 15 chương thuộc về Luật Tạng. Trên cơ sở của Bộ Luật Mūlasarvāstivāda này, một số truyền thuyết trong Divyāvadāna (Thiên Thí Dụ) phần lớn cũng đều được vay mượn từ nó. Xem thêm ở Dutt, N. *Buddhist Sects in India*, Motilal Banarsidass, Delhi, 1998, tr. 141 - 142; truy xuất từ: https://thuvienhoasen.org/a26019/chuong-ii-van-hoc-sanskrit-trong-luat-tang

11 *Śīla:* có nghĩa là học tập theo các điều khoản đạo đức, học tập các điều thiện… chứ không có ý nghĩa cấm đoán, răn đe. Hán phiên âm là Thi la và dịch là học xứ, học giới hay phổ thông dịch là giới.

12 Guifeng Zongmi.(J. Keihō Shūmitsu; K. Kyubong Chongmil 圭峰 宗密) (780-841). Thiền sư và sử gia Trung Quốc; được cho là vị tổ thứ năm của truyền thống Hoa Nghiêm và là người kế thừa trong trường phái Thiền Heze; nổi tiếng nhất vì đưa ra sự hài hòa cơ bản giữa giáo lý kinh điển của Phật giáo và thực hành Thiền.

Tranh sơn dầu của họa sĩ ViVi

Hoang Phong

Câu chuyện một chiếc đèn dầu

Tôi sinh ra đời khi Thế chiến thứ hai bắt đầu bùng nổ tại Âu châu. Thế nhưng tại một tỉnh lỵ nhỏ bé tại miền Nam trên quê hương tôi, nơi tôi sinh ra đời, thì người dân vẫn sống yên lành. Thật ra gốc gác của gia đình tôi ở thật xa nơi này, tận miền Bắc. Cha tôi là một công chức trong chính quyền thuộc địa, được thuyên chuyển về cái tỉnh lỵ này một năm trước khi tôi ra đời. Tuy thế, khi lớn lên tôi vẫn cứ xem cái tỉnh lỵ bé tí xíu đó là cả một góc quê hương gần gũi và thân thiết nhất đối với tôi, nơi mà người ta chôn buồng nhau của mẹ tôi và cái cuống rốn của tôi.

Tỉnh lỵ nằm ở cửa một con sông nhỏ, mở ra một vùng biển sình lầy, sau này từng là một trong các cửa ngõ của những người vượt biên, và ngày nay cũng đã trở thành một tỉnh lỵ sầm uất. Thế nhưng cái khung cảnh êm đềm và nếp sống thật đơn sơ của cái tỉnh bé xíu đó của hơn ba phần tư thế kỷ trước vẫn còn in đậm trong ký ức tôi. Tôi vẫn còn nhớ ngôi trường và cả lớp học của tôi. Tôi vừa học hết 'lớp năm', còn gọi là 'lớp đồng ấu', thì Thế chiến thứ hai lan đến cái tỉnh nhỏ bé đó. Gia đình cha mẹ tôi cùng các gia đình khác 'chạy giặc', còn gọi là 'tản cư'. Mọi người thuê ghe tiến sâu vào các vùng rừng ngập nước và hoang vu, gần biên giới xứ Cao Miên, ngày nay là nước Kampuchea. Tôi biết chiến tranh là như thế nào từ những ngày thơ ấu đó.

Câu chuyện mà tôi sắp thuật lại không nhằm mục đích nêu lên một biến cố lịch sử nào cả, mà chỉ là để gợi lại một vài sự kiện làm bình phong cho một câu chuyện rất riêng tư và giản dị, một câu chuyện về một ngọn đèn dầu. Nói là một câu chuyện, thế nhưng thật ra cũng không hẳn là một câu chuyện, bởi vì các tình tiết nêu lên trong câu chuyện thật hết sức giản dị và tầm thường, một câu chuyện giữa một đứa bé và một người mẹ.

Thời bấy giờ, nơi cái tỉnh lỵ nhỏ bé của tôi, không có nhà nào có điện cả, tối đến phải thắp đèn dầu. Sau bữa cơm chiều, khi trời chập choạng tối thì mẹ tôi thắp một ngọn đèn dầu ở gian nhà trên, cha tôi thường ngồi đọc sách bên cạnh chiếc đèn này. Chiếc đèn có chân cao và ống khói cũng cao, dễ bị lật đổ, bấc bằng vải, đốt bằng dầu lửa, người thời bấy giờ gọi là dầu hôi. Thế nhưng chiếc đèn mà tôi sắp nói đến trong câu chuyện này không phải là chiếc đèn này, mà là chiếc đèn riêng của mẹ tôi.

Lúc trời bắt đầu sụp tối thì lúc nào mẹ tôi cũng có một chiếc đèn bên cạnh. Chiếc đèn này bé tí xíu, mang một cái tên rất ngộ nghĩnh là *đèn chong cóc*. Tôi cũng chẳng hiểu cái tên gọi chong cóc ấy có nghĩa là gì. Mãi về sau này khi lớn lên, tôi mới hiểu đấy là ngọn đèn của những người dân quê cầm tay ra đồng vào buổi tối để bắt ếch. Chữ chong là tiếng miền Nam, có nghĩa là rọi sáng hay soi sáng. Người dân nơi đồng ruộng miền Nam không nói thắp đèn mà nói là chong đèn. Thật vậy lúc trời sụp tối là lúc mà một số sinh vật rời khỏi chỗ ẩn nấp để đi kiếm ăn, nói lên một sức sống âm thầm và yên lặng, khác hơn với sức sống ồn ào và náo nhiệt của con người và các sinh vật khác, thức dậy giữa ban ngày dưới ánh nắng chói chang.

Lúc trời chiều hay chạng vạng, kể cả những lúc đêm đã xuống hẳn, tôi thường hay đứng trước sân nhà, nhìn những con cóc nhảy chồm chồm, muỗi mòng và đom đóm bay lượn hằng đàn, tiếng ễnh ương ì ọp. Mẹ tôi cấm bước xuống cỏ vì rất nhiều rắn rết. Không một ánh đèn, quang cảnh mờ mờ hiện lên dưới ánh sao đêm, hoặc rạng rỡ dưới ánh trăng vằng vặc vào những ngày rằm. Trong sân có một cây xoài, bên cạnh là một hàng cây cau cao vút, phía sau các cây cau là một con đường mòn cặp theo bờ con sông Cái lớn. Đêm tối có một sức sống của nó. Tiếc thay ngày nay không mấy người có dịp trông thấy cái sức sống trong đêm tối đó của thiên nhiên. Ánh đèn điện sáng choang, cùng mọi thứ ồn ào, từ truyền hình cho đến quán ăn, nhà hát, đã làm mất đi cái thiêng liêng của đêm tối.

Tuy còn bé thế nhưng tôi rất thích ngắm nhìn vạn vật mờ ảo trong bóng đêm. Quay vào nhà thì tối nào cũng vậy, mẹ tôi sau khi dọn dẹp và rửa chén bát và nồi niêu xong, thì bước lên nhà trên, ngồi vào một chiếc chiếu trải dưới đất, khâu vá quần áo cho tôi và hai em tôi, trước mặt là chiếc đèn chong cóc. Thời bấy giờ, người phụ nữ nào cũng biết may vá cả, là con gái thì phải học may học vá với mẹ từ lúc còn bé. Mẹ tôi đưa hai tay kề gần ngọn đèn, luồn từng mũi kim. Bóng hình của mẹ tôi cúi xuống ngọn đèn, hắt lên thật lớn, lung linh trên vách tường màu trắng phía sau lưng. Mỗi lần mẹ kéo sợi chỉ cho thẳng, thì hình bóng cánh tay trên tường cũng đưa cao, chạm lên đến tận trần nhà. Trên tường và trần nhà vào buổi tối lúc nào cũng có những con thằn lằn, người miền Bắc gọi là thạch sùng. Tôi thường nhìn những con thằn lằn rình mồi và bóng hình cánh tay của mẹ trên tường, nhịp nhàng đưa lên và hạ xuống. Thỉnh thoảng bóng hình bàn tay cầm kim của mẹ chạm cả vào một con thằn lằn đang bò trên trần.

Vào các thời kỳ xa xưa đó nhà cửa quét vôi, sơn dầu dường như chưa có hoặc hiếm hoi, mỗi năm thường phải thuê thợ quét vôi trắng trong nhà, tường vách bên ngoài thì pha thêm màu vàng. Bóng dáng mẹ tôi ngồi khâu vá nổi bật trên vách và trần nhà trắng xóa. Ngày nay, khi hồi tưởng lại hình ảnh đó tôi thường nghĩ rằng trong bóng đêm của cuộc sống, mỗi người trong chúng ta dường như đôi khi cũng có thể chợt thấy hiện lên với mình các hình ảnh rất sinh động và rất thật như vậy, thế nhưng đôi khi chỉ vì chúng ta không để ý nên không nhận thấy mà thôi. Bóng dáng hắt lên tường của một bàn tay cầm kim kéo thẳng sợi chỉ cùng với những con thằn lằn bò trên vách tìm mồi, in đậm trong ký ức của tôi. Bóng đêm trong cuộc sống dường như rất thiêng liêng và cần thiết, giúp chúng ta trông thấy cái rạng rỡ của một buổi sáng hừng đông.

Trở lại với thực tế thì sau những năm cả gia đình chạy giặc, sống sợ hãi và gian nan trong rừng, thì người Pháp trở lại Đông Dương. Các cơ quan hành chánh lại được thiết lập trở lại nơi cái tỉnh lỵ nhỏ bé trên bờ của một vùng biển sình lầy đó. Cha tôi thuê xuồng đưa gia đình trở về và tìm lại được chức vụ cũ. Thế nhưng sau đó thì cha tôi xin thuyên chuyển lên Sài Gòn. Chiến tranh không những vẫn tiếp diễn mà còn trở nên kinh hoàng hơn nữa. Các trục lộ bị đào phá, an ninh không có, cha tôi phải thuê thuyền cặp bờ biển đưa gia đình đến tỉnh Kampot của xứ Cao Miên, ngày nay là hải cảng Sihanoukville của nước Kampuchéa. Từ Kampot lấy xe đò đi Nam Vang, ngày nay là thủ đô Phnom Penh, và từ Nam Vang lại lấy xe đò đi Sài Gòn.

Cậu bé nhà quê cảm thấy choáng ngộp trước một đô thị to lớn, ồn ào và tấp nập, nào là xe đạp, xe xích lô, xe thổ mộ chở khách do ngựa kéo, thỉnh thoảng có các xe cá bốn bánh, chở hàng hóa hoặc dọn nhà, do hai con ngựa kéo. Những người buôn gánh bán bưng khắp nơi. Thế nhưng những gì khiến tôi choáng váng và kinh ngạc hơn cả là ánh đèn điện. Lần đầu tiên tôi trông thấy ánh sáng tỏa ra từ nền văn minh và kỹ thuật tân tiến. Cha mẹ tôi mua một căn nhà trong một con hẻm nhỏ. Trên trần nhà lòng thòng một bóng đèn điện, bóng đèn chỉ bằng một quả cam thế nhưng chiếu sáng cả gian nhà trên. Dưới bếp cũng lòng thòng một bóng đèn khác nhưng nhỏ hơn. Thế nhưng ánh sáng tỏa ra từ hai chiếc bóng đèn điện sáng choang đó cũng đã đánh mất đi những gì rất thân thiết với tôi. Ánh đèn mờ ảo và lung linh của chiếc đèn chong cóc hắt lên gương mặt của mẹ tôi, trong lúc mẹ tôi chăm chú luồn từng đường chỉ mũi kim, từ nay chỉ là những gì còn sót lại trong ký ức của tôi mà thôi, kể cả ánh đèn mờ mờ và di động, trong những lúc mẹ tôi lục đục trong bếp, cũng không còn.

Vừa dọn vào nhà mới thì công việc đầu tiên của mẹ tôi là dẫn tôi và em tôi đi học trong một ngôi trường tiểu học bé xíu gần nhà, ngôi trường mang tên là Nguyễn Bá Tòng. Người mẹ nào mà lại chẳng muốn thắp lên một ngọn đèn trong tâm trí của con cái mình. Vị hiệu trưởng đưa một quyển sách tập đọc hỏi tôi từng chữ cái, tôi nói đúng không sai chữ nào, tôi thuộc lòng hai mươi bốn chữ cái, thế nhưng nguyên một chữ thì tôi chỉ đánh vần được một vài chữ dễ. Vị hiệu trưởng nói với mẹ tôi: «Dì ơi, tôi xếp cháu lớn vô lớp tư, bởi vì nó lớn rồi, nếu xếp chung với mấy đứa nhỏ trong lớp năm thì cũng khó coi, nhưng nó phải tự cố gắng thì mới được. Còn thằng em thì tôi xếp nó vô lớp năm. Dì chịu không?» Mẹ tôi trả lời: «Chuyện đó là tùy Thầy». Lúc đó tôi lên mười và em tôi thì lên tám. Tôi nghĩ rằng lời nói của vị hiệu trưởng rất đúng, cho đến ngày hôm nay, trong khi viết các dòng chữ này, thì tôi vẫn còn tự mình cố gắng. Chốc nữa nếu muốn đứng lên thì phải chống tay vào thành bàn để lấy đà.

Trở lại với ngôi nhà của cha mẹ tôi, thì gian nhà trên có một tấm phản lớn, hai cái giường và một chiếc bàn nhỏ giữa nhà, trong hộc bàn mẹ tôi luôn để một ít tiền cắc để các em tôi và tôi ăn quà, và đồng thời cũng là để cho những người ăn xin đi ngang. Đặc biệt hơn cả là trong nhà có một cái tủ đứng khá lớn và khá cao, có hai cánh cửa, một cánh có gương soi. Trên đầu tủ mẹ tôi đặt một bát hương và một chiếc đèn chong cóc. Thế nhưng chiếc đèn cũng chỉ làm vì, mẹ tôi chẳng bao giờ châm một que diêm. Mỗi đầu tháng và ngày rằm thì mẹ tôi bắc ghế trèo lên, cắm một nén hương vào chiếc bình hương trên đầu tủ thế thôi. Duy nhất chỉ vào dịp Tết thì mẹ tôi mới mang chiếc đèn xuống, cơi bấc, châm dầu, thắp lên một đóm lửa, đặt đèn lên chiếc bàn nhỏ, chưng dọn hoa quả và bánh trái cúng ông bà.

Gia đình chúng tôi sống trong khung cảnh êm đềm và giản dị đó được vài năm, trong khi chiến tranh vẫn tiếp diễn khắp nơi trên giải đất quê hương. Thế rồi một hôm, bất thần mẹ tôi ngã bệnh. Cha tôi thường vắng nhà, sau cùng thì đi biệt. Mẹ tôi thường hay khóc, đêm đêm bên cạnh gối có đặt thêm một chiếc khăn, thay vì là chiếc đèn chong cóc. Hơn một năm sau thì mẹ qua đời. Cha tôi trở về, bán nhà, mua một căn nhà khác, mang hai em tôi và tôi về sống với một người dì ghẻ. Câu chuyện chiếc đèn dầu chong cóc chấm dứt ở đây, và thật ra thì câu chuyện cũng chỉ giản dị là như thế.

Nắm lấy hai tay mẹ,
Xương xương từng đốt gầy.
Con nhìn vào mắt mẹ,
Thoang thoáng một vầng mây.

Nắm lấy hai tay mẹ,
Xương xương từng ngón lạnh.
Nhìn vào trong mắt mẹ,
Áng mây trời xanh xanh.

Nắm lấy hai tay mẹ,
Vất vả đôi bàn tay,
Nuôi con từ thuở bé?
Cả khung trời bao la.

Con nắm hai tay mẹ,
Mẹ nhìn con thật gần,
Hắt hiu trong mắt con,
Xa xôi hình bóng mẹ.

Trong mắt mẹ, ô kìa!
Bùng lên tia nắng ấm.
Âm ấm đôi tay gầy:
Vạt nắng một mùa xuân?

Trong tim con hoa nở,
Đặt vào hai tay mẹ,
Cánh hoa hồng ngày xưa,
Thuở ngày xưa bên mẹ.

Trông kìa, hai tay mẹ,
Phơi áo con trong nắng,
Thoăn thoắt đôi tay gầy,
Giữa trưa hè nắng gắt.

Hiu hắt gương mặt mẹ,
Giọt nước mắt chưa nhòe?
Đáy tim con bật khóc,
Nhạt nhòa một ngày xưa.

Đôi bàn tay mẹ lạnh,
Nhăn nheo mười ngón gầy,
Đáy tim con se thắt,
Giá buốt một ngày đông.

Cặm cụi từng mũi kim,
Âm thầm hình bóng mẹ,
Vá quần con trong đêm,
Bên chiếc đèn leo lét.

Trông kìa, hình bóng mẹ,
Lung linh in trên vách,
Đang nắm lấy tay con:
Hãy ngước lên, này con!

Ngoài kia, trong âm thầm,
Cây cỏ đang đơm hoa.
Hừng đông đang ló dạng:
Xao xuyến một ngày xuân. ■

Bures-Sur-Yvette, 24.01.25

Thơ TUỆ NGA

CON MANG TÌNH MẸ HỒN NHIÊN VÀO ĐỜI

Mẹ ru con tiếng ngọt bùi
Như ca dao đẹp, như lời nước non
Như sông ra Biển về Nguồn
Con mang tình mẹ trong hồn lâng lâng

Qua bao nhiêu dặm đường trần
Qua bao nhiêu khúc bâng khuâng phận người
Lời ru của mẹ chơi vơi ...
Lời ru đằm thắm ... à ơi tiếng thầm

Cho con trở lại mùa xuân
Cho con nhớ bước chân trần, đồi hoa
Cho con lại nhớ quê nhà
Giờ quê biền biệt cách xa muôn trùng

Trong con núi Tản sông Hồng
Trong con Tình Mẹ mênh mông biển trời
Tạ ơn con được làm người
Làm thơ thả gió nhớ lời mẹ ru

Mẹ ru con ý dung từ
Mẹ là suối ngọt thiên thu mẹ hiền
Mẹ Nguồn Nhân Ái Vô Biên
Con Mang Tình Mẹ Hồn Nhiên Vào Đời...

CON MANG TÌNH MẸ HỒN NHIÊN VÀO ĐỜI (Thơ Tuệ Nga - Nhạc Mộc Thiêng - Hòa âm Giang Đông) Ca sĩ Hoàng Quân
https://www.youtube.com/watch?v=YsTIrShzaeg&t=1s

Lê Minh Tú

Miền ký ức thiêng liêng

Trước khi ngủ, mẹ thường đọc ca dao, kể chuyện dân gian cho anh em tôi nghe. Mấy chục năm trôi qua, tôi vẫn nhớ hình ảnh ba anh em nằm xếp lớp như cá mòi trên chiếc giường tre. Thằng Út được nằm sát mẹ, kế đến là nhỏ em giữa. Tôi là con đầu lòng, bị cho ra rìa, nằm xa mẹ nhất. Còn mẹ nằm sát mép giường, một tay làm gối để cho thằng Út gối đầu, tay kia mẹ cầm quạt mo cau phe phẩy theo từng câu chuyện cho đỡ nực và đỡ muỗi.

Tôi nhớ nhất là chuyện: Ngày xưa, có hai vợ chồng nghèo sống với đứa con trai nhỏ và người cha già bệnh tật. Một hôm, người vợ nói với chồng: "Nhà mình nghèo quá, làm lụng vất vả quanh năm suốt tháng mà không đủ ăn. Cha đã già rồi, lại thêm nhiều bệnh tật, thật là một gánh nặng cho mình. Anh hãy đóng một chiếc xe gỗ đẩy cha bỏ vào rừng để gia đình mình bớt đi một gánh nặng. Dù sao thì cha cũng già yếu rồi, không còn sống được bao lâu". Người chồng nghe vợ nói vậy, liền đi tìm gỗ đóng xe.

Thấy cha đang loay hoay với đống gỗ vừa tìm được, đứa con trai nhỏ thắc mắc: "Cha chặt cây để làm gì mà nhiều quá vậy, cha?". Người cha trả lời: "Cha sẽ đóng một chiếc xe gỗ để đẩy ông nội con lên rừng, nhà mình đang nghèo khổ quá, ông nội con cũng già yếu rồi, không sống được bao lâu nữa". Đứa con liền nói: "Vậy, đẩy ông nội lên rừng rồi, cha nhớ đem chiếc xe gỗ về cho con với nghen!". Người cha hỏi: "Con muốn giữ lại chiếc xe để làm gì?". Đứa con trả lời: "Thì để mai mốt cha già, con cũng đẩy cha lên rừng như cha đẩy ông nội". Người cha giật mình trước câu trả lời hồn nhiên của con trẻ và cũng bỏ luôn ý định của mình.

Trong lúc ba anh em tôi ôm nhau cười trước nỗi sợ của người cha trong câu chuyện thì mẹ nói: "Anh chị là tấm gương cho em út nhìn vô đó mà sống theo. Cho nên mình phải sống tốt thì người thân của mình mới sống tốt theo mình, tụi con có hiểu không?". Hồi đó, tụi tui nhỏ xíu, nghe thì nghe vậy thôi chứ đâu để ý nhiều đến mấy câu mẹ cắt nghĩa. Giờ nhìn lại, tôi thấy qua cách sống, mẹ đã để lại cho anh em tôi nhiều bài học quý giá.

Ba tôi câu được con cá, ếch nào lớn, mẹ đều dành phần ngon trong mâm cơm cho ông bà nội. Thật tình mà nói, hồi đó, ba anh em tôi không đứa nào thích gần gũi bà nội. Vì bà hay la rầy tụi tui và cả mẹ nữa. Thậm chí thằng Út có lần trách: "Ai biểu mẹ đẻ bà nội ra chi cho bà nội chửi tụi con suốt ngày vậy mẹ?" (Trong suy nghĩ ngô nghê của thằng Út thì mọi người trong nhà đều do mẹ đẻ ra, như mẹ đẻ nó ra vậy). Mẹ cắt nghĩa cặn kẽ: Con đừng nói vậy mà mang tội, bà nội sinh ra ba, ba sinh ra anh hai, chị ba và con. Ông bà nội lớn tuổi rồi, nhà mình phải yêu thương và lo lắng cho ông bà nội. Bà nội có la rầy gì là do bà nội yêu thương mình thôi, chứ không ghét gì mình hết, tụi con biết không?

Vườn nhà rộng có nhiều cây ăn trái, nhiều nhất là xoài. Đến mùa xoài, ba thường chặt cây trúc, đan một chiếc lồng để hái xoài. Anh em tôi phụ mẹ hái và đem xoài ra sân phơi dưới nắng nhẹ cho ráo mủ. Sau đó, mẹ dùng một tấm vải khô lau lại từng trái xoài, để vào những cái ky đất và phủ lên một lớp rơm khô. Vài ba hôm sau, xoài chín đều, thơm nức cả một gian buồng. Cũng có mùa xoài, mấy mẹ con bị "tổ trác", xoài bị thúi nhiều hơn phân nửa. Tuy vậy, mẹ vẫn lựa mấy trái xoài ngon, biểu anh em tôi đem qua cho mấy người hàng xóm. Mẹ nói: Mình cho ai cái gì đó thì phải cho cái ngon, cái mình còn ăn được, không thì mang tội và mang tiếng suốt đời.

Thỉnh thoảng, có một cô mua ve chai nói giọng người miền ngoài ghé nhà vào những buổi trưa. Mẹ hay nói cô ngồi nghỉ mệt một chút, rồi mẹ gom dép đứt, mủ bể, lông gà, lông vịt,... ra bán. Trong lúc cô ve chai ngồi nghỉ, mẹ đi múc ca nước mưa mát lạnh hay lấy bánh trái gì có sẵn trong nhà mời cô ăn lấy thảo. Mẹ nói, người ta đi làm ăn xa xứ, gặp người đối xử tử tế, người ta sẽ vui trong bụng và nhớ hoài.

Gần nhà có cô Thanh lớn tuổi bị bệnh phong xù, tinh thần không ổn định. Người ta gọi cô là Thanh khùng. Tụi con nít trong xóm hay chọc ghẹo cô. Mỗi bận cô Thanh khùng ghé nhà xin củi tre, mẹ đều đối xử với cô như một người bình thường. Có khi mẹ cho cô ăn cơm, khi thì pha cho cô ly cà phê đá (dù lúc đó ở xứ tôi, cà phê còn hiếm và mắc tiền hơn bây giờ nhiều). Mẹ nói, mỗi người sinh ra trong cuộc đời đều mang một số mệnh nào đó. Tụi con đừng chọc ghẹo người ta mà mang tội...

Ba anh em tôi lớn lên bên mẹ từng ngày. Phần thể xác thì được mẹ chăm chút qua những bữa cơm với rau, củ vườn nhà và cá, ếch ba câu. Còn phần tâm hồn thì được những câu chuyện kể và cách sống của mẹ bồi đắp ngày một đầy đặn, xanh tươi. Có lẽ nhờ vậy mà ba anh em, đứa nào cũng biết dòm trước ngó sau, kính trên nhường dưới và

Tranh minh họa: Internet

nặng lòng trắc ẩn với những cảnh đời nghèo khó, khổ đau.

Năm tháng cuốn đi, xa dần tay mẹ. Những câu chuyện ngày xưa vẫn nằm ở đó, như một miền ký ức thiêng liêng. Cuộc sống bây giờ tiện nghi nhưng để nuôi được, dù chỉ một đứa con, phần lớn những người làm cha làm mẹ phải "đầu tắt mặt tối", vất vả, áp lực rất nhiều. Nhiều người "cày ngày cày đêm" chỉ để lo cho con đủ đầy phần thể xác. Còn phần tâm hồn thì phó mặc cho người giúp việc, điện thoại thông minh, trò chơi trực tuyến...

Đừng hỏi tại sao bây giờ có nhiều người dễ nổi nóng, gây gổ, hành hung người khác, ẩu đả lẫn nhau. Trong những cái ác bị phanh phui mỗi ngày mà ta thấy được qua các phương tiện thông tin đại chúng, chắc hẳn phần lớn xuất phát từ những mảnh hồn rách nát, không được người thân, cha mẹ gần gũi để vỗ về, dạy dỗ cho những điều hay lẽ phải từ thuở ấu thơ. ■

Nguyễn Sĩ Long

HAI NGƯỜI MẸ

Chuyến bay của hãng Turkish Airlines đáp xuống phi trường Tân Sơn Nhất lúc 16:26 ngày 12.08.2018, rất may mắn là không phải chờ lâu qua thủ tục Hải quan và nhận hành lý nên vợ chồng chúng tôi được các em nhanh chóng đón về nhà ở quận 6 và đã có mặt ở Bệnh viện Nguyễn Trãi thăm người bệnh khoảng sau 6 giờ chiều cùng ngày. Nếu so với những chuyến về thăm nhà nhiều năm trước thường là mùa hè, thì chuyến đi này rơi vào gần giữa tháng 8 với nhiều căng thẳng nên không thể đặt vé trước, vì ngày 01.08 tôi có hẹn ở Bệnh viện Salzburg để phẫu thuật mắt và quan trọng nhất là me tôi (mẹ vợ) đã nhập viện trở lại hôm 24.06 với nhiều lo lắng vì sức khỏe không được tốt lắm, theo cách nói của gia đình bên nhà để trấn an những người ở xa. Do đó vợ tôi hằng ngày đều liên lạc thường xuyên để có thể bay về Sài gòn bất cứ lúc nào nếu nhận được tin xấu.

Cũng may là hơn hai tháng trôi qua bệnh tình của me tôi có phần thuyên giảm nhưng chẳng tốt hơn, dầu sao thì cũng đã bớt phần lo lắng khi ngày hẹn 01.08 đã đến và ca phẫu thuật mắt vừa xong thì ngay tối hôm đó, con tôi đã đặt được hai chiếc vé của hãng Turkish Airlines, sẽ cất cánh từ phi trường Schwechat Wien ngày 11.08, đến Sài Gòn buổi chiều ngày hôm sau nên vừa đủ thì giờ để thăm người mẹ và cũng là bà ngoại của các cháu ở nước ngoài không về được đang nằm điều trị trên giường bệnh. Thấy me nằm yên lặng không nhận ra con từ xa về trông thật đau lòng. Từ thuốc men, ăn uống đều có Bác sĩ, Y tá và các con trợ giúp và thay nhau túc trực ngày đêm bên giường bệnh tính đến nay trong hai lần nhập viện đã tròn ba tháng. Mới cách đây đúng ba năm, vợ chồng tôi cùng với Thúy, cô em vợ từ Houston về và con cháu trong nhà đã gọi xe cấp đưa me vô Bệnh viện Nguyễn Trãi một lần vào ngày 30.07.2015, và đây là thứ hai sau một thời gian tạm ổn thì nay bệnh tình đã trở lại nên thời gian điều trị sẽ lâu hơn theo sự chẩn đoán của bác sĩ. May mắn là vợ chồng chúng tôi tuy chậm trễ nhưng chưa quá muộn để về kịp, nhất là vợ tôi có thời gian chăm sóc người mẹ già yêu quý.

Tranh vẽ minh họa: Họa sĩ Cát Đơn Sa

Tôi quen biết gia đình bên vợ qua một người bạn từ đầu năm 1976, ba me vợ tôi hồi đó còn trẻ lắm so với tuổi tác nên gọi nhau là anh em. Anh cũng là người Huế, chị quê ở Quảng Nam về làm dâu làng Truồi, Phú Lộc, cách Huế ba mươi cây số, sinh hạ được 10 người con, năm trai năm gái. Sau một thời gian đến chơi và thăm viếng như một người khách rồi thân tình như người trong gia đình. Thời gian đó tôi là gã độc thân xa nhà lỡ vận, thỉnh thoảng những lần đi chơi về khuya vì nhà ở Tân Việt (đối diện trại Hoàng Hoa Thám) xa nên ghé anh chị ở lại qua đêm. Hai anh em ngủ ở phòng sau trên lầu một, sáng sớm mở radio thật nhỏ nghe lén đài BBC Luân Đôn, và mười lần như một vào buổi sáng, lúc nào chị cũng mua cho tôi một tô bún, một ly cà phê trước khi về nhà. Cùng năm đó Sương Mai, người con gái thứ hai của anh chị 20 tuổi, trước đây làm việc ở Cục Tâm Lý Chiến, Tổng Cục Chiến Tranh Chính Trị được ba năm thì Sài Gòn sụp đổ cùng lúc mất việc làm. Trong số anh em trong nhà thì Sương Mai không ham vui tụ tập bè bạn, ít ra đường, giúp mẹ việc nhà, thích đọc truyện, hát hay, sau nữa là rất hiếu thảo với cha mẹ.

Mùa xuân năm 1977 Sương Mai lên bến xe Ngã Bảy tiễn tôi về Huế, mở đầu một chuyện tình được hai bên gia đình công nhận và lễ Thành Hôn có mạ tôi ngoài Huế vào tham dự, được tổ chức vào dịp Noel 25.12.1977. Khi vợ chồng chúng tôi chuyển về nhà mới ở Phú Nhuận, chỉ cách nhà me chừng vài trăm mét thì danh tính những đứa con của ba me được nối dài thêm khi vài đứa em tôi từ Huế vào Sài gòn để học hành hay tìm việc làm đều được ba me thương mến và xem như những người con của mình, trong đó có một người em thứ năm tên Khánh, từ đó tới nay vẫn thường xuyên lui tới thăm viếng hay khi me đau yếu đều có mặt để cùng lo lắng với anh chị em trong nhà không khác gì con ruột suốt ba mươi năm qua từ khi tôi ra nước ngoài năm 1987. Sở dĩ tôi dông dài như thế là để nói lên một điều: me tôi là một người mẹ có trái tim nhân hậu, nên dù bao năm cách trở tôi vẫn thương kính như mạ tôi ở Huế. Đó là hai người mẹ của đời tôi vậy.

Tôi chỉ có được bốn buổi chiều vào bệnh viện thăm me trước khi về Huế trưa ngày 16.08. Nhà mạ vắng vẻ, chỉ có Việt ở nhà. Cửa phòng mạ hé mở nhưng không nhận ra con khi tôi đến gần. Đưa một tay che mắt mạ nhìn tôi chừng vài giây: Ai rứa? – Dạ con, Long. Mạ hỏi lại: Ai? Việt đứng gần la lớn vì mạ bị lãng tai: Anh Long! Lần này mạ nghe rõ, thân thể mạ yếu đuối nhưng đôi tay mạnh mẽ ôm chặt đứa con trai và khóc lớn ngon lành như chưa từng thấy. Tôi ôm mái đầu bạc sợi ngắn sợi dài rồi lần xuống đôi vai gầy guộc thảm thương. Mạ ốm nhiều, có ai biết trời Huế đang nắng nhưng mẹ con tôi ngập giữa cơn mưa tháng tám?

Tôi dìu mạ ra ngồi ở phòng khách rồi cùng em trai soạn hoa quả và vài hộp bánh mang từ Áo về đặt trên bàn thờ. Ba tôi mất ở tuổi 71, vậy là đã hai mươi hai năm qua rồi. Mai đây khi mạ ra đi, chẳng biết mắt ba còn đủ sáng để nhận ra người bạn đời trẻ đẹp năm xưa, hay chỉ đứng trông theo cuối nẻo đường tình ngàn thu vĩnh biệt?

Tôi trở lại ngồi bên mẹ, khác những lần trước về thăm, lần này mạ không thích gì cả, mạ có ăn xài chi mô mà con lo. Tôi lấy cuốn Album ra tìm hình cho mạ xem, mạ còn nhớ con dâu, nhớ hai đứa cháu sinh ở Sài Gòn, nhưng đến đứa cháu trai út sinh bên Áo nay đã hai mươi ba tuổi thì mạ xem thật lâu rồi mỉm miệng cười: đẹp trai hí.

Thấy mẹ vui tôi mở xách lấy một gói quà nhỏ như bao thư, viết độc nhất một chữ hoa: MẠ. Mạ nhìn tôi rồi mở gói quà, mắt mạ như sáng lên khi thấy hình người mẹ bồng con, tôi chỉ vào hình người mẹ thì mạ trả lời: *Mạ,* tôi chỉ vào hình baby thì mạ nói lớn: *Long.*

Tôi vui quá kéo ngón tay xuống hàng dưới cùng, mạ đọc nhanh mà không suy nghĩ: *Mẹ Hiền.* Tôi không cầm được nước mắt vì quá sung sướng, nhớ lại khi lên máy bay từ Wien cho đến Istanbul rồi đến chuyến bay từ Sài Gòn ra đến Huế tôi không nghĩ điều gì khác ngoài giây phút hạnh phúc này. ■

THƠ

TỊNH BÌNH

ĐÓA HOA HIẾU HẠNH

Cho con giọt máu hình người
Trọng ân cha mẹ biển trời công lao
Sinh thành cúc dục cù lao
Tay nâng tay bế ngọt ngào sữa thơm
*

Nuôi con chẳng quản sớm hôm
Chắt chiu mưa nắng cơm thơm ngọt lành
Thanh xuân nào tiếc tóc xanh
Tháng năm vội vã trôi nhanh phận đời
*

Cho con rạng rỡ nụ cười
Hồn nhiên chân sáo mùa vui tuổi hồng
Tình cha mây trắng mênh mông
Lòng mẹ ăm ắp muôn dòng đại dương
*

Cho con tất cả tình thương
Mẹ cha là cả quê hương suối nguồn
Con dầu bao tuổi vẫn tuồng
Như là trẻ nít mẹ thường rầy la
*

Dẫu là gánh mẹ cõng cha
Vu Lan dâng đóa hiếu hoa tỏ bày
Chi bằng nhân nghĩa thẳng ngay
Hương sen đức hạnh thanh bai đáp đền...

Bác sĩ Đỗ Hồng Ngọc

Một ngày kia... đến bờ

Tùy bút gồm 26 tiểu mục *"Một Ngày Kia... Đến Bờ"* là những bài Pháp thoại giá trị dễ hiểu & lý luận khoa học [NXB Đà Nẵng, 2023]. Tất cả sẽ được dịch sang tiếng Đức và lần lượt trích đăng song ngữ ở Báo Viên Giác, với sự đồng ý của tác giả - BBT VG.

➢ **Con đường „Trung Đạo"**

Sau sáu năm tự bản thân kinh nghiệm, Đạo sĩ Gotama đã nhận thức chắc chắn rằng lối tu khổ hạnh không thể đem lại lợi ích, mặc dầu các triết gia và các tu sĩ thời bấy giờ quả quyết rằng đó là nếp sống tối cần thiết để đạt đến cứu cánh. Thấy rằng khổ hạnh chỉ làm giảm suy tri thức và mệt mỏi tinh thần, Ngài liền dứt khoát từ bỏ lối tu ấy.

Hồi tưởng lại khi còn thơ ấu, vào một buổi lễ Hạ Điền kia, trong lúc vua cha và mọi người đang chăm chú cử hành các cuộc vui, thì Ngài đã ngồi thế nào dưới tàn bóng mát mẻ của một cây trâm, tham thiền, nhập định và đắc Sơ Thiền.

Đó mới thật là con đường dẫn đến Giác Ngộ!

Ngài nhận định rằng với tấm thân mòn mỏi không thể hoàn toàn sáng suốt, một sức khỏe thích nghi rất cần thiết để thành đạt tiến bộ tinh thần, nên quyết định không nhịn đói nữa mà dùng những vật thực thô sơ.

Khi ngồi dưới bóng cây giữa cánh đồng mát mẻ, không bị "dính mắc" gì với buổi lễ Hạ Điền dưới kia, lúc đó Ngài chẳng biết gì về tham thiền, nhập định hay tứ thiền bát thiền gì cả vì hãy còn rất nhỏ, chỉ biết hồn nhiên, trong sáng, vậy là đã ly dục, ly tam ly tứ, vào sự sảng khoái lâng lâng gọi là hỷ lạc và đã thực sự thanh tịnh. Sau này khi người ta phân tích và đặt tên các bậc cấp từ sơ thiền đến tứ thiền rồi đến phi tưởng phi phi tưởng... chẳng qua làm cho phức tạp, rắc rối. Nếu sống hồn nhiên như một em bé, thảnh thơi, thanh tịnh thì đã vào Tam muội Phổ Hiền rồi vậy!

Cái sai lầm là hì hục học từng bước từng cấp, tu đến "xì khói" với bao mong cầu ước nguyện..., "Ngã" cứ ngày càng to đùng ra, nào chùa to Phật lớn, nào lên chức lên lon, huênh hoang màu mè diêm dúa, rồi hù dọa chúng sanh để vinh thân phì gia... thì không còn hành trì Chánh Pháp nữa.

➢ **"Giác ngộ"**

Ép xác khổ hạnh không mang lại kết quả. Coi thân là bất tịnh, là dơ bẩn dẫn tới "diệt" thân, tưởng là để đắc đạo, ai ngờ rơi vào tình trạng *cận tử.* Chính lúc đó tưởng đâu là sẽ chết thì nhờ chén cháo sữa của cô bé Sujata đút cho ăn từng ngụm mà tỉnh táo lại, quyết định chọn con đường khác, đó là đường Trung đạo. Tôi cho rằng chính lúc cận kề với cái chết, giai đoạn *cận tử* đó là đang ở trong trạng thái "Diệt thọ tưởng định", mới thấy được cái "vô tướng" từ Như Lai tạng mà ra, từ Pháp thân của chính mình mà tỉnh ngộ. Thì ra tất cả mọi người cũng có pháp thân này, cũng có thể giác ngộ như mình, tại sao mãi đắm chìm trong vô minh, khổ đau, ách nạn? Từ đó, Phật nhìn mọi chúng sanh đều bình đẳng, ai cũng có khả năng thành Phật như mình, chẳng qua vì bị che lấp bởi lòng tham mà ra nông nỗi. Trong Kinh Pháp Hoa, nói rõ hơn về cái thực tướng vô tướng đó. "Các pháp xưa nay vắng lặng như hư không, sanh trụ dị diệt niệm niệm chẳng ngừng mà bản thể của nó vẫn là như như bất động, thường trụ: nó chính là vô tướng." Tánh tướng của pháp xưa nay vẫn không tịch. Do con người suy tính giả dối mà phát khởi những vọng niệm chẳng lành, gây tạo nghiệp dữ... Ngay khi Phật tỉnh táo lại, sửng sốt thấy cái "Pháp thân vô tướng" của mình, đã xuống sông Ni Liên Thiền tắm táp rồi lên dựa gốc cây Bồ đề mà hít thở nhẹ nhàng như ngày xưa ngồi dưới bóng cây trâm ở cánh đồng nơi lễ Hạ Điền của vua cha. Suốt 49 ngày sau đó, Phật nhận định, xuất định và suy tưởng một phương pháp tiếp cận mới sao cho mọi người có thể chấp nhận từng bước mà thay đổi nhận thức, hành vi để đạt tới An vui, Hạnh phúc. ■

(còn tiếp số tới)

Eines Tages... das andere Ufer erreichen

Übersetzt ins Deutsche von
Nguyên Đạo & Prof. Beuchling

Diese 26 Essays in „Eines Tages... das andere Ufer erreichen" sind wertvolle, leicht verständliche und wissenschaftlich fundierte Dharma-Vorträge. Sie werden mit Zustimmung des Autors alle ins Deutsche übersetzt und zweisprachig in der Zeitschrift Viên Giác veröffentlicht – Die Redaktion.

➢ Der Weg der „Mittleren Lehre"

Nach sechs Jahren der persönlichen Erfahrung erkannte Asket Gotama, dass der Weg der asketischen Praktiken keinen Nutzen brachte, obwohl Philosophen und Mönche dieser Zeit behaupteten, dass es der notwendige Weg zur Erlösung sei. Er sah, dass die Askese lediglich das Denkvermögen schwächte und den Geist ermüdete, und entschied sich daher, diesen Pfad aufzugeben.

Er erinnerte sich an seine Kindheit, an ein bestimmtes Erntedankfest, als sein Vater und die anderen Menschen sich mit den Feierlichkeiten beschäftigten und er unter dem kühlen Schatten eines Apfelbaums saß, meditierte, in die Konzentration eintauchte und die Erste Dhyana (Meditationsstufe) erreichte.

Das war tatsächlich der Weg zur Erleuchtung!

Er erkannte, dass ein geschwächter Körper nicht vollkommen klar sein konnte und dass eine angemessene körperliche Gesundheit notwendig war, um geistige Fortschritte zu machen. Daher entschied er sich, nicht länger zu fasten und stattdessen einfache Nahrung zu sich zu nehmen.

Als er unter dem Baum im kühlen Feld saß, ohne sich um das Erntedankfest zu kümmern, wusste er noch nichts über Meditation, Konzentration oder die verschiedenen Dhyana-Stufen, da er noch sehr jung war. Er meditierte einfach auf eine natürliche, reine Weise, was ihn zu einem Zustand der Freude und Reinheit führte. Später, als die Menschen die verschiedenen Meditationsebenen analysierten und benannten, wurde es komplizierter und verwirrender. Wenn man einfach natürlich und entspannt wie ein Kind lebt, erreicht man bereits die Samadhi von Samantabhadra.

Das Problem liegt darin, dass man sich in einem Prozess des mühsamen Lernens und der Stufenverfolgung verstrickt, mit vielen Wünschen und Begierden, was zu einem immer größeren Ego führt, mit großen Tempeln und eindrucksvollen Buddha-Statuen, mit Aufstieg in Rängen und Positionen, prahlerischen und auffälligen Darstellungen, und dann die Menschen einschüchtert, um sich selbst zu bereichern – dann folgt man nicht mehr dem Wahren Dharma.

➢ „Erleuchtung"

Der Weg der körperlichen Askese brachte keine Ergebnisse. Das Betrachten des Körpers als unrein und schmutzig, was zum „Auslöschen" des Körpers führt in der Annahme, dadurch Erleuchtung zu erlangen, führte zum *Nähe des Todes (cận tử).* Gerade als er dachte, er würde sterben, kam er dank der Schale Reisbrei, die ihm das Mädchen Sujata löffelweise gab, wieder zu sich und entschied sich für einen anderen Weg, den Mittleren Weg. Ich glaube, dass es gerade in der Nähe des Todes, in diesem Zustand der Annihilation, war, dass er die „Formlosigkeit" aus dem *Tath□gata*-Schatz und aus seinem eigenen Dharma-Körper erkannte und Erleuchtung erlangte. Warum sind alle Menschen in Unwissenheit, Leid und Trübsal versunken, wenn sie alle diesen Dharma-Körper haben und wie er erleuchtet werden können? Von da an betrachtete der Buddha alle Lebewesen als gleich, jeder hat das Potenzial, ein Buddha zu werden, aber sie sind durch Gier verdunkelt. Im Lotus-Sutra wird dieser Zustand der Formlosigkeit weiter erläutert. „Die Dharma-Natur war immer still wie das Leere, Entstehung, Bestand, Wandel und Vergehen hören nie auf, doch die eigentliche Natur davon bleibt unveränderlich, immerwährend: Es ist die Formlosigkeit." Die Natur des Dharma hat sich nie verändert. Durch menschliche Trugüberlegungen entstehen schädliche Illusionen, die schlechtes Karma schaffen... Als der Buddha wieder zu sich kam, war er erstaunt, den „Formlosen Dharma-Körper“ in sich zu sehen. Er ging zum Fluss Nairanjana, um ein Bad zu nehmen, und lehnte sich dann an den Bodhi-Baum, um genauso leicht zu atmen wie damals, als er unter dem Schatten des Apfelbaums auf dem Erntedankfest seines Vaters saß. In den folgenden 49 Tagen reflektierte der Buddha, trat aus seiner Meditation heraus und überlegte eine neue Herangehensweise, damit die Menschen schrittweise ihre Wahrnehmung und ihr Verhalten ändern können, um Frieden und Glück zu erreichen. ■

(fortsetzen in der nächsten Ausgabe)

THƠ: TUỆ NGUYÊN (HT THÍCH THÁI HÒA)

TÌNH HOA TRẮNG

Áo tôi vàng em cài lên hoa trắng,
màu trinh nguyên, màu mẹ đã qua đời.
Tôi không khóc khi áo cài hoa trắng,
vì trong hoa tôi thấy mẹ tôi cười.

Áo tôi vàng em cài tình hoa trắng,
tình trinh nguyên, tình của mẹ ngày xưa.
Tôi không khóc khi nhận tình hoa trắng,
vì là hoa ngày trước mẹ tôi yêu.

Áo tôi vàng em cài lên hoa trắng,
giữa mùa trăng hiếu hạnh nhớ về nguồn.
Tôi không khóc khi áo cài hoa trắng,
vì mùa trăng mùa mẹ bước lên ngôi.

Áo tôi vàng em cài lên hoa trắng,
màu trắng thơm màu mẹ đẹp tuyệt vời.
Tôi không khóc khi áo cài hoa trắng,
vì trong hoa tôi thấy mẹ ngàn nơi.

Áo tôi vàng em cài lên hoa trắng,
đóa hoa xưa ngày mẹ xới đất trồng.
Giữa những ngày mưa chang và nắng quái,
giữa biển cồn đời mẹ hóa thành bông.

Đời của mẹ đã hóa thành hoa trắng,
hoa thơm tươi, hoa thanh bạch, mẹ ơi!
Tình của mẹ là tình bông hoa trắng,
tình thiêng liêng lồng lộng giữa đất trời.

(Trích Trong Tập Thơ: Sương Đọng Ven Trời)

Tịnh Ý Giới thiệu

TRUYỆN CỔ PHẬT GIÁO
SONG NGỮ VIỆT – ĐỨC

NỖI OAN CỦA CƯ SĨ MAHÀ KÀLA
CƯ SĨ MAHA KÀLA BỊ GIẾT CHẾT

(Phỏng trích từ "Tích truyện Pháp cú, tập 3. Thiền viện Viên Chiếu dịch).

"Điều ác tự mình làm
Tự mình sanh mình tạo…"

Phật dạy câu trên tại Kỳ Viên liên quan đến một cư sĩ tên là Mahà Kàla đã đắc quả Dự lưu[1].

Vào ngày thứ tám trong tháng, Mahà Kàla tự mình thọ trì bát quan trai giới, và ở lại tinh xá suốt đêm nghe pháp. Có vài tên trộm sau khi ăn hàng, khua vang đồ đạc làm chủ nhà thức dậy rượt đuổi.

Chúng ném hết của đã lấy rồi phân tán mạnh ai nấy chạy. Một tên lọt vào tinh xá vào lúc sáng sớm, ném món đồ trước mặt Mahà Kàla đang rửa mặt bên bờ ao, rồi chạy mất. Chủ nhà chẳng thấy tên trộm đâu, chỉ thấy cư sĩ với tang vật, hét vào mặt anh:

- Té ra anh là người xông vào nhà tôi ăn trộm đấy hẳn! Vậy mà anh làm như suốt đêm đã nghe pháp đấy!

Anh không kịp thốt lời nào đã bị đánh tới tấp đến chết. Họ bỏ xác anh trên đường rồi đi mất.

Sáng sớm các Tỳ-kheo trẻ và Sa-di ôm bình rời tinh xá đi lấy nước, thì phát hiện xác chết của cư sĩ. Họ đến thưa chuyện với Thế Tôn:

- Cư sĩ đã ở lại suốt đêm để nghe pháp và bị chết thảm như thế, thật ngược với công lao của anh!

Phật bảo:

- Quả đúng như vậy, này các Tỳ-kheo! Cái chết của Mahà Kàla không chính đáng nếu chỉ xét kiếp hiện tại này. Nhưng so với các nghiệp ác đã gây ở kiếp trước thì không oan uổng.

Và Ngài kể:

… Thật xa xưa ở một làng ven biên giới thuộc xứ của vua Ba-la-nại, một băng trộm thường phục kích khách đi đường tại lối vào rừng. Vua phải cử một người lính canh phòng tại đó, và tùy thời người lính sẽ bảo hộ khách đi ngang rừng.

Ngày kia có hai vợ chồng vào rừng trên chiếc xe nhỏ. Người lính thấy cô vợ quá đẹp nên nảy sinh ý tà, muốn chiếm đoạt. Anh ta viện có ngày đã quá muộn để lên đường. Anh ra dấu cho người phụ tá quay đầu xe dù khách phản đối. Rốt cuộc khách phải ở lại trong nhà người lính.

Hừng đông người lính gây tiếng động làm như

---

1 *Quả "dự lưu" hay "nhập lưu", có nghĩa là "vào dòng", ý nói người chứng quả này đã bước vào dòng chảy của Thánh đạo, hướng đến Niết bàn.*

trộm vào nhà. Ngay sau đó viên phụ tá của anh đến báo cáo viên ngọc quý của anh bị trộm mất. Anh tức tốc ra lệnh cho người gác cổng làng khám xét mọi người ra vào. Sáng sớm xe của khách đi ra, bị khám và bị bắt quả tang viên ngọc giấu trong xe, viên ngọc do anh lính lén bỏ vào xe để vu oan. Họ mắng chửi khách không tiếc lời và tặng thêm một trận đòn nên thân, xong dẫn tới xã trưởng. Khách bị xử đánh đến chết, xác bị ném ra xa.

Đó là việc làm của cư sĩ kiếp trước. Mạng chung anh bị đọa địa ngục A-tỳ, chịu cực hình khổ sở rất lâu, nhưng vì ác báo chưa dứt nên anh vẫn bị đánh như thế liên tiếp một trăm kiếp...

Thế Tôn dạy tiếp:

- Này các Tỳ-kheo! Trên thế gian này chỉ có chúng sanh phạm điều ác mới bị dày vò khổ não trong bốn kiếp. Và Ngài đọc Pháp Cú (Kệ 161):

Điều ác tự mình làm,
Tự mình sanh mình tạo,
Nghiền nát kẻ ngu si,
Như kim cương ngọc báu.

Lời bàn:

1. Một cư sĩ đã đắc quả "dự lưu", suốt đêm ở tinh xá nghe pháp, vậy mà sáng sớm bị giết oan vì những tang vật của kẻ trộm vất bỏ trong phòng, ai cũng thấy bất công, phi lý!

2. Nhưng ngay cả ngài Mục kiền Liên, một trong thập đại đệ tử của Đức Phật, được biết đến với khả năng thần thông phi thường, ngài cũng đã bị những người ngoại đạo, những người ganh ghét với uy tín và khả năng thần thông của Ngài sát hại, và cái chết của Ngài được giải thích là do nghiệp quá khứ, đặc biệt là bất hiếu với mẹ trong một tiền kiếp. Đó là bài học về Luật nhân quả trong Phật giáo, cho thấy rằng ngay cả những người có công đức và thần thông cũng không thể tránh khỏi nghiệp báo.

3. Không có cái gì từ không trở thành có, và cũng không có cái gì từ có trở thành không. Nghiệp lực của chúng ta trong quá khứ (kiếp trước) sẽ chi phối hoàn cảnh, tình trạng khó khăn, đau khổ, hay an vui, hạnh phúc của đời sống hôm nay và cả những kiếp sau. Tương tự như vậy, tất cả những tác động của thân miệng ý trong đời hiện tại sẽ tạo ra nghiệp lực và hình thành cuộc sống ở tương lai, tốt hay xấu.

Thuyết nhân quả, nhân duyên của nhà Phật đã chỉ dạy rất rõ. Để có được một đời an lành cho hôm nay và ngày mai; Để có thể chuyển hoá những nghiệp xấu trong các đời trước, chỉ có một con đường căn bản mà người con Phật phải luôn luôn hành trì (Kinh Pháp Cú – Kệ 183):

Chư ác mạc tác
Chúng thiện phụng hành
Tự tịnh kỳ ý
Thị chư Phật giáo.

Nghĩa:

Chớ làm các điều ác
Vâng làm các điều lành
Giữ tâm ý trong sạch
Đấy lời chư Phật dạy. ■

Alte buddhistische Geschichten

Tịnh Ý stellt vor - Mỹ Đình überträgt ins Deutsche

DAS KARMISCHE UNRECHT DES LAIEN MAHÀ KÀLA
Der Laienanhänger Maha Kàla wurde getötet.

(Auszug aus „Dhammapada-Geschichten", Band 3. Übersetzt vom Meditationszentrum Viên Chiếu)

„Die schlechte Tat, die man selbst begeht, bringt man selbst zur Reife und Erschaffung..."

Diese Worte lehrte der Buddha im Jetavana-Kloster (Kỳ Viên) in Bezug auf einen Laien-anhänger namens Mahà Kàla, der die Stufe des Stromeintritts (Dự lưu) erreicht hatte.

Am achten Tag des Monats nahm Mahà Kàla für sich selbst die Acht Vorschriften des Uposatha-Tages (Bát quan trai giới) an und verbrachte die Nacht im Kloster, um den Dharma zu hören.

Zur selben Zeit brachen einige Diebe in ein Haus ein. Nachdem sie die Beute gegessen hatten, verursachten sie beim Wegräumen Lärm, was den Hausherrn aufweckte. Dieser verfolgte sie daraufhin.

Die Diebe warfen die bereits gestohlenen Gegenstände weg und flohen in alle Richtungen. Einer von ihnen lief frühmorgens in das Kloster, warf einen Gegenstand direkt vor Mahà Kàla, der gerade am Teich sein Gesicht wusch, und rannte davon.

Der Hausherr, der den Dieb nicht mehr sehen konnte, sah nur den Laienanhänger mit dem Diebesgut und schrie ihn an:

„Aha! Du bist also derjenige, der in mein Haus eingebrochen ist und gestohlen hat! Und dabei tust du so, als hättest du die ganze Nacht dem Dharma gelauscht!"

Bevor Mahà Kàla auch nur ein Wort sagen konnte, wurde er heftig zusammengeschlagen – bis er starb. Man ließ seine Leiche am Wegesrand liegen und ging davon.

Am frühen Morgen gingen junge Bhikkhus (Tỳ-kheo) und Novizen (Sa-di) mit ihren Almosenschalen aus dem Kloster, um Wasser zu holen, da entdeckten sie den Leichnam des Laien-anhängers. Sie gingen zum Erhabenen (Thế Tôn) und berichteten:

„Der Laienanhänger ist die ganze Nacht geblieben, um dem Dharma zuzuhören, und nun hat er einen so tragischen Tod erlitten – das scheint seinem Verdienst völlig zu widersprechen!“

Der Buddha sagte: „Es stimmt, ihr Mönche! Der Tod von Mahà Kàla erscheint ungerecht, wenn man nur dieses gegenwärtige Leben betrachtet. Doch im Vergleich zu den bösen Taten, die er in früheren Leben begangen hat, ist es nicht unverdient.“

Und der Erhabene erzählte: „Vor langer Zeit, in einem Grenzdorf im Reich des Königs Benares (Ba-la-nại), lauerte eine Räuberbande regelmäßig Reisenden am Waldrand auf. Der König musste daher einen Soldaten dorthin entsenden, um Wache zu halten und die Reisenden je nach Bedarf durch den Wald zu begleiten. Eines Tages kamen ein Ehepaar mit einem kleinen Wagen durch den Wald. Der Soldat sah die Frau – sie war sehr schön – und entwickelte sofort unrechte Begierde, er wollte sie für sich haben. Unter dem Vorwand, es sei schon zu spät, um weiterzufahren, gab er seinem Helfer das Zeichen, den Wagen zu wenden, obwohl das Paar heftig widersprach. Am Ende mussten die beiden bei ihm übernachten – im Haus des Soldaten.“

Im Morgengrauen verursachte der Soldat absichtlich Lärm, als wolle er vortäuschen, dass ein Dieb ins Haus eingebrochen sei. Kurz darauf kam sein Gehilfe und meldete, sein kostbarer Edelstein sei gestohlen worden. Der Soldat ordnete sofort an, dass der Dorftorwächter alle Ausreisenden gründlich durchsuchen solle.

Am frühen Morgen verließ das Ehepaar mit dem Wagen das Dorf – sie wurden durchsucht und der Edelstein wurde im Wagen gefunden. In Wahrheit hatte der Soldat ihn heimlich dort versteckt, um dem Paar – besonders dem Ehemann – eine Falle zu stellen. Die Leute beschimpften die Reisenden hemmungslos und prügelten sie schwer. Dann wurden sie dem Dorfvorsteher vorgeführt. Der Ehemann wurde verurteilt und zu Tode geschlagen; seine Leiche wurde fortgeworfen.

Das war die Tat, die Mahà Kàla in einem früheren Leben begangen hatte. Nach seinem Tod wurde er in den Av□ci-Höllenbereich (A-tỳ) hinabgestürzt, wo er für lange Zeit unter schwersten Qualen leiden musste. Doch da die Früchte dieses bösen Karmas noch nicht erschöpft waren, wurde er auch in späteren Wiedergeburten weiterhin geschlagen – und das hundert Leben lang.

Der Erhabene lehrte weiter: „Ihr Mönche, in dieser Welt sind es allein die Wesen, die selbst böse Taten begehen, die in den vier Daseinsbereichen (vier niederen Daseinsformen) Qual und Leid erfahren.“

Und dann rezitierte der Buddha einen Vers aus dem Dhammapada (161. Vers):

„Die böse Tat, durchs Selbst getan,
Durchs Selbst gezeugt, durchs Selbst gewirkt,
Zermalmt den einsichtslosen Mann,
Wie Demant einen Edelstein.“

Kommentar:

1. Ein Laienanhänger, der bereits die Stufe des Stromeintritts (Sotāpanna) erreicht hatte und die ganze Nacht im Kloster verbrachte, um den Dharma zu hören, wurde am nächsten Morgen zu Unrecht getötet, nur weil ein Dieb seine Beute in seiner Nähe weggeworfen hatte. Jeder empfindet das als ungerecht und widersinnig.

2. Doch selbst Moggallāna (Mục Kiền Liên), einer der zehn großen Hauptschüler des Buddha und bekannt für seine außergewöhnlichen spirituellen Kräfte (Siddhi), wurde von Nicht-Buddhisten ermordet, die neidisch auf sein Ansehen und seine Fähigkeiten waren. Sein Tod wird im Buddhismus ebenfalls als Folge von vergangenem Karma erklärt – insbesondere aufgrund von Respektlosigkeit gegenüber seiner Mutter in einem früheren Leben. Das ist eine eindrückliche Lehre über das Gesetz von Ursache und Wirkung (Karma) im Buddhismus: Selbst Menschen mit großer Verdienstkraft und über-natürlichen Fähigkeiten können den Folgen ihrer vergangenen Taten nicht entkommen.

3. Es gibt nichts, das aus dem Nichts entsteht, und es gibt nichts, das ins Nichts verschwindet.

Die Kraft des Karmas aus unserer Vergangenheit (früheren Leben) beeinflusst unsere heutige Lebensumstände: Schwierigkeiten, Leiden, Glück oder Frieden – all das ist das Ergebnis vergangener Handlungen. Genauso werden unsere Handlungen von Körper, Sprache und Geist im jetzigen Leben das Karma für die Zukunft erzeugen – für ein gutes oder schlechtes Leben in kommenden Existenzen.

Die Lehre von Ursache und Wirkung (Karma) und bedingtem Entstehen (Paticca Samupp□da) im Buddhismus erklärt dies ganz klar. Um ein friedliches, heilsames Leben – heute und in der Zukunft – zu führen, und um negatives Karma aus der Vergangenheit zu transformieren, gibt es nur einen grundlegenden Weg, den jeder Schüler des Buddha beharrlich üben sollte:

Der Buddha lehrt im Dhammapada (183. Vers):

Von allem Bösen abzusteh'n,
Das Gute zu vermehren stets,
Zu läutern seinen eignen Geist:
Das ist der Buddhas Lehrgebot. ■

Chuyện Ngắn Thiếu Nhi

Thi Thi Hồng Ngọc

GIA ĐÌNH MÌNH LÀ CON PHẬT

Tranh: Cát Đơn Sa

MẸ CỦA LA HẦU LA

Trong buổi sinh hoạt Phật Pháp hàng tuần ở chùa Viên Thành, thầy trụ trì ra một câu hỏi cho các em Phật tử:

- Các con nghĩ thế nào về gia đình của Thái Tử Tất Đạt Đa sau khi nghe xong câu chuyện về cuộc đời Đức Phật?

Mọi người xôn xao bàn tán và đưa ra rất nhiều ý kiến khác nhau. Thầy lắng nghe tất cả, chỉ gật gật đầu mỉm cười, thấy chị em Thảo An vẫn ngồi yên lặng, thầy bảo cả ba nên cho các bạn biết suy nghĩ của mình. Thảo Hiền rụt rè nói:

- Con thấy Đức Phật ra đi vừa giúp cho La Hầu La thành đạo, vừa giúp cho rất nhiều trẻ em khác mãi mãi về sau. Ngài không phải chỉ có một người con, bây giờ có rất nhiều Phật tử là con Phật đấy!

Thảo Mai mạnh dạn tiếp lời:

- Con thấy La Hầu La rất ngoan, biết chịu đựng gian khổ, biết sửa lỗi lầm là tấm gương sáng cho tất cả Sa Di noi theo.

Thảo Hiền từ tốn nói:

- Con rất thương mẹ của con và cũng buồn khi xa mẹ nhưng khi con ngỏ ý muốn đi tu thì mẹ con vui vẻ ủng hộ ngay. Vì thế, con nghĩ đến mẹ của La Hầu La cũng yêu con mình nhiều lắm nhưng vẫn để Ngài theo Đức Phật để học Đạo giúp đời. Mẹ của La Hầu La thật là cao cả!!!

MẸ CŨNG CẦN XIN LỖI

Hôm nay đã quá giờ tan học từ lâu mà Thảo Mai vẫn chưa về nhà lại chẳng có lấy một cuộc điện thoại báo tin, mẹ lo lắng chạy vào trường tìm thì biết cô bé đã về lâu rồi, ba bận công tác xa. Thảo An và Thảo Hiền cũng lăng xăng đứng ngồi không yên nghĩ đủ cách để tìm tin tức Thảo Mai. Lúc mẹ quýnh quáng nghĩ đến việc gọi cho cảnh sát nhờ sự giúp đỡ thì Thảo Mai xuất hiện cười tươi như hoa chào cả nhà. Mẹ giận quá to tiếng mắng cho cô bé một trận nên thân, cô em và cô chị cũng không dám xen vào bênh vực. Đợi mẹ mắng xong, Thảo Mai mới rưng rưng nước mắt trình bày bởi mình phải đi "cứu" cô bạn cùng lớp: Cô ta muốn bỏ học vì bố mẹ cãi nhau và mẹ đi đâu không biết. Nhờ Thảo Mai khuyên giải mãi cô bạn mới chịu về nhà vì trong lớp, cô chỉ tin tưởng và tâm sự mọi chuyện với Thảo Mai mà thôi.

- Con xin lỗi làm mẹ lo vì việc gấp quá, con quên báo tin cho mẹ.

Mẹ lặng người một lúc rồi ôm Thảo Mai vào lòng xúc động nghẹn ngào:

- Mẹ mới phải xin lỗi con. Con tha thứ cho tội việc nóng nảy của mẹ, con đã dạy cho mẹ một bài học lớn về TÌNH NGƯỜI VÀ SỰ KIÊN NHẪN.

BẠCH TUYẾT VÀ BẢY CHÚ LÙN.

Gia đình Thảo An rất "dân chủ", các con chịu xem những phim mà bố mẹ yêu cầu thì bố mẹ cũng rất chịu khó ngồi xem phim mà các con thích. Thường thì mỗi bộ phim cả nhà đều có một cuộc thảo luận hào hứng để cuối cùng rút ra một bài học gì đó trong cuộc sống. Kỳ này cô Út Thảo Hiền đưa ý kiến xem phim *Bạch Tuyết và bảy chú lùn*. Theo thỏa thuận thì trừ khi nội dung có tính kinh dị hay bạo lực thì không nên xem, ngoài ra không ai được phản đối. Sau khi xem xong, ba mẹ hỏi Thảo Hiền tại sao thích phim này? Cô bé thành thật trả lời:

- Vì con học được rằng: không nên ganh tị với người đẹp hay giỏi hơn mình, đó là tính xấu, còn nghĩ cách làm hại người ta lại càng xấu hơn, cuối cùng mình chẳng những không tốt đẹp mà còn khổ hơn người ta nữa.

Ba mẹ mỉm cười hài lòng quay sang định hỏi thì hai cô chị đồng thanh lên tiếng:

- Con cũng nghĩ như vậy?

Thi Thi
Hồng Ngọc

Unsere Familie sind Buddhisten

Kinderkurzgeschichten
Mỹ Đình überträgt ins Deutsche

DIE MUTTER VON RAHULA

Beim wöchentlichen Treffen zur buddhistischen Lehre im Viên-Thành-Tempel stellte der Abt den jungen Buddhist*innen eine Frage:

„Was denkt ihr über die Familie des Prinzen Siddhartha, nachdem ihr die Geschichte seines Lebens gehört habt?“

Alle begannen aufgeregt zu diskutieren und äußerten viele verschiedene Meinungen. Der Mönch hörte ruhig zu, nickte lächelnd und sagte schließlich zu den Schwestern Thảo An, die noch still saßen, dass sie doch bitte auch ihre Gedanken mit den anderen teilen sollten.

Thảo Hiền sagte schüchtern:

„Ich denke, dass Buddhas Weggang nicht nur Rahula zur Erleuchtung verholfen hat, sondern auch vielen anderen Kindern – bis heute. Der Buddha hatte nicht nur einen Sohn, sondern jetzt gibt es viele Buddhisten, die seine Kinder sind!“

Thảo Mai sprach mutig weiter:

„Ich finde, Rahula war sehr tugendhaft, er konnte Leiden ertragen und seine Fehler erkennen. Er ist ein leuchtendes Vorbild für alle jungen Mönche!“

Thảo Hiền fügte ruhig hinzu:

„Ich liebe meine Mutter sehr und bin traurig, wenn ich von ihr getrennt bin. Aber als ich den Wunsch äußerte, Mönchin (Nonne) zu werden, hat meine Mutter mich mit Freude unterstützt. Deshalb denke ich, dass auch die Mutter von Rahula ihren Sohn sehr geliebt hat, ihn aber trotzdem dem Buddha folgen ließ, damit er den Weg lernen und anderen helfen konnte. Die Mutter von Rahula ist wirklich edel!!!

Auch eine Mutter sollte sich entschuldigen können

Heute war der Unterricht schon lange zu Ende, doch Thảo Mai war noch immer nicht zu Hause – und sie hatte auch nicht angerufen. Die Mutter wurde unruhig und eilte zur Schule, wo man ihr sagte, dass Thảo Mai schon vor einiger Zeit gegangen sei. Der Vater war auf Dienstreise. Auch Thảo An und Thảo Hiền waren voller Sorge, liefen aufgeregt umher und überlegten, wie sie Thảo Mai finden könnten.

Gerade als die Mutter in ihrer Verzweiflung darüber nachdachte, die Polizei um Hilfe zu bitten, kam Thảo Mai plötzlich fröhlich lachend zur Tür herein und begrüßte die Familie, als wäre nichts gewesen.

Die Mutter war so erschrocken und gleichzeitig wütend, dass sie laut wurde und Thảo Mai eine ordentliche Standpauke hielt. Ihre beiden Schwestern wagten es nicht, ein Wort dazwischen zu sagen.

Als die Mutter fertig geschimpft hatte, standen Thảo Mais Augen voller Tränen. Sie sagte ruhig:

– Es tut mir leid, dass ich dich so in Sorge versetzt habe. Es war einfach zu dringend, und ich habe vergessen, dich anzurufen. Ich musste einer Klassenkameradin helfen. Sie wollte die Schule abbrechen, weil ihre Eltern sich gestritten hatten und ihre Mutter plötzlich verschwunden war. Ich habe lange mit ihr gesprochen, bis sie sich beruhigt hat. In der Klasse vertraut sie nur mir – nur mir erzählt sie ihre Sorgen.

Die Mutter schwieg einen Moment lang. Dann trat sie zu Thảo Mai, nahm sie in den Arm und sagte mit zitternder Stimme:

– Ich bin es, die sich bei dir entschuldigen sollte. Verzeih mir meinen Zorn. Du hast mir heute eine große Lektion erteilt – über **Mitgefühl und Geduld.**

SCHNEEWITTCHEN UND DIE SIEBEN ZWERGE

In der Familie von Thảo An geht es sehr

„demokratisch“ zu: Wenn die Kinder bereit sind, die Filme zu schauen, die die Eltern vorschlagen, dann geben sich die Eltern ebenfalls Mühe, sich die Lieblingsfilme ihrer Kinder anzusehen. Normalerweise gibt es nach jedem Film eine lebhafte Diskussion in der Familie, bei der am Ende immer eine wichtige Lebenslektion gezogen wird.

Diesmal schlug die jüngste Tochter, Thảo Hiền, vor, den Film „Schneewittchen und die sieben Zwerge“ zu schauen. Nach den Familienregeln darf man einen Film nur ablehnen, wenn er gewalttätig oder gruselig ist – in allen anderen Fällen gibt es keinen Widerspruch.

Nachdem der Film zu Ende war, fragten die Eltern Thảo Hiền, warum sie gerade diesen Film ausgesucht habe. Das Mädchen antwortete ehrlich:

– Weil ich daraus gelernt habe, dass man nicht eifersüchtig auf Menschen sein sollte, die schöner oder talentierter sind als man selbst – das ist eine schlechte Eigenschaft. Und wenn man dann auch noch versucht, ihnen zu schaden, ist das noch schlimmer. Am Ende wird man nicht nur kein besserer Mensch, sondern ist auch noch unglücklicher als die anderen.

Die Eltern lächelten zufrieden – doch noch bevor sie etwas sagen konnten, riefen beide älteren Schwestern gleichzeitig:

– Wir denken genauso! ■

THƠ TÙY ANH

Đêm nghe Tiếng Đại Hồng Chung

Tiếng chuông – Tiếng đại hồng chung
Đêm nghe lòng lắng tiếng lòng, lắng nghe
Hồn thảnh thơi nhớ về quê
Ngày nao nghe tiếng mẹ về ru con
Mẹ ơi, nhớ nước nhớ non
Bao nhiêu nỗi nhớ sắt son vô cùng
Quê hương biền biệt nghìn trùng
Đêm đêm nghe đại hồng chung nhớ chùa
Mẹ ơi, chùa cũ xa xưa
Bụi thời gian hẳn cũng vừa xanh rêu
Mẹ già nắng sớm mưa chiều
Nặng vai gánh cả hoang liêu đời mình
Cùng trời cuối đất lặng thinh
Niệm câu mật hạnh, tụng kinh độ đời
Long lanh sáng cả nụ cười
Nhìn ra phương ngoại thấy người vô ưu
Mênh mang một cõi vô tư
Khởi từ vô thỉ, đến từ vô chung.

Đêm nghe tiếng đại hồng chung
Bao la như thể muôn trùng tánh Không...

Tu Viện Lộc Uyển Rostock - 01.7.2022
nhân ngày Giỗ Mẹ lần thứ 22

Thơ TÔN NỮ MỸ HẠNH

HOA TỪ BI

Chấp tay trước phật đài
Thắp tình yêu vô lượng
Thức dậy mỗi sớm mai
Cõi lòng thêm thanh tịnh.

Trao ánh mắt tiếng cười
Trái tim ta tỏa sáng
Chia sẻ bao niềm vui
Ta thêm yêu cuộc sống.

Giữa cõi tạm phù du
Đời người như dòng nước
Khi vào cõi thiên thu
Khổ đau ai biết được?

Hãy luôn là chính mình
Từ những điều giản dị
Rực rỡ ánh bình minh
Bước qua trời bão tố.

Nắng hồng tỏa muôn phương
Cánh chim bay chấp chới
Giữ tấm lòng thiện lương
Làm hành trang bước tới.

Đường đi tới ước mơ
Xây bao nhiêu ước mộng
Đưa ta đến bến bờ
Niềm tin đầy khát vọng

Tình thương tựa suối nguồn
Vườn thiền luôn rộng mở
Gieo hạt giống tâm hồn
Hoa từ bi sẽ nở.

Lâm Minh Anh

HƯƠNG THỜI GIAN THANH THANH

Quét xong những chiếc lá khô rụng rơi khắp sân chùa, ông Lý dựng chổi sang một bên, ngồi xuống ghế đá nghỉ mệt. Dù đã đầu thu nhưng thời tiết nơi này vẫn còn ấm áp lắm, tĩnh tâm nhìn ngắm cây cối hoa lá hiền hòa nơi chốn thiền môn, ông cảm thấy tâm hồn mình thật an lạc. Trong khung cảnh tĩnh mịch buổi sáng, tiếng bước chân người dù rất nhẹ nhàng nhưng vẫn vang lên tiếng động làm những chú chim sẻ nhỏ vội vã bay vù lên cao. Ông Tư chậm rãi bước vào và rất ngạc nhiên khi nhìn thấy ông Lý đang chống cây chổi tủm tỉm cười chào, ông Tư vồn vã:

- Ồ! Sao hôm nay bác lại có mặt Thanh Minh Thiền Viện này thế? Bác có bao giờ tâm sự với tôi là bác muốn đi tu đâu?

Ông Lý bật cười xòa khi nhìn thấy nét mặt ngơ ngác của bạn:

- Tôi vẫn thường đến đây thăm Sư Cụ và tham vấn Ngài về Phật Pháp. Kỳ này, Thầy có Phật Sự đi xa vài ngày, tôi đến đây làm… chú Tiểu tạm thời giữ chùa. Còn bác hôm nay ngày thường sao lại lạc bước đến đây?

Ông Tư tươi cười giải thích:

- Tôi đến thăm ông bà thông gia, tình cờ tìm thấy ngôi chùa nhỏ này nên muốn vào lễ Phật.

Ông Lý liền đưa bạn đến Chánh điện, sau đó hai ông cùng ngồi ngoài sân uống trà, trò chuyện dưới bóng mát của cây Bồ đề. Ông Tư nhìn quanh chùa, buột miệng khen:

- Nơi này thật u nhã, thanh tịnh quá! Tôi hiểu tại sao bác thích đến đây và tại sao chùa có tên Thanh Minh.

Ông Lý mỉm cười nói thêm vào:

- Còn nữa, đệ tử xin quy y, Sư Cụ toàn đặt Pháp Danh có chữ Thanh đầu. Tôi có lần đàm đạo với Thầy về chữ Thanh, cũng có nhiều thú vị lắm.

Tiếng chim hót lảnh lót đâu đây, gió thu dịu dàng lay nhẹ những chiếc lá vẫn còn xanh trên cành, thời gian như đọng lại. Ông Tư cảm thấy lòng mình bâng khuâng xao động, cất tiếng ngâm nga:

- Sớm nay tiếng chim thanh
Trong gió xanh
Dịu vương hương ấm thoảng xuân tình
Ngàn xưa không lạnh nữa.
(…)
Màu thời gian không xanh
Màu thời gian tím ngát
Hương thời gian không nồng.
Hương thời gian thanh thanh.

Ông Lý thốt lên:

- Thi sĩ Đoàn Phú Tứ làm cho thời gian trong bài thơ này nhuốm màu triết học. Những chữ Thanh trong bài thơ được đề cập mới hay làm sao.

Ông Tư gật đầu biểu đồng tình:

- Chữ Thanh trong văn học chắc hẳn có rất nhiều lý thú nữa, phải không bác Lý?

Ông Lý hiểu ý bạn, mỉm cười nói:

- Nhiều chứ! Đơn cử ra một vài cao nhân, thi sĩ nổi tiếng đời xưa làm thơ có chữ Thanh để chúng ta cảm nhận được những gì đích thực cao đẹp của đời sống và văn chương thi phú.

* Lý Bạch, đời Đường trong ”Luận Thi” viết:

Thanh thủy xuất phù dung 淸水出笑蓉
Thiên nhiên khứ điêu sức. 天然去雕飾

Tạm dịch:

Nước trong hiện hoa sen
Thiên nhiên không tô điểm.

Chữ “thanh” ở đây miêu tả nước rất trong sạch, không chút gợn bẩn, vị Thi Tiên này đã làm thơ trong lúc “chống kiếm viễn du, ngao sơn ngoạn thủy” với tâm hồn hoàn toàn thanh thản để cảm nhận được sự trong trẻo của nước, cái đẹp không cần trang sức của thiên nhiên, nét xinh tươi tinh khiết của hoa sen. Cảnh giới siêu phàm thoát tục này họa may chỉ có những người nào từng trải qua mới thấu hiểu được ông qua hai câu thơ rất ngắn nhưng rất “thanh” này.

* Tân Khí Tật, đời Nam Tống, trong Tây Giang Nguyệt Dạ hành Hoàng Sa, diễn tả:

Minh nguyệt biệt chi kinh thước,
明月別枝驚鵲
Thanh phong bán dạ minh thiền.
淸風半夜鳴蟬

Tạm dịch:

Trăng sáng quạ sợ cành cao
Nửa đêm gió thoảng ve sầu thở than.

Ở đây, thi nhân trong lúc thong thả tản bộ trên đường Hoàng Sa đã cảm nhận được nét đẹp của một đêm trăng sáng ngời, làn gió êm ái nhẹ nhàng qua cách diễn tả bằng chữ “thanh” và tiếng ve nho nhỏ, tất cả tạo nên những vần thơ du dương, tuyệt vời.

* Tô Thức, trong Đông Pha Tuyệt Cú:

Vũ tẩy Đông Pha nguyệt sắc thanh
Thị nhân hành tận dã nhân hành.
雨洗東坡月色淸

市人行盡野人行

Tạm dịch:

Huyện Đông Pha trăng tỏ nhờ mưa xuống,

Người phố thị không đi, chỉ người quê.

Thi sĩ đã khéo dùng chữ "thanh" để miêu tả ánh trăng trong sáng soi khắp nơi sau cơn mưa gội rửa những đám mây đen cùng các tạp chất trong không khí, cảnh vật trong lành tinh khiết ấy tiếc thay chỉ có những thôn dân chất phác mới tận hưởng trọn vẹn mà thôi.

* Lão Tử, người vốn ưa thích cảnh thanh vắng, tĩnh mịch nên trong Đạo Đức Kinh, chương Hồng Đức, minh hoạ: "Thanh tĩnh vi thiên hạ chính" 清靜爲天下正 (Cách sống thanh tĩnh mà được cả thiên hạ). Đây là tư tưởng triết lý sùng thượng sự thanh tĩnh vô vi trong việc ổn định trật tự xã hội theo thế giới tự nhiên của Đạo gia, sau được kết hợp thanh quy trong phạm trù đạo đức hành xử của Nho gia để làm tỷ dụ biểu trưng. Bởi nên, trong Hoài Nam Tử, đời Hán, Lưu Hướng ca ngợi: Thanh tĩnh giả, đức chi chí dã 清靜者，德之至也 (Đạt được cảnh giới thanh tĩnh là điểm tận cùng của đức hạnh vậy).

Trong Hậu Hán Thư, Nhậm Ngôi (Ngỗi) Hiêu liệt truyện, Phạm Diệp, đời Nam Tống chuyển nghĩa Thanh theo tâm trạng con người: Thanh tâm quả dục 清心寡慾 (Giữ tâm trong sạch, giảm thiểu lòng tham cầu)

Nói đến đây, chợt nhớ ra điều gì đó, ông Lý đứng dậy đi ra sau chùa rồi quay trở lại với một quả bưởi xanh tươi rói trên tay, ông vui vẻ nói:

- Bác ăn thử xem quả bưởi này có gì đặc biệt không?

Ông Tư chậm rãi thưởng thức rồi tấm tắc khen:

- Ngon quá! Bưởi này ở đâu thế? Hương vị này giống như bưởi thanh trà, một loại trái cây quý hiếm của xứ Huế. Nhìn bác tách múi thanh trà thành thạo tôi lại liên tưởng đến chiết tự chữ Thanh.

Ông Lý bật cười vì biết bạn mình đang… nhắc khéo, ông từ tốn bóc hết cả quả, mời ông Tư, sau tự thưởng cho mình một múi bưởi thơm ngon rồi mới thong thả nói tiếp:

- Chẳng biết cây bưởi sau chùa có từ bao giờ và giống ở đâu nhưng ai đã được nếm thì không bao giờ quên được, nó quả thật rất giống hương vị của Thanh trà xứ Huế. Bây giờ tôi với bác cùng "tách tự" chữ Thanh xem có gì đặc biệt không?

Chữ Thanh 清 được tìm thấy sớm nhất trên văn tự thời Chiến quốc thành hình theo lối tượng thanh.

Bên trái bộ Thủy 水 (nước), kết hợp bên phải bộ Thanh 青 (màu xanh), theo mỹ học, nghĩa gốc từ chữ Lãng 朗 = 朖 (trong sáng) mà ra. Chữ Thanh (màu xanh) là viết tắt của chữ Tình 倩; Từ thời nhà Hán đến nay phía dưới của chữ Thanh 清 (青) là chữ Nguyệt (mặt trăng) 月, trước đó chính là chữ Đan hay Đơn 丹 (màu đỏ).

Thanh 清 hàm nghĩa:

1/ Chỉ chất lỏng khi ở trạng thái thuần khiết có nguồn gốc từ nước, hoặc chất khí như rượu bốc hơi có vị thanh.

2/ Chỉ bầu trời xanh trong không gợn chút mây "thanh không" tức màu xanh da trời

3/ Chỉ thanh âm trong trẻo

4/ Chỉ phong cách sống: thanh nhàn, thanh bạch, thanh nhã, thanh liêm….

Chữ Thanh 清 (trong) đối lập với chữ Trọc 濁 (đục), chỉ về vật có thành ngữ "Lệ thủy vi thanh" 麗水爲清 (Nước tĩnh lặng gọi là thanh), hoặc "Lệ nhật vi thanh" 麗日爲晴 (Nắng trong sáng gọi là thanh hoặc tình). Viết từ 清 (thanh) và 晴 (thanh hoặc tình) đồng âm.

Từ điển Nhĩ Nhã, phần Thích Thủy viết: Hà thủy thanh thả lan y 河水清且瀾漪 (Nước sông trong gợn sóng lăn tăn).

Thuyết Văn Giải Tự viết: Thanh, lãng dã, trừng thủy chi nhi 清, 朗也, 澂(澄)水之皃(貌) (Thanh là trong sáng và nước ở trạng thái tinh khiết).

Thấy nét băn khoăn của ông Tư như đang thắc mắc điều gì đó, ông Lý ngừng lại, ân cần hỏi, được lời như cởi tấm lòng, ông Tư nói ngay:

- Tôi nghe bác trình bày về nguồn gốc chữ Thanh chỉ xuất hiện sau thời Chiến quốc, có nghĩa là ngay cả Đào văn, Giáp Cốt văn và Kim văn cũng không có chữ này. Điều lạ ấy theo thiển ý của tôi có thể được lý giải như sau: Vào thời Chiến quốc, các nước phân tranh, khắp nơi loạn lạc lại thêm những thế lực lớn chỉ biết củng cố địa vị và nghĩ cách tham đoạt, thôn tính kẻ yếu hơn mình. Thế nên, nhiều cao nhân học giả chán cảnh đời ô trọc mà tìm nơi hoang vắng "sơn thanh thủy tú" để mai danh ẩn tích. Ở những nơi ấy, họ được sống gần gũi với thiên nhiên, tận hưởng không khí trong lành, cây cỏ tươi mát, bầu trời xanh mây trắng lững lờ trôi, nước suối hồ tinh khiết, tất cả làm tâm hồn họ tĩnh lặng, yên bình, từ đó ý niệm về chữ Thanh nảy sinh. Sau Chiến quốc, đời sống tạm ổn định, chữ Thanh đã theo một số người này hạ sơn, hòa vào xã hội. Nguyễn Trãi của nước Việt Nam ta đã có bài thơ tuyệt hay diễn tả đời ẩn sĩ như sau:

Thuật hứng bài 24

述興

功名𠬠特合駆閑，

冷與謳之世議凴。

僜唵越鄽茷夢，
池淸發磬秧蓮。
庫收風月苔戈耨，
船阻煙霞袠尾傻。
盃固沒皓忠免孝，
砙庄缺染庄顛
Tạm dịch:
Công danh hoàn mãn nay hướng nhàn
Thị phi gác bỏ tiếng chê khen
Dưới ao chăm vớt bèo cấy muống
Đất lành chuyên trừ cỏ trồng sen
Gió trăng tươi đẹp tràn qua mái
Thuyền chèo sông nước nhẹ êm êm
Thanh thản vì tận lòng trung hiếu
Dù mài chẳng mất, nhuộm chẳng đen.

Hoặc như Thi hoàng Lê Thánh Tôn cũng có bài thơ hay không kém như sau:

Đề đạo nhân vân thủy cư kỳ tứ
Khê thủy chu hồi lục thụ đê,
Sổ chuyên thượng hạ ký u khê.
Đạo nhân tự hữu thanh nhàn thú,
Yểu điệu thanh cung thạch thượng huề.
題道人雲水居其四
溪水周回綠樹低，
數椽上下寄幽溪。
道人自有淸閒趣，
窈窕青笻石上攜
Tạm dịch:
Cây xanh rũ bóng bên khe
Mấy gian nhà cỏ cạnh bờ suối trong.
Thâm sơn ẩn sĩ thong dong.
Nhẹ nhàng gậy trúc vui cùng thiên nhiên.

Ông Lý thích thú trước lập luận của ông Tư nên gật đầu chậm rãi lên tiếng:

- Tôi cũng đồng ý với bác, chắc bác cũng muốn biết thêm chữ Thanh còn được dùng là hình dung từ để minh họa về người trong Kinh Thi, Kinh Thư

* Thượng Thư, Ngu Thư, Thuấn Điển, viết:

Túc dạ duy dần/ Trực tai duy thanh 夙夜惟寅/直哉惟淸 (Sớm tối cung kính tinh tấn/ Một lòng trực chỉ quang minh). Ngụ ý tán dương nhân cách thanh cao, thể hiện phẩm hạnh ngay thẳng trong sáng của bậc quân tử, nếu ra làm quan thì một dạ thanh liêm. Nước Việt Nam ta có Tô Hiến Thành (1102–1179) là quan đại thần nhiếp chính thời nhà Lý, ông nổi tiếng thanh liêm, cương trực nên được vua Lý Anh Tông trước khi băng hà đã tin tưởng uỷ thác cho ông phò tá Thái tử Long Trác lúc đó mới 1 tuổi lên ngôi thay vì Thái tử Long Xưởng bị truất phế bởi bất tài, vô đức. Thái hậu Chiêu Linh đã nhiều lần dùng vàng bạc để chiêu dụ ông giả chiếu chỉ đưa con mình lên ngôi nhưng ông nhất định khước từ. Khi ông bệnh nặng, được hỏi về việc thay thế, ông đã chọn người có thực tài giúp nước thay vì chọn người chăm sóc hầu hạ ông tận tình. Sinh thời giúp vua dẹp loạn, ông đã xin vua chỉ xử tội những kẻ cầm đầu mà tha cho hàng trăm người khác vì giữ đức hiếu sinh. Ông là vị quan đại thần hiếm hoi trong lịch sử sau khi mất được vua bãi triều 7 ngày, ăn chay 3 ngày để tỏ lòng thương tiếc[1]. Tấm gương sáng chói của tiền nhân tiếc thay ngày nay chẳng còn mấy ai được như thế nữa.

* Kinh Thi, Trịnh Phong, bài thơ:

Dã hữu man thảo, 野有蔓草
Linh lộ phổ hề. 零露漙兮
Hữu mỹ nhất nhân 有美一人
Thanh dương uyển hề. 清揚婉兮
Giải cấu tương ngộ. 邂逅相遇
Thích ngã nguyện hề. 適我愿兮

Tạm dịch:

Ngoài đồng cỏ mọc lan man
Lung linh khói tỏa dưới làn mù sương.
Người đâu trong sáng như gương
Mắt thanh mày đẹp thiện lương mơ màng.
Tình cờ ta gặp được nàng
Thỏa lòng ước nguyện đá vàng bên nhau.

Đây nói về ý của chàng trai đang yêu tha thiết, ngưỡng mộ sắc đẹp thanh thoát ngây thơ nơi người thiếu nữ. Lời thơ mộc mạc nhưng rất trữ tình, lãng mạn làm cho thi ca và đời sống không còn khoảng cách nữa.

Ông Lý ngừng lại rót trà mời cũng cố ý chờ ông Tư đưa, ra vài điều về thơ cổ vì biết bạn mình rất thích thể loại này, quả nhiên ông Tư nói:

- Thật ra chữ Thanh đâu phải chỉ minh họa sắc đẹp bên ngoài mà còn nói về nội tâm bị tráng chẳng hạn như bài Ly Tao của Khuất Nguyên có những câu như:

Nhẫn vưu nhi nhương cấu,
Phục thanh bạch dĩ tử trực hề
Cố tiền thánh chi sở hậu
忍尤而攘詬
伏清白以死直兮
固前聖之所厚

Nghĩa:

Chí cao cả mà phải cam chịu xót xa
Lấy cái chết ngay thẳng để thể hiện lòng thanh cao.

Theo gương sáng của tiền nhân để cho hậu thế soi tỏ.

Ngoài ra trong bài phú Ngư Phủ, sự vấn đáp giữa Khuất Nguyên và lão đánh cá, ông tự nói về mình như sau: Thế nhân giai trọc ngã độc thanh; Chúng nhân giai túy ngã độc tỉnh 世人皆濁我獨清；眾人皆醉我獨醒 (Thế đời đục cả, mình ta trong; Mọi người say cả, mình ta tỉnh). Chính vì tư tưởng này mà ông không thể sống nổi trong thời cuộc ấy, nên sau khi làm xong bài phú Hoài Sa ông liền neo đá trầm mình dưới sông Mịch La.

Ông Lý cảm thán thở dài chuyển sang đề tài khác vui vẻ hơn về chữ Thanh trong thi phú của các danh nhân khác:

* Chu Hy đời Tống trong Quán Thư Hữu Cảm: Vấn cừ na đắc thanh như hứa? / Vi hữu nguyên đầu hoạt thủy lai 問渠那得清如許？爲有源頭活水來 (Thử hỏi có sao dòng nước lại thanh khiết đến thế? Bởi lẽ nước đầu nguồn trong veo tuôn chảy mãi không ngừng. Ngụ ý: Tư tưởng thoáng đạt bao dung cũng như dòng nước bền bỉ tuôn trào.

* Trần Tử Ngang (662–702), đời Đường trong Toàn Đường Văn, quyển 211: Phu dục chính kỳ mạc dã, tất tiên đoan kỳ bổn; thanh kỳ lưu giả, tất tiên khiết kỳ nguyên, tự nhiên chi phủ dã. Nghĩa là người đạt đến cảnh giới thanh cao, có thể trừ được gốc rễ của sự xấu ác, hưởng được phong vị an nhiên tự tại.

Ông Lý đứng dậy pha một bình trà mới, hương trà ướp sen thơm ngát làm ông Tư tấm tắc:

- Thơm thật! Uống tách trà sen này tôi lại nhớ đến hai danh nhân lỗi lạc của nước Việt ta đều có bài thơ tuyệt tác về loại hoa xinh đẹp này

Nguyễn Trãi với bài Hoa Sen

Lầm nhơ chẳng bén tốt hòa thanh,
Quân tử không kham được thừa danh.
Gió đưa hương thơm đêm nguyệt lạnh,
Riêng làm cửa ấy có ai tranh

Ngụ ý: Hoa sen dù ở chốn bùn nhơ nhưng vẫn vươn cao thơm ngát cũng như người quân tử không tranh danh lợi mà lui về sống đời tuy đơn sơ mà thanh cao trong sạch.

Trạng Trình Nguyễn Bỉnh Khiêm trong Bạch Vân Thi Tập bài 127:

Thanh nhàn dưỡng tính được tự nhiên,
Non nước cùng ta đã có duyên,
Dắn dỏi bên tai với cầm suối
Dập dìu trước mặt với tán sen.
Xuân về hoa nở mùi hương nức,
Khách đến chim mừng dáng mặt quen.
Chốn ấy thanh nhàn được vui thú,
Lọ là bồng đảo mới là tiên.

Ý nói: Người có cuộc sống thanh nhàn biết thưởng thức thiên nhiên hoa lá xung quanh mình thì cũng như đang ở cõi tiên rồi.

Chữ Thanh theo tư tưởng của hai danh nhân trên có nghĩa là thanh bạch: ở ẩn chứ không phải

1 Nguồn từ Đại Việt Sử Ký Toàn Thư

lánh đời, biết rõ những gì cần thiết phải làm, những gì không.

Ông Lý gật đầu đồng cảm:

- Đến từng tuổi này, tôi nhận thấy quả thật cuộc sống giản dị, gần gũi với thiên nhiên dễ làm cho tâm hồn mình nhẹ nhàng thanh thản hơn. Thuở rất xa xưa, con người chỉ biết sống chung, cùng kiếm ăn cầu no đủ chứ có biết đến danh lợi gì đâu mà dùng đến chữ Thanh liêm, Thanh bạch.

Ông Lý cung kính nhìn lên tôn tượng Quán Thế Âm Bồ Tát đứng trên tòa sen giữa hồ nước trong vắt, ôn tồn nói tiếp:

- Ngài Tuệ Nhật Trí Giác, Vĩnh Minh Diên Thọ Đại Sư (904–975) trong Tông Kính Lục[2], tập 1 dùng nước để hiểu dụ chân tâm gồm có 10 nghĩa cùng đồng chân tính, ở đây chỉ nói sơ qua ba tỷ dụ biểu trưng:

1/ Bản thể của nước là tinh khiết. Hiểu dụ thanh tịnh tự tánh tâm.

2/ Nước bổn là yên tĩnh bởi do gió nên dậy sóng nhưng vẫn không thay đổi tính chất tĩnh sẵn có. Hiểu dụ: Vô minh luôn thay đổi bởi vô thường nhưng tự tính Như Lai Tạng không sinh không diệt.

3/ Cát được nước tẩy rửa sạch dụ cho chân tâm hiển lộ trong sáng sau khi trừ hết các lậu hoặc.

Hai ông lại nâng tách trà mời nhau trước khi từ biệt, thời gian đàm đạo dù có thú vị đến đâu cũng đến lúc phải ngừng. Tiễn bạn đến cổng chùa, ông Lý ân cần khuyến thỉnh:

- Thời gian qua nhanh lắm, tôi với bác đây may mắn đều là cư sĩ vậy chúng ta nên cố gắng sống thanh bạch, nuôi dưỡng tâm thanh cao, hưởng đời thanh nhàn để phút sau cùng ra đi thanh thản như Hương Thời Gian còn mãi thanh. ■

2 Tông Kính Lục trọn bộ 5 tập sách nhà xuất bản Hòa Dụ, Đài Loan, Pháp Tạng Tùng Thư C038. Phần trích các tỉ dụ về nước trên trong tập 1, trang 213.

THƠ NGUYỄN AN BÌNH

ĐÊM THỨC DƯỚI HIÊN CHÙA

Lòng bàn tay mát lạnh
Hứng mấy giọt sương đêm
Chim kêu bên bãi quạnh.
Khi ta chờ trăng lên

Giữa không gian tĩnh lặng
Thèm nghe một hồi kinh
Đêm trôi vào xa vắng
Giờ phút nào hiển linh.

Bóng cây nghiêng trầm mặc
Ánh trăng ngập sân thiền
Pha trà trong sương sớm
Hương trầm thoảng ngoài hiên.

Thời gian chừng đọng lại
Trên tường xám rêu phong
Hồn chìm trong cõi mộng
Lạc vào cõi hư không.

Mai quét lá sân chùa
Tiếng chuông ngân trầm lắng
Lá đâu của mùa xưa
Xanh một ngày nắng ấm.

Hẹn nhau qua rừng trúc
Lòng bỗng dưng ngộ thiền
Một mình ta xuống núi
Bước chân trần an nhiên.

Nguyên Đạo Văn Công Tuấn

Phần đất dưới chân người

[1]

ĐÊM CHIA LY

Một đêm huyền mặc năm xưa. Đã lâu lắm.

Mảnh trăng non lặng lẽ treo trên ngọn cây sa-la già cỗi. Gió rì rào như lời tiễn biệt của đất trời. Trong bóng tối yên tĩnh một người con trai vương giả, Thái tử của thành Ca-tỳ-la-vệ đã lặng lẽ rời khỏi cung điện. Ngựa Kiền Trắc nhẹ bước qua cổng thành trong khi nhân gian còn say đắm trong giấc ngủ. Và trong giờ khắc ấy, một cuộc chia tay vĩ đại đang bắt đầu.

Không ai biết để tiễn chân chàng đi. Không một ai nói lời chào tạm biệt. Duy chỉ có một người còn thức, nhưng cũng vẫn lặng yên, không lên tiếng…

Tất-đạt-đa, tên chàng - lặng lẽ ra đi, hành trang chỉ là một chiếc áo bào đơn sơ và một khát khao mãnh liệt. Đi tìm sự thật, tìm con đường để thoát khỏi khổ đau... Đó không phải là cuộc đào thoát, mà là một hành trình can đảm, từ bỏ cái hữu hạn để chạm đến cái vô biên.

Đêm vắng lặng như tờ. Trong cung, ánh đèn đã tắt gần hết. Chỉ còn vài tia le lói đằng sau tấm rèm. Vợ chàng, Công nương Da-du-đà-la(1) vẫn nằm đó. Rèm buông nhẹ, che khuôn mặt có đôi mắt đang cố nhắm lại – không phải vì giấc ngủ, mà để giấu đi sự thật đã biết trước và sự đồng tình thầm lặng.

Từ rất lâu, nàng đã biết rõ. Từ những lần chàng ngồi hàng giờ bên hiên, lặng nhìn chiếc lá rơi. Từ ánh mắt sâu hun hút của những câu hỏi không lời, từ cái nắm tay trìu mến rồi bỗng dưng siết chặt hơn, lâu hơn... như muốn nói điều gì thêm – nhưng vẫn câm lặng. Da-du-đà-la biết rằng người nàng yêu không còn thuộc về thế giới của quyền quý vương giả này nữa. Trái tim chàng đã cất bước đi xa, rất xa – trước cả khi đôi chân nọ rời khỏi cung thành. Trái tim ấy là trái tim ôm cả thế giới ngoài kia, ôm cả nhân loại. Và cả những con thú, cả chú chim…, cả những con ốc, con sên, lũ côn trùng đang ca hát hằng đêm trong vườn thượng uyển.

Tuy vẫn thức, nhưng nàng đã không nói. Không khóc. Không níu giữ. Nàng chỉ giả vờ nhắm mắt ngủ – như thể nếu mở mắt, thì khoảnh khắc ấy sẽ

1 *Xem thêm* Chú giải Lịch sử *cuối bài*

Nguồn hình: ja.wikipedia.org / Painting by Maligawage Sarlis. Photo by MediaJet, 2009 - 投稿者自身による著作物

không thành sự thật.

Nằm yên bất động, xoay lưng lại phía chàng, đôi mắt nàng khép hờ. Nhưng thật ra, trong những giây phút cuối cùng ấy, trái tim nàng đang đập rõ từng nhịp chậm, nặng nề như tiếng bước chân sắp rời xa. Nàng đã nghe rõ tiếng vải áo khẽ sột soạt khi chàng cúi xuống nhìn rõ mặt đứa con trai lần cuối. Một chút ngần ngừ, rồi lại im lặng. Mỗi giây trôi qua, nàng đều tưởng tượng ra dáng hình chàng: đang quay đầu nhìn, muốn nói lời thầm thì gì đó, rồi lại thôi.

"Lẽ ra mình cũng nên nói lời tạm biệt", nàng đã nghĩ vậy, nhưng rồi vẫn im lặng. Không phải vì không yêu. Càng không phải vì không đau. Mà bởi vì nàng hiểu: khi ai đó đã chọn con đường ra đi, thì tình yêu không nên là sợi dây trói buộc. Thứ duy nhất nàng có thể trao cho chàng lúc đó – là tự do. Và một chút bình yên cuối cùng…

Khi Tất-đạt-đa cúi xuống hôn gió lên mái tóc, thì một giọt nước mắt của nàng đã kín đáo trào ra khóe mắt. Vẫn cố không một tiếng nấc, nhưng trong cái im lặng ấy, là trái tim một người vợ đang âm thầm tiễn đưa người chồng yêu quý của đời mình đi vào cõi mênh mông – để rồi một ngày kia, sẽ trở về với ánh sáng giác ngộ.

Cánh cửa phòng khẽ mở. Một làn gió lạnh tràn vào. Chàng bước ra đi. Nhẹ nhàng. Và nàng, vẫn nằm yên đó. Bất động, đôi mi run nhẹ.

Và rồi… khi tiếng vó ngựa đã khuất hẳn sau

rặng đồi, khi cánh cổng cung thành âm thầm khép lại, Da-du-đà-la mới ngồi dậy – như một chiếc lá rơi khỏi cành, không thể gắng gượng nổi trước cơn gió số phận.

[2]

NGƯỜI Ở LẠI

> Nàng chậm rãi bước đến cuối phòng, nơi ánh trăng nghiêng qua khung cửa, hắt xuống nền nhà vắng lạnh. Nhìn ra khoảng không xa xa, nàng ôm mặt nức nở...

Giờ phút này, nàng không còn là người vợ quý tộc kiêu hãnh, không còn là công nương đoan trang của dòng họ Thích-ca.

Giờ phút này nàng chỉ là một người đàn bà yêu đến tận cùng và đang mất đi một điều không có thể giữ. Nàng khóc cho chàng – người đã chọn con đường không thể quay đầu. Nàng khóc cho chính mình – kẻ ở lại, gánh lấy nỗi chia ly không tên, không lời hứa hẹn trở về. Và nàng cũng khóc cho Rahula – đứa con còn thơ dại, sẽ lớn lên giữa cung điện không cha. Nhưng trong tận cùng nỗi đau, không một lời oán trách.

Người đời sau có khi nhắc đến nàng như người vợ bị lãng quên. Nhưng kỳ thực, nàng là chứng nhân lặng lẽ của một huyền thoại, là người đã âm thầm tự nguyện gánh lấy phần đau để lúc ấy chàng có thể nhẹ bước ra đi. Ra đi tìm ánh sáng của con đường thoát khổ cho muôn loài.

Đêm hôm đó, sau khi bước chân chàng rời khỏi hoàng thành, những giọt nước mắt nàng đã âm thầm rơi rất lâu. Những giọt lệ ấy, không vì nỗi niềm riêng, mà vì tình yêu đã chạm đến tận cùng của sự hy sinh. Trên đôi môi đã nhạt phai son phấn ấy toát ra những lời thì thầm - dịu dàng, tha thiết, cao cả… giữa đêm sâu:

“Cầu mong chàng ra đi bình an…
Nếu sau này chàng đạt được điều mình hằng mong trên con đường gian nan,
Thì xin hãy nhớ, đã có em hôm nay đây…
sẽ luôn dõi theo bước chân người…”

Tiếng nói trở giọng thành khô và quả quyết hơn:

“…Và nếu có ngày thời gian trôi quá nhanh,
Em không còn kịp chờ chàng nữa,
Thì đứa con này – giọt máu của em và người –
Sẽ thay em yêu thương chàng,
Sẽ thay em đợi chờ…”

Gió đêm khẽ lay cánh rèm thưa như đáp lại. Nàng ngả người xuống chiếc giường trống, nơi chiếc gối vẫn còn vương chút hơi ấm quen thuộc của chàng. Một chút dư hương. Một chút dấu vết.

Nỗi đau của nàng không cần phải bật thành tiếng khóc lớn. Nó ngấm vào từng hơi thở, từng mạch máu – âm ỉ, như một đốm lửa nhỏ đã tàn nhưng tro vẫn còn nóng ấm.

[3]

GIẰNG XÉ VÀ TỈNH THỨC

Trong khoảnh khắc ấy, nàng chợt hiểu: Có nhiều khi, sự chia ly không cần lời từ biệt, bởi nó sâu sắc đến mức mọi ngôn từ đều trở nên tầm thường.

Rồi nàng thầm thì: *“Người đang đi tìm con đường giải thoát, thì Da-du này nguyện gánh lấy phần trần gian còn lại. Đợi chờ. Nuôi dưỡng. Giữ gìn ký ức ấy, như giữ một ngọn lửa thiêng – dù chỉ lập lòe – giữa đêm dài của kiếp người”*

Ở chiếc nôi nhỏ kế bên, Rahula vẫn đang ngủ say, cuộn tròn trong lớp vải mềm, ngực phập phồng theo nhịp thở ngây thơ. Đứa bé không biết rằng, trong chính đêm nay, cuộc đời nó đã rẽ một hướng khác. Đêm nay, bên nó vắng đi hình bóng một người cha – không phải vì cái chết, mà vì một cuộc khởi đầu đang vận hành. Một người cha đã rời đi không phải để lẩn tránh trách nhiệm, mà để gánh lấy nỗi đau cho cả thế gian, để tìm ra con đường mà sau này chính Rahula sẽ bước theo – không như một hoàng tử nối ngôi vua, mà là một vị sa môn nối gót Phật Đà.

Da-du-đà-la bước đến bên nôi, ôm con vào lòng. Nàng thì thầm vào đôi tai nhỏ bé kia, những lời hát ru chẳng cần đứa bé hiểu, nhưng cần chính nàng được cất tiếng lên, khe khẽ:

“À ơi…
Con ơi con ngủ cho say,
Cha con cất bước đường mây cứu đời…”

Trong bóng tối lặng như tờ, nàng nhắm mắt lại và thấy hiện lên hình ảnh của một đêm trăng năm xưa – khi Tất-đạt-đa lần đầu nắm tay nàng, bàn tay ấm áp và mềm mại, như hứa hẹn cả một đời bình yên. Nàng nhớ tiếng chàng đọc Kinh Vệ-đà dưới hoa, nhớ ánh mắt mơ hồ của chàng mỗi lần nhắc đến nỗi khổ sinh lão bệnh tử mà chàng đã nhìn thấy trên đường hôm đi dạo. Nàng, và cả hoàng cung đã từng nghĩ và tin rằng: tình yêu là vũ khí duy nhất có thể giữ chân chàng lại. Nhưng không – có những con người sinh ra là để ra đi, để tìm kiếm những điều vượt khỏi cả ái tình, quyền lực và gia đình.

Nàng thì thầm:*”Thiếp không trách, chỉ mong một ngày kia Người đạt tới giác ngộ, hãy quay về* *độ đứa con này. Nó là sợi dây cuối cùng nối Người với thế gian".*

Nàng lại ôm chặt Rahula trong vòng tay, như ôm lấy chút hơi ấm còn sót lại của cuộc đời.

Căn phòng giờ đây quá yên tĩnh. Không chỉ vì người đã đi khuất sau tường thành khiến lòng nàng đau, mà còn vì chính cái im lặng ấy – cái im lặng khiến nàng cảm giác như mình đang bị mất đi quyền được biết, được tiễn, được khóc…, dù tự nguyện hay không.

Chính trong im lặng đó, nỗi giằng xé như muốn vỡ tung ra! Một bên là tình cảm người vợ – người đã từng được yêu, được chạm vào bờ vai ấy, được nghe tiếng thở ấm áp bên tai; đã từng ước mơ về những mùa trăng cùng nhau già đi, nuôi con, nhìn thế gian đổi thay trong vòng tay nhau. Một bên là sự thấu hiểu – rằng thế gian không chỉ có riêng mình; rằng nếu ta cứ ôm giữ người mình yêu cho riêng mình, thì làm sao thế giới có được ánh sáng đạo mầu?

Nàng thấy mình lạc lõng, như đang đứng giữa hai vai diễn. Một là người giữ ngọn lửa đang dần tắt, cho kỳ vọng truyền ngôi vua của Phụ hoàng; và một là người lặng thinh trước một vầng nhật nguyệt vừa mọc lên từ trái tim nhân loại.

Đôi khi chạnh lòng, nàng chỉ muốn níu kéo chút thời gian bên chàng, trì hoãn cuộc tiễn biệt. Nhưng rồi, lại hiện về dáng *Người,* ngồi trầm tư nơi góc sân, lặng nhìn mây trôi. *Người,* với ánh mắt buồn xa – như nâng niu cả nhân sinh trong ánh nhìn tĩnh lặng và từ ái. Và nàng hiểu: *Người* ra đi, không phải vì hết yêu nàng. *Người* ra đi, vì tình yêu ấy không thể chỉ dành riêng một mình nàng nữa.

Ngoài kia, ánh trăng vẫn sáng như đêm trăng đầu tiên họ gặp nhau năm nào – cũng chính trong khu vườn hoàng gia êm ả này...

[4]

CHUYỂN HÓA CỦA TÌNH YÊU

... Và rồi, sau nhiều đêm trăng im lặng như thế. Sau biết bao lần trăn trở, Da-du-đà-la dần nhận ra một điều: *"Yêu một người vĩ đại, cũng là học cách để buông tay một cách vĩ đại".*

Nàng đã không còn hỏi *"Tại sao?"* nữa. Cũng không cần một lời tạ lỗi hay hứa hẹn. Điều nàng giữ lại cho riêng mình không phải là thân xác Người – mà là tấm lòng, là phần hồn ngày xưa từng thuộc về nhau. Nó vẫn lảng vảng, đâu đó trong gió trong mây, trong mắt đứa bé mang dáng hình của cả hai. Tình yêu của nàng không còn là sự đợi chờ sau cánh cửa – mà là một tình yêu biết đứng dậy sau mất mát, biết giữ ngọn đèn nhỏ sáng trong đêm, không để dập tắt.

Trong khoảnh khắc ấy, Da-du-đà-la không còn là người vợ bị bỏ lại sau lưng. Nàng trở thành một phần của con đường *Người* đi – lặng lẽ, không tên tuổi, nhưng sâu sắc. Và có thật!

Có những tình yêu cao thượng, không phải để giữ lấy, mà để trở thành *phần đất dưới chân người mình yêu – để họ thong dong bước đi.* Nỗi đau của nàng không mất đi – nó đã biến dạng. Đã hóa thân. Đã thăng hoa.

Như nước mắt đã hóa thành dòng suối mát, như nỗi nhớ hóa thành lời ru cho đứa con. Và trong mỗi giây phút nàng sống tiếp, không còn là để chờ đợi, mà là để tiếp nối một con đường thầm lặng. Và cần thiết!

Nàng cần ở đó để chu toàn bổn phận người mẹ. Rahula lớn dần trong hơi thở ấy. Có khi nó hỏi, *"Cha con đâu?"* Nàng mỉm cười, *"Cha con đang đi tìm một điều gì đó, lớn hơn tất cả mọi lời giải thích".* Rồi nàng lại lặng lẽ ôm con vào lòng – như ôm lấy phần ký ức chưa bao giờ tàn lụi. Nàng đã sống tỉnh thức giữa nỗi buồn mà không bị nhận chìm trong đó. Giống như một bông sen không cần chọn ao hồ, cứ thế mà vươn lên giữa ánh nắng ban mai.

Trong sự im lặng ấy, nàng hiểu rõ hơn về lẽ vô thường, rằng mọi chuyện xảy ra trong đời này – gặp gỡ hay chia xa – đều có nhân duyên từ rất lâu. Có thể là từ những kiếp xa xưa nào đó chưa kịp nhớ tên…

Mọi cuộc chia ly đều mang theo một hạt mầm mới – để tạo nên một nhân duyên mới. Chỉ chờ thời gian chín muồi để đâm chồi.

[5]

GIÁC NGỘ TRONG LẶNG LẼ

Thời gian lặng lẽ chảy trôi, như áng mây qua đỉnh núi.

Thấm thoắt đã hơn mười năm! Dài hơn một kiếp đợi, mà ngắn hơn một sát-na thiền định.

Một buổi sớm mai, khi sương còn đọng nhẹ trên ngọn cỏ và chim rừng còn líu lo giữa cành, có hai người đàn bà lặng lẽ bước bên nhau ở bìa rừng – nơi đó có một Ni viện nhỏ bên bờ suối vắng. Không còn xiêm y lộng lẫy, không còn trâm ngọc hay quyền uy hoàng cung, giờ đây cả hai đều khoác chiếc y vải mộc mạc, chân mang dép cỏ và bước đi thong thả trong sự an hòa.

Một trong họ khẽ lên tiếng, giọng vẫn còn e dè như khi còn trong cung:

– Thưa Công nương…

Người kia, Da-du-đà-la quay sang, ánh mắt hiền hòa mà kiên định:

– Đã nói, từ nay xin đừng gọi ta là Công nương nữa. Hãy gọi ta là bạn đồng tu… là thiện hữu, là hành giả…

Người cung nữ xưa cúi đầu, mỉm cười rưng rưng:

– Dạ… thiện hữu! Thật lòng con chưa quen, nhưng được gọi như vậy, con cảm thấy lòng nhẹ hơn.

Da-du-đà-la mỉm cười, giọng nàng êm đềm như tiếng suối chảy:

– Ngày xưa ta ở trong cung, tưởng như hạnh phúc. Nhưng hóa ra chỉ là chiếc bóng. Giờ đây, dù chỉ có chiếc bát gỗ và gối cỏ, tâm lại nhẹ như mây.

Người cung nữ xưa nhìn nàng đầy ngưỡng mộ:

– Con chưa từng thấy ai có thể buông bỏ được như người. Chính sự yên tĩnh của người khiến con quyết tâm theo bước, tìm lối ra khỏi bến mê.

Da-du-đà-la khẽ gật đầu, bàn tay nàng đặt nhẹ lên vai người bạn cũ:

– Chúng ta đều là hành giả, đều là kẻ đang học cách lặng im mà buông xuống từng nắm chấp niệm. Hãy giữ tâm như hồ thu, phản chiếu mà không dính mắc.

Hai người lặng bước trong nắng mai. Giữa họ không còn là chủ – tớ, công nương - cung nữ, mà là hai hành giả, đồng hành trên con đường tỉnh thức. Dù mỗi người mang một đoạn quá khứ khác nhau, giờ đây, họ đã cùng có mặt cho nhau trong hiện tại – nơi không còn tên gọi nào cần níu giữ.

***

Da-du-đà-la, sau những năm tháng âm thầm nuôi con, giữ đạo làm người và dõi theo bước chân bậc Đại giác, đã đủ nhân duyên để xuất gia, trở thành một trong năm trăm vị Tỳ-kheo-ni đầu tiên dưới sự hướng dẫn của Đức Phật.

Nàng tu hành tinh tấn, với tâm nguyện dứt sạch mọi ái nhiễm, buông xả cả hình bóng những điều từng thân thuộc nhất. Giới đức thanh tịnh, trí tuệ sáng ngời, nàng không chỉ là biểu tượng của một người vợ vĩ đại, mà còn là hiện thân của lòng từ bi chuyển hóa qua vô lượng kiếp.

Và rồi, trong một buổi thiền tọa dưới cội cây im lặng giữa rừng sâu, khi công đức và trí tuệ đã viên mãn, Tôn giả Da-du-đà-la đã chứng đắc Thánh quả A-la-hán – hoàn toàn giải thoát khỏi vòng sinh tử luân hồi.

Tên nàng được tôn kính nhắc đến trong hàng ngũ những vị A-la-hán Ni – không phải như một cái bóng sau lưng Đức Phật, mà là một ánh sáng riêng, dịu dàng, kiên cường, lặng lẽ mà chói lọi.

Và từ đó về sau, mỗi khi người ta nói về Tất-đạt-đa – bậc Đạo sư vĩ đại, người ta cũng sẽ nhớ đến Da-du-đà-la – người đã bước đi một con đường không kém phần can đảm: con đường ở lại, con đường buông xuống bằng trái tim biết yêu mà không cần níu giữ. ■

(Hamburg, Đức quốc – Mùa Phật Đản Pl. 2569. Nhân kỵ nhật Sư bà thượng Diệu hạ Tâm)

CHÚ GIẢI LỊCH SỬ:

Da-du-đà-la (*Yaśodharā*), tên đầy đủ là *Bhadrakaccānā*, là vợ của Thái tử Tất-đạt-đa và mẹ của Rahula. Nàng xuất thân từ dòng họ Thích-ca, là người đồng tộc với Thái tử và nổi tiếng về đức hạnh, sự tinh tế và trí tuệ.

Khi Thái tử rời cung thành xuất gia vào năm 29 tuổi, nàng không níu giữ, không oán trách – âm thầm ở lại giữa hoàng cung nuôi dạy Rahula bằng tình yêu đã được chuyển hóa thành niềm tin. Sáu năm sau, khi Đức Phật thành đạo; và khoảng năm năm sau đó Ngài quay trở lại thành Ca-tỳ-la-vệ thuyết pháp cho hoàng gia và phụ thân Tịnh Phạn Vương. Dịp này, di mẫu của Ngài – Kiều-đàm-di – là người đầu tiên xin xuất gia. Ban đầu, Đức Phật không chấp nhận. Nhưng sau ba lần tha thiết cầu thỉnh cùng sự khẩn khoản của Tôn giả Ananda, Ngài đồng ý thành lập Ni đoàn – cho phép nữ giới được xuất gia, trở thành Tỳ-kheo-ni dưới tám điều luật đặc biệt (*Bát kính pháp*). Da-du-đà-la là một trong những người phụ nữ đầu tiên theo bước chân này. Sau khi được chấp thuận xuất gia, nàng tu tập miên mật, sống đời phạm hạnh thanh cao và cuối cùng chứng quả A-la-hán – giải thoát hoàn toàn khỏi vòng luân hồi sinh tử.

Trong giáo sử Phật giáo, nàng không chỉ là hình tượng của người phụ nữ hy sinh mà còn là biểu tượng cho tình yêu chuyển hóa thành trí tuệ, cho sự giác ngộ trong im lặng. Nàng là "người ở lại", nhưng không bị bỏ lại – là người đã lặng lẽ đi song song bên bậc giác ngộ, bằng một hình thức khác, một hướng khác – không bằng hào quang, mà bằng ánh sáng nội tâm.

Phần tâm lý nhân vật trong truyện này là hoàn toàn hư cấu - cơ sở dựa theo hai tác phẩm văn học: *Đường Xưa Mây Trắng* của Thiền sư Nhất Hạnh (Lá Bối - San Jose, 1989) và *Tiếng Than Của Người Vợ Trẻ* của Sư Bà Thể Quán (Viên Giác – Đức quốc tái bản 1986).

Lò thiêu vàng mã tập trung và loại lò kỹ nghệ với hệ thống lọc khói

Nguyên Trí -
Hồ Thanh Trước

LẠM BÀN VỀ PHONG TỤC ĐỐT VÀNG MÃ

Lịch sử ghi nhận Phật giáo đã được truyền vào Việt Nam hơn 2000 năm qua. Từ đó giáo lý và lễ hội Phật giáo đã sớm được tiếp nhận và hội nhập vào đời sống văn hóa của người Việt. Một trong những ngày lễ của Phật giáo có ảnh hưởng lớn nhất đến đời sống văn hóa tinh thần của người Việt Nam, là Lễ Vu Lan.

Quan niệm Phật Giáo

Lễ Vu Lan ở Việt Nam không những nhắc nhớ việc báo hiếu cha mẹ mà còn có ý nghĩa biết ơn và báo ơn tổ tiên. Tư tưởng ấy hoàn toàn phù hợp với tư duy hiền hậu chất phác của người Việt Nam đã có trước khi Phật giáo du nhập vào: «Công cha như núi Thái Sơn, Nghĩa mẹ như nước trong nguồn chảy ra…». Trong ngày lễ Vu Lan báo hiếu, chúng ta đặc biệt trân trọng ơn cha mẹ sanh thành, nhất là mẹ đã mang nặng đẻ đau và vất vả nuôi con. Cha mẹ sinh ra ta, nhưng để có cha mẹ, thì phải nhớ đến ông bà tổ tiên, cửu huyền thất tổ. Vì vậy, trong «mùa báo hiếu» này chúng ta thường được nhắc nhở tìm về cội nguồn, ông bà, tổ tiên.

Theo Phật giáo để tỏ lòng thành kính biết ơn đấng sinh thành, các Phật tử thường làm lễ cúng dường, làm phước bố thí, phóng sanh để tích đức cầu an, cầu mong cho cha mẹ đang còn tại thế được tăng phúc tăng thọ, hóa giải nghiệp chướng… và thực hành lễ cầu siêu cho tổ tiên, cha mẹ, những người thân quyến đã khuất bóng. Ngoài ra, nhiều hành giả còn ăn chay, niệm Phật, làm phước, đến chùa nghe thuyết pháp, giúp đỡ và quan tâm đến cha mẹ, những người thân quen, chú trọng giúp đỡ cộng đồng để báo hiếu và tri ân công đức để tạo phước cho kẻ còn cùng người mất.

Ngày Vu Lan hàng năm cũng là ngày tri ân, báo ân tới những người có công với đất nước, những anh hùng, hy sinh để bảo vệ nền độc lập, tự do của Tổ quốc.

Quan niệm dân gian

Theo truyền thống, Lễ Vu Lan báo hiếu sẽ diễn ra vào ngày rằm tháng 7 âm lịch hằng năm, trùng với ngày Xá tội vong nhân của phong tục Á Đông, ngày này Diêm Vương cho các âm hồn lên dương trần hưởng lộc. Theo đó mọi gia đình làm cỗ cúng gia tiên những người đã khuất, thậm chí còn đốt vàng mã. Ngoài ra còn có lễ vật cúng cho cô hồn lang thang, vất vưởng, không người hương khói. Lễ vật này thường là món ăn thông thường như cơm, cháo, xôi, chè, hoa quả hay gạo muối... Ngày nay, các gia đình có người mới mất có thể làm thức ăn chay trong ngày này. Hình thức cho âm hồn hưởng lộc có nhiều cách như đổ cơm, cháo vào các lá cây, vườn..., rắc gạo, muối ra sân... để các vong hồn cô đơn hay già yếu dễ hưởng thụ.

Trong ngày lễ Vu Lan – Xá tội vong nhân hoặc giỗ, Tết, lễ Thanh Minh … nhiều nơi có truyền thống đốt vàng mã (tiền giả, vàng giả làm bằng giấy) có nguồn gốc từ tập tục Trung Hoa *'được'* nhập vào Việt Nam dưới thời kỳ *'Bắc thuộc'* và đã thành tục lệ trong đời sống tâm linh người Việt.

Phong tục đốt vàng mã từ cách nghĩ «trần sao âm vậy», cho nên ngoài việc đốt tiền giả, vàng giả làm bằng giấy, nhiều người tin rằng, người sống trên dương gian cần cái gì thì chết xuống âm phủ cũng cần cái ấy, nên gia đình con cháu đốt các đồ cần thiết gởi xuống cõi âm. Theo tục lệ xưa, gia đình thân nhân chỉ cắt ít giấy tiền, quần áo tượng trưng đốt ít, không tốn kém. Ngày nay, vào dịp Tết, Rằm tháng Bảy, Tết Thanh minh nhiều gia đình theo phong trào đua nhau sắm đồ bằng giấy như: xe gắn máy, xe hơi, phi cơ, ti vi, tủ lạnh, đồng hồ, quần áo, giày dép, điện thoại di động, nhà cao tầng..., người hầu v.v... gởi cho thân nhân đã quá cố!

Phong tục này không chỉ riêng ở Trung Hoa, Việt Nam mà còn thấy, với cách thực hành có ít nhiều khác biệt, ở các quốc gia ảnh hưởng văn hóa Trung Hoa như Hồng Kông, Singapore, Đài Loan, Hàn Quốc và Nhật.

Nhật

Cùng thời gian với lễ Vu Lan, tại Nhật có lễ O-bon (お盆) mọi người thường đốt cho người thân quá cố *'Uchikabi - ウチカビ'* còn được gọi là *'Kamisen'* hay *'Shinsen'* một loại tiền giấy.

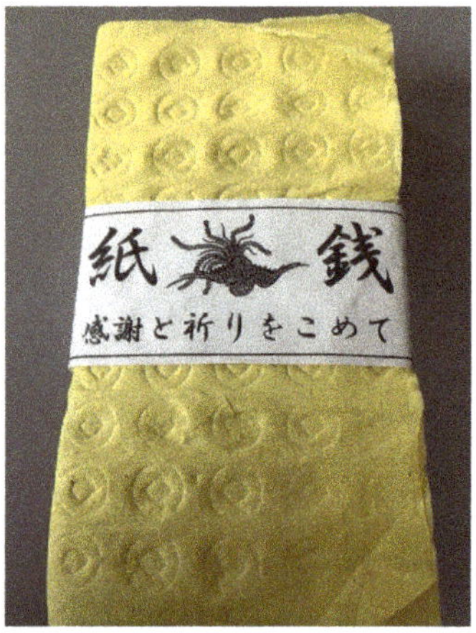

Uchikabi – Kamisen ou Shinsen

Kamisen cũng thường được hỏa táng cùng với người đã khuất với lý do để họ không bị thiếu tiền ở thế giới bên kia hoặc để qua sông Sanzu (Sanzu-no-Kawa 三途の川, Sông Tam Thế là một con sông thần thoại trong truyền thống Phật giáo Nhật Bản) tương tự như khái niệm Hoàng Tuyền (Suối Vàng) của Trung Hoa, hoặc khái niệm Sông Styx trong thần thoại Hy Lạp. Ở Châu Âu và nhiều nơi khác, có phong tục đặt đồng xu lên mí mắt hoặc cơ thể người đã khuất như một khoản chi phí sang thế giới bên kia.

Đài Loan

Việc làm đồ cúng bằng giấy là một truyền thống của Trung Hoa, nhưng ở Đài Loan, quan niệm này đã được phát triển thành một «kỹ nghệ» để thực hiện những ngôi nhà, biệt thự và các mặt hàng xa xỉ khác được cho là sẽ giúp người đã khuất trong sự thịnh vượng mãi mãi với quan niệm: *«Người chết không có nghĩa người không cần bất cứ thứ gì»*. Kỹ nghệ làm hàng mã của Đài Loan mang đến cho người đã khuất cơ hội được sống mãi trong sự xa hoa - từ biệt thự mùa hè có hồ bơi đến hãng phim và sòng bạc…. những kiểu xe cho phép người quá cố có được nhịp sống mà chỉ những người giàu có và nổi tiếng nhất mới có thể hưởng được.

Tại Đài Loan, nhiều gia đình đã *'gởi theo mây khói'* cho thân nhân quá vãng một căn biệt thự hai tầng, cùng với hệ thống chiếu sáng, người giúp việc và chiếc xe hơi sang trọng nằm trong garage bên cạnh với tâm niệm thân nhân họ sẽ có một cuộc sống tốt đẹp ở thế giới bên kia.

Nhiều hãng cung cấp hàng mã thủ công như quần áo giấy, túi xách và mỹ phẩm với giá khoảng 3.000 đô la Đài Loan (86 Euro). Nhưng đôi khi những mô hình này có thể có giá cao hơn nhiều, lên tới hai triệu đô la Đài Loan (gần 58.000 Euro).

Ảnh hưởng việc đốt vàng mã lên môi trường

Đốt giấy tiền vàng mã để dâng cúng tổ tiên và những người đã khuất là một tập tục phổ biến ở Đài Loan và các quốc gia Á châu. Tuy nhiên, đốt giấy trực tiếp một cách tự do với số lượng lớn sẽ thải một lượng khí độc carbon dioxide (CO_2) và các chất ô nhiễm khác vào môi trường không khí xung quanh và dễ gây hỏa hoạn.

Nhiều kỹ thuật mới được áp dụng để giảm tác hại lên môi trường như *'giấy không khói khi đốt'* cũng như chánh phủ kêu gọi người dân tập trung giấy tiền và vật dụng, nhà, xe, v.v... bằng vàng mã để đốt tập trung trong những lò thiêu trang bị hệ thống lọc để giảm chất độc thải vào không khí môi trường cùng tránh gây hỏa hạn.

Nhưng những biện pháp này không được luôn luôn tôn trọng và vẫn tiếp tục gây nhiều tốn kém lẫn tác hại lên nhiều lãnh vực.

Truyền thống đốt vàng mã này hoàn toàn không có trong Phật Giáo.

Phật tử chúng ta thường cầu nguyện cho người thân quá vãng được sớm vãng sanh vào cõi an lành, cõi cực lạc như sanh lên cõi trời hay cõi người hoặc sanh về cảnh giới Tây phương cực lạc hay một cảnh giới thanh tịnh nào đó. Và cho dù người thân quá vãng vì nghiệp lực phải sanh vào ba đường dữ Địa ngục, Súc sanh, Ngạ quỷ, Phật tử cũng thường làm mọi điều thiện lành tạo công đức để hồi hướng cho thân quá vãng sớm sanh vào cõi lành; như trong Kinh Địa Tạng Bồ Tát Bổn Nguyện đã dạy.

Do đó việc đốt giấy tiền vàng mã và đồ dùng bằng giấy xuống âm phủ cho người thân tiêu dùng trong các lễ kể trên, thì hoàn toàn trái ngược với Giáo pháp của Đức Phật. Hơn nữa, trên quan điểm lý luận, việc đốt vàng mã tựa như cầu cho người thân ở mãi cảnh giới địa ngục u tối đó để xài tiền ma, đồ dùng ma. Thậm chí có người, khi đốt xong còn lo lắng không biết người thân có nhận được hay không?

Kinh Địa Tạng Bồ Tát Bổn Nguyện có giảng rằng tội nhân trong địa ngục phải chịu nhiều hình phạt liên tục không lúc nào ngừng nghỉ thì lúc nào có thời giờ để hưởng các *'quà tặng'* này do thân nhân đốt gửi cho?

Chúng ta cũng thường cầu siêu cho thân nhân đã quá cố sớm vãng sanh về cõi lành, cõi cực lạc và người đã vãng sanh về cõi lành, cõi cực lạc thì đâu còn cần đến những *'món quà'* do chúng ta gửi tặng!

Quan điểm tình thế gian việc đốt vàng mã tạo ảnh hưởng xấu lên môi trường và trên quan điểm xuất thế gian việc này hoàn toàn trái với giáo pháp của Phật. Hơn nữa Kinh Địa Tạng có dạy trong phẩm thứ 7 – Lợi ích cả kẻ còn lẫn người mất:

«Như có người nam cùng người nữ nào lúc sanh tiền không tu tạo phước lành mà lại gây lấy những tội ác. Sau khi người mạng chung, hàng thân quyến kẻ lớn người nhỏ vì người chết mà tu tạo phước lợi làm tất cả việc về Thánh đạo. Thời trong bảy phần công đức người chết nhờ đặng một phần, còn sáu phần công đức thuộc về người thân quyến hiện lo tu tạo đó» ....

Qua lời kinh trên đây, việc đốt vàng mã chỉ là một tập tục thế gian không thuộc về Thánh đạo trong Phật giáo. Tập tục này hoàn toàn mang tánh cách mê tín dị đoan, không mang lại lợi ích gì, còn có thể gây thêm tội nghiệp cho người mất và sự tốn kém vô ích cho kẻ còn.

> Phong tục đốt vàng mã đã hiện hữu từ ngàn xưa và đã thấm sâu vào truyền thống tín ngưỡng dân gian trong nhiều quốc gia Á châu. Tuy nhiên phong tục này tác hại không nhỏ lên môi trường sống và gây nên bệnh cho đường hô hấp của mọi người xung quanh.

Tốt hơn chúng ta nên bỏ việc đốt vàng mã thay vào đó nên dùng chi phí cho việc này chú tâm làm việc từ thiện giúp đỡ mọi người cùng cải thiện môi trường sống và hồi hướng công đức này cho thân nhân quá vãng, như vậy chúng ta hòa hợp được cả hai đường đạo và đời. ■

Tài liệu tham khảo:

*En Chine, on brûle des "fortunes" pour les défunts (La Dépêche 04.05.2015).

*À Taïwan, on brûle des maisons de papier pour honorer les défunts (Le Figaro 08.04.2019).

*Univers du Japon – Le Shintoïsme.

Nguồn hình: baoquangnam.vn - 3109691

Nguyễn Văn Hà

QUÊ HƯƠNG TÔI – LÀNG MỸ XUYÊN ĐÔNG

Lời Tòa Soạn: *Trước quyết định sáp nhập các đơn vị hành chánh của của nhà nước Việt Nam hiện nay (2025), những tên gọi rất nhân văn và hợp lý cho hệ thống tổ chức làng xã thuở xưa đã dần dần bị mất đi. Trường hợp ở đây: tên quận là Duy Xuyên thì các xã có bắt đầu bằng chữ Xuyên: Xuyên Mỹ, Xuyên Châu… Rồi cũng vậy, các thôn của Xã Xuyên Mỹ thì mang chữ Mỹ ở đầu, như Mỹ Đình, Mỹ Hiến… Nhà nước VN đang đổi tên làng xã thành các con số vô hồn, sẽ là Duy Xuyên 1, Duy Xuyên 2 v.v… Để ghi giữ tài liệu về một làng quê hiền hòa, chúng tôi cho đăng bài viết của Huynh trưởng GĐPT Nguyễn Văn Hà về một xã quê, tuy nhỏ nhưng đã từng có **32 đạo sắc phong Thần của làng có công "Hộ quốc, tý dân, nẫm trứ linh ứng"** từ các triều vua từ Minh Mạng đến Khải Định. Điểm đặc biệt nhất, ngôi làng này – tính đến nay, năm 2025 – đã sản sinh hơn **50 vị Tăng Ni Phật giáo**. Những vị này đã và đang là những bậc Tôn túc đạo cao đức trọng, lãnh đạo Phật Giáo trong và ngoài nước. Có thể kể: Hòa Thượng (HT) Bảo Lạc (Úc), HT Như Điển (Đức), Ni trưởng (NT) Diệu Tâm, NT Như Viên, NT Diệu Phước (Đức), NT Diệu Chi (Việt Nam); và nhiều vị khác nữa. Điều này không lạ gì khi ở một làng quê nhỏ và rất nghèo nhưng đã từng có 3 ngôi chùa – nơi gìn giữ đạo đức và văn hóa dân tộc – như một câu nói: **"Chùa là 'cái thiện' của làng."***

***

Qua nhiều tư liệu năm trăm năm về trước Làng Mỹ Xuyên bắt đầu hình thành vào thời Vua Lê Thánh Tông 1471 (2023–1471=552). Thời điểm Nhà Vua đã đề cử chánh đề đốc Hùng Long Hầu, Lê Quý Công quê ở Làng Thần Phù, Huyện Nông Cống, Tỉnh Thanh Hóa, cùng 12 vị tướng khác trên đường Nam Tiến mở rộng bờ cõi. Ngài chánh Đề đốc dẹp giặc từ Đèo Hải Vân đến Bồ Bàn Bình Định (kinh đô Chiêm Thành), khi dẹp giặc đem lại thanh bình cho quê hương, Ngài lại trở ra vùng đất Quảng Nam, chọn nơi dừng chân khai hoang vở hóa 850 hecta đất lập ngôi làng dọc sông Thu Bồn, lấy tên là Mỹ Xuyên (Mỹ là tốt đẹp, Xuyên là sông). Một vùng đất hữu tình sơn thủy, lập xã quận ở Phương Nam, cũng là nơi an định vĩnh viễn của cuộc đời võ tướng được nể trọng.

Ngài đã tạo niềm tin tưởng vững chắc cho nhiều thế hệ di dân lập cư tại đây.

Đi đâu xa khi trở về làng chúng tôi nhìn thấy ngôi mộ Tiền Hiền Lê Qúy Công là ngôi mộ xưa nhất cổ nhất, lâu đời nhất. Nghe truyền thuyết ngài Tiền Hiền có 2 thiếp, nhưng khi mất không nằm gần Ngài, mà nằm ở hai nơi khác. Đây là một bí ẩn chưa tìm ra chứng tích.

Đến năm 1642 Mỹ Xuyên tách thành hai làng: Mỹ Xuyên Đông và Mỹ Xuyên Tây, đã có từ đó đến nay cho nên Mỹ Xuyên Đông hay Mỹ Xuyên Tây, có chung một nguồn cội anh em một nhà, cái gia tài mà Ngài Tiền Hiền để lại cho hậu thế bất di bất dịch không bao giờ thay đổi.

Tính về địa lý Làng Mỹ Xuyên Đông nằm trên vùng đất đồng bằng gần trung tâm, hành chánh thuộc quận Duy Xuyên, vị trí chênh chếch theo hướng đông bắc giáp cầu Câu Lâu, Chợ Củi Thôn Tiệm Rượu. Hướng *Nam* giáp Chợ Chùa, Thôn Phước Mỹ 2. Phía *Bắc* giáp Sông Thu Bồn, Bãi Đông Khương. Phía *Đông* Thôn Mỹ Hạc giáp Quốc Lộ 1. Phía *Tây* giáp Thôn Xuyên Tây.

Theo truyền khẩu nhiều đời hơn năm thế kỷ trước qua các tộc họ đến ở khai canh đất đai của Làng quy công điền công thổ, chia đều cho dân, ngài tiền hiền Lê Quý Công là người chân chính, không hề tư lợi cá nhân.

Làng Mỹ Xuyên Đông có năm thôn.

1. Mỹ Nga
2. Mỹ Hiến
3. Mỹ Đình
4. Mỹ An
5. Bình An

Điểm phong thủy đặc biệt của làng là khu đất xây dựng đình làng rất cao ráo, xung quanh rất đẹp. Nguồn gốc xuất phát của làng là vùng quê thanh bình, địa thế khá đặc biệt là cách đình làng hơn 100m là Lăng Tiền Hiền Đề Đốc Hùng Long Hầu Lê Quý Công (di tích lịch sử cấp tỉnh). Từ đình làng ngó ra bên phải tương truyền có cây đa mẹ (tức cây đa cũ) đã hiện diện từ khoảng năm 1836, khi đó Vua Minh Mạng cho đào sông. Thời kháng chiến chống Pháp cây đa này vẫn tồn tại và phát triển xanh tốt, tàn lá che kín cả một vùng rộng lớn. Cây đa cổ thụ với đường kính 20m, cành lá tỏa ra năm sào đất, dưới tàn đa này là ngôi chợ có tên là Chợ Đình (có người còn gọi là Chợ Cây Đa).

Theo nhà thơ Lê Giao Văn (Văn Anh Tuấn)

Cây đa đầu làng tuổi vài thế kỷ.
Che mới Chợ Đình qua mấy thuở binh đao
Cuộc chiến đi qua, đã mất tự thuở nào
Thân gò đá cũng giây mùi mệnh bạc.

Sông Bến Giá trước thập niên 1950, từ bên này qua bên kia sông rất rộng và sâu, khi lũ lụt dòng chảy xoáy vào bến Hoạt làm lỡ mấy trăm mét. Năm 1959 ông Tướng VNCH Nguyễn Ngọc Lễ yêu cầu chính quyền tỉnh Quảng Nam xây dựng một bờ kè đá trên bãi Giang Tâm. Bờ kè đá làm lệch dòng chảy biến dạng bồi đắp trở thành cạn kiệt không lở nữa, như vậy sự chuyển dịch dòng chảy hết lỡ lại bồi, dân làng mừng lắm.

Không biết rõ Chợ Đình xây dựng vào năm nào? Khi lớn lên tôi thấy thiết kế theo hình chữ nhật bốn dãy dài ở giữa là trung tâm, phía sau là hàng cá thịt, hai dãy đầu hai bên là 2 tiệm hớt tóc, tiếp theo là những tiệm may áo quần nam nữ khá đẹp. Ẩm thực mua bán thường có cá diếc, cá dưng, cá bống ở Bến Giá đem đến bán. Đặc biệt có quán cháo hến của bà Cắt và ruột hến xào măng, xúc bánh tráng của bà Láng, ngon tuyệt vời.

Năm 1973 hiệp định Paris ký kết cuộc chiến tạm ngưng. Ông Nguyễn Văn Hạc (tên con là Hường) ở Đà Nẵng đã chở về một cây đa, nhổ từ một ngôi miếu ở đường Thống Nhất (nay là đường Lê Duẫn, Đà Nẵng). Ông Nguyễn Quang Hành (Mười Ngữ) và ông Ninh Tặng lấy xà beng đào đất chỗ gốc đa cũ bị cháy, trồng cây đa mới lên. Cây đa này đã hơn 50 năm ngày một xanh tốt, tương lai tàn lá sẽ sum suê như cây đa mẹ [tư liệu đã ghi chép vậy xin đừng tranh cãi tiếp].

Ban trị sự làng Mỹ Xuyên Đông đang lo làm hồ sơ trình ngành văn hóa tỉnh Quảng Nam xin công nhận cây đa là di sản văn hóa của làng. Nếu được làng Mỹ Xuyên Đông sẽ có ba di tích lịch sử văn hóa, nằm trên một khu đất tam giác vàng gần nhau (Làng Tiền Hiền, Đình Làng và Cây đa Chợ Đình), ít nơi nào có.

Làng Mỹ Xuyên Đông chúng ta cần có trách nhiệm bảo vệ đa dạng sinh học sự phong phú của hệ thực vật thì còn có ý nghĩa quảng bá lịch sử văn hóa của Làng, sắp tới phải có phương pháp bảo vệ tốt hơn để cây đa trường tồn với thời gian, rất có giá trị về cảnh quan môi trường, khoa học văn hóa lịch sử, được cộng đồng dân làng đón nhận, như một báu vật vô giá mà con người và thiên nhiên ban tặng, tiếp nối cây đa mẹ đã hiện diện ở đây gần 200 năm về trước.

Đi đâu xa về hay những người con xa xứ khi đặt chân đến cổng đình làng thì không khỏi choáng ngợp trước cảnh quan đình làng và cây đa màu lá xanh tươi, cành nhánh bao trùm một quần thể rực rỡ, trông lộng lẫy một khu vực chợ quê yên bình của quê hương thương nhớ.

Mới đó mấy mươi năm cành lá đong đưa
Chắc hẳn mai sau cũng oai hùng dõng dạc.
(Thơ Lê Giao Văn)

Trải qua trên 500 năm trên vùng đất của Làng Mỹ Xuyên Đông biết bao biến đổi thăng trầm, từ cuộc sống nếp nghĩ nếp làm của con người, phong tục tập quán, cần cù lao động một năm có bốn mùa XUÂN HẠ THU ĐÔNG, bà con ở đây qua bao đời đã thấm đẫm mồ hôi nước mắt vì thiên tai bão lụt mà ông cha ta phải gánh chịu gian lao khổ cực trăm bề. Vì thập niên 40 của thế kỷ trước đa số nhà tranh vách phên bằng tre, kinh tế làm nông lúc bấy giờ theo nước trời thu nhập bấp bênh không cao ráo như ngày nay.

Dù vậy làng Mỹ Xuyên Đông những thế kỷ trước có nhiều nhân sĩ tài đức có công Phò Vua dựng nước mở mang bờ cõi giúp dân. Nên nhận được nhiều sắc phong của triều đình, cụ thể làng hiện còn giữ được 32 sắc phong. Việc giữ gìn bảo quản gần 200 năm, trải qua bao biến thiên của lịch sử là kỳ tích không thể nói bằng lời, mà lớp trẻ chúng ta ngày nay phải thán phục kỳ công của cha ông trước đây làm được.

Đây là ngôi làng còn nhiều sắc phong nhất Việt Nam. Về tôn giáo: Nơi nào lập làng là nơi đó có Chùa, Làng Xuyên Đông cũng vậy.

Theo Thầy Tảo từ đời mô không biết, lớn lên theo cha đến thảo am nhỏ, nay còn lại địa danh là Cồn Chùa và được biết đạo Phật có từ năm 1480 đời Vua Lê Thánh Tông tại Làng Mỹ Xuyên. Rồi đến năm 1820 đời Minh Mạng thứ 2, Chùa dời vào gần Lăng Tiền Hiền, qua bao đời thiên tai làm hư hại, nay còn lại danh xưng là Vườn Chùa.

Đến năm 1962, Phật Tử sinh hoạt tại chùa Hà Linh Mỹ Hạc, tách về xây chùa Xuyên Đông tại Vườn ông Văn Phú Hy và bà Trần Thị Nhung. Năm 1981 Chùa Bình An bị lở xuống sông, một điều kỳ lạ là Tượng Phật Bổn Sư Thích Ca vẫn tự tại. Hòa Thượng Thích Long Trí ở Chùa Viên Giác Hội An về tổ chức lễ An Vị Phật sát nhập (Chùa Xuyên Đông lấy chữ Đông, Chùa Bình An lấy chữ Bình) thành Chùa Đông Bình có tên từ đó.

Năm 2005 Ni Sư Thích Nữ Tâm Hà về trụ trì một thời gian sau xin Giáo Hội Phật Giáo Tỉnh Quảng Nam đổi danh xưng thành Chùa Quán Thế Âm đến nay.

Đạo Cao Đài thì có Thánh Thất Trung Mỹ tại Mỹ Nga, còn đạo Thiên Chúa thì có nhà thờ ở Thôn Tiệm Rượu, sẽ có bài sử liệu đăng vào tập lịch sử của Làng chúng ta đón nhận để hiểu chi tiết.

Từ 1955 tôi, Nguyễn Văn Hà, lúc đó 15 tuổi, cứ chiều là xuống sân đình đá banh đã thấy cây đa cổ thụ to tỏa nhiều nhánh ra xung quanh một vùng trời lớn bao trùm khu chợ, từ đầu chiều là có những đàn dơi bay về đậu treo lơ lửng trên ngọn cao chót vót trông thật đẹp mắt, anh em xóm Mỹ Hiến chúng tôi.

Lúc đó gồm có: anh Bảy Phú, Chín Lưu, Ba Siêng, Bốn Sắn, Năm Hạng, Bốn Dư, Năm Sáo, Sáu Hà, Bảy Ứng, Sáu Chùy, Bảy Kế, Tùng, Thu v.v… Anh em chúng tôi rủ nhau leo lên cây đa chia phe trốn kiếm thật hồn nhiên vui nhộn với tuổi thiếu niên. Vì cây đa có rất nhiều ngõ ngách, có anh đi tìm bộng sáo, bắt sáo con về nuôi. Tôi còn nhớ Thầy Văn Phú Hiền (còn gọi là ông Một Hiền) 1951 có khắc ba chữ ở ngã ba hang động đẹp nhất trên cây đa (Huyền Không Động) và đục trên thân cây đa hai câu thơ.

Đường về Xuyên Mỹ xinh xinh.
Có cây cổ thụ cảm tình xiết bao.

Sau này anh Bốn Trợ ở Mỹ Nga (Nguyễn Tiến Xuân), năm 1960 cũng đặt hai câu thơ:

Đi đâu cũng nhớ quê nhà.
Nhớ sông bến Giác, nhớ cây đa Đình.

Như vậy nhiều thế hệ người làng sinh ra lớn lên, già đi nhưng cây đa cổ thụ vẫn đứng ở đó.

Dưới tàn cây đa có một khu chợ nón, kẻ bán người mua thật nhộn nhịp. Trước thập niên 1950 Xuyên Đông và Xuyên Tây là làng nghề chằm nón. Trai gái đều biết làm nón bài thơ, có một thời chiếc nón ở đây đi khắp vùng miền rất nổi tiếng, nhưng sau năm 1975 từ từ biến mất.

Rồi cuộc chiến tranh cây đa mẹ bị bom đạn tàn phá cháy rụi. May mà gặp được nhân lành ông Nguyễn Văn Hạc, một con người có tâm huyết nơi quê mẹ thân thương. Chú nói với tôi đã nhiều lần lên tới đỉnh đèo Hải Vân tìm cây đa con nhưng không ưng ý. Rồi chú tìm gặp cây đa lá và thân cây giống cây đa cũ, chở về trồng lại chỗ gốc cây đa cũ, hy vọng sau này trở thành cây đa cổ thụ, thành một chứng tích giữa thiên nhiên và con người phối hợp nhau hình thành.

Năm 1956, tôi 16 tuổi tận mắt nhìn thấy khu vực cây đa Chợ Đình, có hai hàng cây gòn cao to, một sân bóng đá, một sân bóng chuyền, một trụ sở xã, một hội trường rất lớn. Đoàn hát Túy Nguyệt hay về biểu diễn, khu chợ rất sầm uất đối diện cây đa. Khi đó khu đất đình làng có những đống gạch, to có, nhỏ có, nhô lên nhiều ụ cây cỏ mọc phủ đầy, không biết vì sao ngôi đình làng bị sụp đổ, đó là bí ẩn không có lời giải.

Rồi chính tôi nhìn thấy ngôi đình làng được trùng tu do quý vị cao niên khi đó có uy tín đứng ra tạo tác gồm có:

MỸ ĐÌNH:

- Ông Văn Công Túy (Ông Cao Thiều – tức Ông Quản Thiều).
- Ông Văn Công Úc (Ông Thủ Bì)
- Ông Văn Công Thảo (Ông Thầy Tổ)
- Ông Văn Công Cương (Ông Nha)
- Ông Văn Công Phồn (Ông Phồn)

MỸ HIẾN:

- Ông Nguyễn Văn Dinh (tức Ông Phó Luật)
- Ông Nguyễn Văn Tịnh (Ông Thủ Cẩm)
- Ông Nguyễn Văn Kỳ (Ông Xã Phò)
- Ông Văn Phú Quý (Ông Thầy Ban)
- Ông Văn Phú Lâm (Ông Tú Bảy)

MỸ NGA:

- Ông Xã Tùy
- Ông Cửu Đạt
- Ông Văn Phú Khiêm
- Ông Văn Phú Hưng (tức Ông Thập)
- Ông Nguyễn Ngọc Lễ (Trung tướng VNCH)

Thợ làm từ Thi Lai xuống (tôi còn nhớ ông thợ Tôn hát bội). Thợ giã võ bời lời trộn với vôi xây gạch Thanh Hà. Năm 1959 tổ chức lễ khánh thành, tôi tham gia làm học trò lễ (do ông Tể, ông Châu, ông Giai hướng dẫn) dâng lễ vật cúng thần, dâng số đi theo điệu nhạc gọi là (THẦY). Ông Trung tướng VNCH Nguyễn Ngọc Lễ về dự ba ngày, có cúng một dây pháo dài, phải trồng cây treo từ lăng Tiền Hiền lên tới cổng đình làng. Ông còn cúng một bộ lư bằng đồng rất lớn. Tiếp theo ông xin phép làng cho ông xây Ciment xung quanh gốc đa hình lục giác, tức tượng trưng Lục Hòa đến bây giờ vẫn còn dấu tích cũ. Cái lư đồng thì bị lính Nam Hàn lấy mất, chỉ còn lại hai chân đèn đang thờ tại Đình.

Năm 1967 quê hương chiến tranh bom đạn tàn phá ác liệt, dân làng không chống chọi được với bom đạn, đành gồng gánh chạy khắp nơi, bỏ lại sau lưng nhà cửa ruộng vườn ly hương xa xứ. Lê Giao Văn có viết hai câu thơ:

Xuyên Đông ơi! mảnh đất quê hương yêu dấu
Vọng Cổ hương vời vợi giọt lệ nhòa

Năm 1975 cuộc chiến tàn, đất nước hết chiến tranh. Bà con làng ta lại trở về chốn cũ.

Lê Giao Văn lại viết:

Hòa bình đến lòng khát khao trở lại
Khu vườn xưa xóm cũ yên lành
Nét hiền hòa thương những mái nhà tranh
Đội nắng dầm mưa quanh năm suốt tháng

Năm 1978 chỉ thị của nhà nước, mồ mả tất cả các chư tộc phái ở dưới đồng phải di dời qua nghĩa địa Mỹ An để cải tạo đất.

Rồi Hợp tác xã Duy An 2 thành lập sử dụng toàn bộ đình làng và khu chợ đình làm trụ sở điều hành, tất cả xã viên đều đi làm công tính điểm nay gọi là thời bao cấp.

Rồi đến 1986 nhà nước đổi mới xã viên nhận đất làm khoán, Hợp tác xã Duy An 2 giải thể trả lại khu đất đình làng Mỹ Xuyên Đông cho ban trị sự làng lúc bấy giờ là ông Nguyễn Văn Cẩm, đại diện nhận lại khu đất trống. Ông Cẩm đứng ra tổ chức một cuộc họp mở rộng mời quý vị có tâm với làng khi đó gồm có:

1. Ông Nguyễn Văn Cẩm
2. Ông Nguyễn Quang Tập
3. Ông Nguyễn Văn Xuyên
4. Ông Văn Công Bích
5. Ông Nguyễn Quang Thiềm
6. Ông Nguyễn Quang Hoành
7. Ông Trần Cao Phi
8. Ông Nguyễn Văn Lộc (Chư)
9. Ông Nguyễn Quang Ấn
10. Ông Nguyễn Văn Hậu
11. Ông Văn Công Kim

và một số nhân sĩ trong làng khác.

Tháng 03 năm 1988 tôi về thăm người cha trên 80 tuổi gặp dịp ngày 12/02 âm lịch làng cúng xuân kỳ thu tế và là ngày truyền thống của làng qua nhiều đời để lại, tôi tham dự nhận thấy khoảng trên 30 bà con đứng ra che một tấm bạc để ba cái bàn trần thiết lễ vật hương đèn hoa quả, trà nước đơn sơ dâng lễ cúng ngài Tiền Hiền. Lúc đó có chụp mấy tấm hình, anh Cẩm đề nghị chú Hà đem vào cho bà con mình ở khu Bảy Hiền xem để thấy cảnh làng chúng ta giờ xơ xác như vậy. Ban trị sự làng sẽ có kế hoạch bầu ban vận động tài chánh để tái tạo lại ngôi đình làng do dân đóng góp, nhà nước không có chính sách hỗ trợ. Anh Cẩm nói: “Thời gian dài vừa qua chờ xin giấy phép nhưng gặp quá nhiều khó khăn. Cuộc họp có ý kiến rằng: Ngài Tiền Hiền đã để lại cho làng ta 850 héc ta đất, Hợp tác xã chia lô bán nền, ép hai bên lăng Tiền Hiền.

Ngôi mộ Ngài còn lại không được 200m², quá tội nghiệp ổng!" (đó là lời phát biểu của Nguyễn Văn Lộc tức Chư, tôi ghi lại nguyên văn).

Đến mùa Xuân, ông Nguyễn Văn Cẩm đại diện dân làng Mỹ Xuyên Đông vào khu Bảy Hiền Sài Gòn thăm bà con gốc Mỹ Xuyên Đông, xin ý kiến quý bà con ly hương làm ăn kinh tế khá giả, bầu Ban vận động tài chánh giúp đỡ ngoài quê phục hưng lại ngôi đình làng vang tiếng một thời.

Kết quả bầu ban tài chánh tại Sài Gòn thành phần như sau:

1. Trưởng ban - Ông Văn Phú Xích
2. Phó ban - Ông Hồ Tăng Quang (A. Huệ)
3. Phó ban - Ông Nguyễn Tiến Xuân
4. Phó ban - Ông Văn Phú Đáng
5. Ban thư ký - Ông Nguyễn Văn Hường (kiêm thủ quỹ)
6. (như trên) - Ông Nguyễn Văn Hà
7. (như trên) - Ông Nguyễn Văn Truyền (chết)
8. (như trên) - Ông Nguyễn Biên

Sau 60 ngày đêm đi vận động khu Bảy Hiền dẫn đầu, sau là Đà Nẵng, Tam Kỳ, Đắk Lắk và Hoa Kỳ. Đối với Thần hoàng Bổn cảnh bà con ở Bảy Hiền Sài Gòn sẵn sàng góp sức.

Sau đợt vận động tài chánh đúc kết, quý vị đề xuất đi tìm mua 1 lư đồng to tương xứng với 2 cây chân đèn của ông Lễ cúng hiện còn. Anh Tiến Xuân đi quyên tiền gặp quý vị ở ban vận động tự nguyện đóng góp tiền mua. Năm Nhâm Ngọ 2002 lễ khánh thành đình làng đem về dâng cúng Thần hoàng làng hiện nay đang thờ tại đình.

Sau một thời gian dài thi công đến ngày 25 tháng 03 năm 2002 (nhằm ngày 12 tháng 02 năm Nhâm Ngọ) Ban trị sự làng tổ chức lễ khánh thành, tôi về quê nuôi người cha già, có tham gia viết bài diễn văn hiện nay còn lưu lại.

Qua 21 năm trùng tu đình làng, cổng và bờ thành đã hai lần xây dựng, lần hai là tài chánh của Ngành văn hóa tài trợ. Qua bao đời thay đổi Ban trị sự của làng, không có kinh phí để làm đẹp cảnh quan, nhưng có nhiều ý kiến đề nghị xây dựng 2 nhà lục giác hai bên Đình và xây dựng một hội trường lớn để tổ chức văn nghệ phục vụ dân làng nâng cao đời sống. Trồng lại 2 hàng phượng hai bên sân Đình như thời xưa.

Theo truyền thống trước đây hằng năm vào những ngày mùng 5, hay ngày Tết, những ngày nghỉ truyền thống của làng tổ chức thi đấu bóng đá, bóng chuyền, bịt mắt đập nồi đất, bịt mắt bắt dê cùng rất nhiều trò chơi dân gian từ xa xưa để lại.

Qua bao biến thiên lịch sử của làng Mỹ Xuyên Đông, dưới đây là những danh xưng qua từng thời kỳ hình thành và thay đổi tên gọi:

1948: Mỹ Xuyên Đông, trực thuộc xã Duy An

1950: trực thuộc xã Duy Phương

1954: trực thuộc xã Xuyên Mỹ

1975: thuộc xã Duy An - rồi thị Trấn Nam Phước đến ngày hôm nay.

Đã 500 năm đi qua nhưng những tên gọi xứ đất hay đường đi vẫn còn tồn tại của dân làng qua nhiều thế hệ, xin được kể khái quát một ít địa danh mà ai cũng nhớ. Như Sông Đào - Sông Bến Giá; Chợ Chùa - Đường Công Hương; Cồn Ấm - Trường tiểu học Xuyên Mỹ; Lăng Sư Tạo - Cồn Chùa; Cồn Đình - Miếu Bà Hờ; Gò Chiêm - Miếu Tàu (Có Cây Thị Cổ); Giăng Tâm - Kè Đá; Miếu Cai Kén - Miếu Ngũ hành ở Tiệm Rượu; Bàu Lỡ - Lăng Giám Luận Mỹ Nga; Miếu Xóm Mỹ An - Bàu Lỡ; Cầu Đen - Cầu Gò Nổi - Cồn Nga; Trạm Bơm Thủy Lợi Xuyên Đông; Trạm Nước Ngầm; Trung Tâm Thể Thao Thể Dục Chợ Chùa, v.v... Nhưng bà con của làng Mỹ Xuyên Đông vẫn chưa nghe ai giải thích tại sao có sông Đào, rồi sông Bến Giá và còn rất nhiều di tích xa xưa nay chỉ nghe địa danh chứ chưa có câu trả lời chính xác. Hy vọng Ban trị sự mới của làng, nhiệm kỳ 2023-2028 làm việc tối đa để thực hiện *Tập Kỷ yếu 500 Lịch sử của Làng*, sẽ mời được nhiều nhà nghiên cứu hiểu rõ về thư tịch kim cổ sẽ viết những bài có giá trị tìm ra minh chứng để chúng ta đọc hiểu rõ ràng hơn.

> Người con ở tại quê nhà, hay những người con đi xa trong nước hay nước ngoài xa xôi nửa vòng trái đất, khi trở về thăm lại cố hương rất vui khi đi quanh một vòng thấy nhà cửa san sát, thiết kế kiến trúc nhiều kiểu, đường sá đô thị hóa khang trang, điện nước môi trường sống đầy đủ.

Đã hơn 40 năm vì sinh kế phải xa quê, tôi người con của thôn Mỹ Hiến, nhớ lại và viết bài QUÊ HƯƠNG TÔI LÀNG MỸ XUYÊN ĐÔNG 500 năm vừa đi qua. Nếu có đoạn nào không khớp với từng thời kỳ, xin quý vị vui lòng hiệu đính và góp ý cho, tác giả rất niệm ân. ■

KINH CHỮA BỆNH TRĨ

Lời Tòa Soạn: *Hòa trong niềm hỷ lạc Phiên dịch và Ấn hành Thanh Văn Tạng Đại Tạng Kinh Việt Nam kỳ 2 đã hoàn mãn, Viên Giác vừa nhận được bản dịch 3 Kinh ngắn trong Đại Chánh Tân Tu của một dịch giả trẻ là Cư sĩ Ưu-bà-tắc Nguyện Huy (16 tuổi) ở Việt Nam. Sau khi nhận được Kinh văn, HT Thích Như Điển, trong tư cách Chủ tịch Ủy Ban Phiên Dịch Trung Ương đã đối chiếu với nguyên bản Hán tạng, và nhận xét bản dịch khá chuẩn xác. Ngài còn khen tặng dịch giả là „tài không đợi tuổi“ và hứa sẽ trợ duyên cho em làm tiếp. Tạp Chí Viên Giác xin giới thiệu một tài năng trẻ và phổ biến nội dung bản dịch đã hoàn thiện và chứng nghĩa, để cùng tham khảo và thực hành những lời dạy của Đức Thế Tôn. BBT VG.*

PHẬT THUYẾT LIỆU TRĨ BỆNH KINH

Hán dịch: Đời Đường Tam Tạng Thích Nghĩa Tịnh phụng chiếu dịch.

Việt dịch: Cư sĩ Nguyện Huy. Chứng nghĩa: Hòa Thượng Thích Như Điển.

[Đại Chánh, số T21n1325, trang 490]

Tôi nghe như vầy: Một thời nọ, Đức Bạc già phạm ở tại vườn Trúc Lâm nơi thành Vương Xá cùng với năm trăm vị đại Tỳ kheo câu hội.

Lúc bấy giờ, có nhiều vị Tỳ kheo, thân mắc bệnh trĩ, thân thể gầy gò, chịu nhiều thống khổ, cả ngày lẫn đêm, đau xiết không ngừng.

Tôn giả A Nan khi thấy như thế, liền đến chỗ của Đức Thế Tôn, Ngài đảnh lễ Phật, rồi đứng qua một bên và bạch rằng: "Kính bạch Thế Tôn! Nay đang có nhiều vị Tỳ kheo ở thành Vương Xá mắc bệnh trĩ, thân thể gầy gò, chịu nhiều thống khổ, cả ngày lẫn đêm, đau xiết không ngừng. Bạch Thế Tôn! Làm sao để chữa các loại bệnh trĩ đó?"

Phật bảo Tôn giả A Nan rằng: "Này A Nan! Ông hãy lắng nghe *Kinh Chữa Bệnh Trĩ* này, rồi đọc tụng thọ trì, ghi nhớ thật kỹ, chớ để quên đi, cũng vì người khác, tuyên thuyết rộng rãi, cho họ đều nghe, làm như thế rồi, tất cả bệnh trĩ, tất sẽ được lành. Các bệnh như là: bệnh trĩ do gió, bệnh trĩ do nhiệt, bệnh trĩ do tâm, hoặc bệnh trĩ do ba thứ trên hợp lại thành, bệnh trĩ từ máu, ung nhọt trong bụng, ung nhọt trong lỗ mũi, trong răng, ở mắt, ở lưỡi, ở tai, ở đầu, ở tay chân, ở xương, bệnh trĩ ở hậu môn và phát sanh ở toàn thân hay ở các đốt xương, trong đường phân tiểu. Các bệnh trĩ và ung nhọt như thế, tất thảy sẽ được lành, bị rơi rụng, diệt trừ. Nếu ai muốn như thế, thời phải nên trì tụng thần chú này.

Đức Phật liền nói thần chú rằng: **"Đát điệt tha: Án tát bà, đa thị dã đế, tất rị bệ da tì, tất rị tất rị, ma yết thất chí, tam bà bạt rô, sa bà ha."** (*)

Này A Nan! Từ đây hướng về phương Bắc, có một ngọn núi tên là Đại Tuyết Vương. Ở đấy có một cây Ta La to lớn tên là Nan Thắng. Hoa của cây ấy có ba thời kỳ: Một là lúc mới nở. Hai là lúc nở rộ. Ba là lúc héo tàn. Bệnh trĩ và ung nhọt này cũng lại như hoa kia, đến lúc héo tàn rồi bị rơi rụng, tất cả đều lành tốt, chẳng còn bị chảy máu, chẳng còn bị chảy mủ, vĩnh viễn dứt trừ mọi đau đớn.

Nếu có người nào thường xuyên trì tụng Kinh này, thời sẽ được Túc Mạng Thông, nhớ được các việc ở bảy đời quá khứ và thành tựu Chú pháp, Sa ha!

Đức Phật lại nói thần chú rằng: **"Đát điệt tha: Thiêm mê thiêm mê, xả thiêm mê, thiêm một nhỉ xả, đà rị, sa bà ha."** (**)

Khi Phật nói Kinh này xong, Tôn giả A Nan cùng đại chúng thảy đều hoan hỷ, tín thọ phụng hành và lui ra. ■

Chú thích: Kinh này trị được các bệnh ung nhọt hoặc bị bệnh trĩ: bất cứ bệnh nào về ung nhọt nổi lên đều có thể trị.

(*) Bản Phạn là: TADYATHA: OMÏ SARVA GRATHITA ME 'SRÌBHYAHÏ 'SRÌ 'SRÌ MAKASÏTÏI SAMÏBHAVATU SVAHA.

(**) Bản Phạn là: TADYATHA: 'SAME 'SAME SA'SAME 'SAMANÌSA JADÏI SVAHA.

Về phần thần chú, không dựa hoàn toàn vào chữ Hán, mà dựa song song với bản Phạn của Cư sĩ Nguyên Thuận.

06/07/2025 – Phật tử Nguyện Huy cẩn ghi

Các Infografik về Y khoa thường thức của nhóm Bác sĩ CN St (Đức)

SỨC KHỎE

Vì sao mỡ bụng nguy hiểm

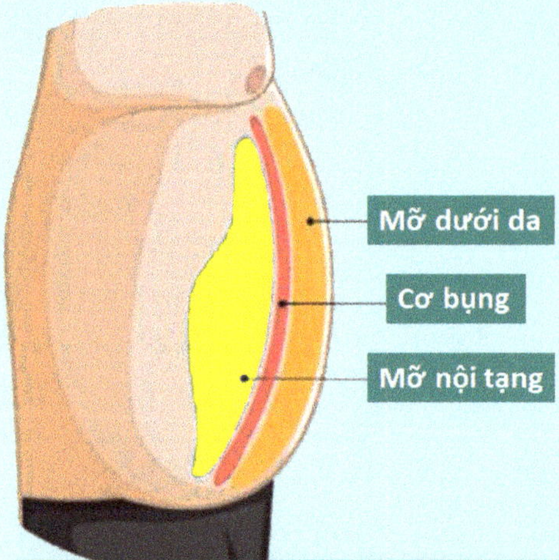

Mỡ nội tạng nằm trong khoang bụng và tích tụ xung quanh các cơ quan – đặc biệt là ở nam giới.
Nó gây ra **viêm mãn tính** và giải phóng **axit béo vào máu.**

Hậu quả: Nguy cơ mắc nhiều bệnh tăng lên, chẳng hạn như bệnh tiểu đường loại 2, bệnh tim mạch...

Nhưng không phải lúc nào cũng do lỗi của bạn cả đâu.
Mỡ bụng cũng có thể do di truyền.
Tuy nhiên, **ăn uống lành mạnh và tập thể dục** luôn có lợi.

Nguồn: Deutsche Adipositas Gesellschaft, WHO, Ingo Froböse (DSHS Köln), Till Hasenberg (Viszeralchirurg), Jayedi et al. (2020), Kullmann et al. (2020), Quarks, WDR

SHCĐ

CÔ ĐƠN

Các quan hệ xã hội rất cần cho sức khỏe chúng ta

Các mối quan hệ xã hội giúp **giảm bớt cảm giác cô đơn** và có thể kéo dài tuổi thọ của bạn.

- Điều quan trọng là chất lượng các mối quan hệ – nghĩa là mức độ mà những mối quan hệ đó làm bạn cảm thấy an vui.

- Những yếu tố như cảm giác thân tình, hỗ trợ lẫn nhau và ít mâu thuẫn đóng vai trò lớn.
- Ngược lại, những mối quan hệ hời hợt thường không đáp ứng nhu cầu tinh thần, dẫn đến việc dù có nhiều người xung quanh, bạn vẫn cảm thấy cô đơn.

Nguồn: Geukens et al. (2023), Lodder et al. (2015), Luhmann et al. (2022), Quarks, WDR

SHCĐ

Tích cốc Ngô Văn Phát

TƯỞNG NIỆM NGÀY GIỖ ĐẦU CỰU CHỦ BÚT PHÙ VÂN

(18-08.2023 – 18.08.2025)

Thắp nén hương lòng
Tưởng niệm Phù Vân
Thuận thế vô thường
Vãng sanh Tịnh Độ

Thấm thoát mà cựu Chủ bút báo Viên Giác đã giã từ thân bằng, quyến thuộc, bạn bè Văn Thi Hữu khắp nơi ra đi đã hai năm rồi!

Tôi và Nguyễn Hòa (bút hiệu Phù Vân) có duyên quen biết nhau từ trước năm 1975.

Số là trước năm 1975, tôi, Trung tá VNCH, làm Chỉ Huy Trưởng Căn Cứ Chuyển Vận Đà Nẵng, doanh trại nằm ở đầu đường Độc Lập, đối diện với Ty Quan Thuế, bên phải cách đường Lê Đình Dương là Trường Trung-Tiểu Học Sao Mai, cách Cổ Viện Chàm độ 500m.

Doanh trại rộng lớn mà chỉ có hai cây bàng, mấy cây trứng cá và mấy cây dương liễu. Mùa hè nắng gắt thiếu bóng mát. Do đó, tôi mới gửi văn thư đến Ty Thủy Lâm Quảng Nam xin cung cấp một số cây, như cây sao, cây dầu hay phượng vĩ bông đỏ từ 25 đến 30 cây để trồng vừa có bóng mát, vừa làm đẹp thành phố.

Một tuần sau, tôi nhận được văn thư phúc đáp từ Ty trả lời là đồng ý cung cấp đủ số cây tôi xin, còn hướng dẫn cách trồng và lúc nào đến chở xin thông báo trước. Cuối văn thư ký tên Nguyễn Hòa, Trưởng Ty. Tôi gọi điện thoại gặp ngay Ô. Trưởng Ty, hai người tự giới thiệu, sau nói chuyện về tình hình bất yên ở Huế, Đà Nẵng... và hẹn sẽ gặp mặt nhau khi có dịp để có thời giờ tâm sự nhiều hơn.

Rồi thời gian trôi qua, dịp không có, chỉ có ngày 30.04.1975, ngày Việt cộng miền Bắc cưỡng chiếm được miền Nam, rồi cho thi hành một cuộc đổi đời nghiệt ngã. Tiếp theo là họ bắt Quân Cán Chính đi *„học tập cải tạo"*, trong số đó có tôi và Nguyễn Hòa (bên dân chính từ Trưởng Ty trở lên) lưu đày khổ sai không án ở khắp mọi miền đất nước.

Ngày 27.02.1980, tôi được phóng thích vì bị bệnh phù thủng quá nặng. Nặng cho đến đỗi anh em trong lán đặt cho tôi cái biệt danh là *„Phát chân voi"*. Khi ra tù, không chịu được sự quản lý khắc nghiệt của công an khu vực và quận, tôi viết thư cho con trai tôi du học ở Đức từ năm 1969 bảo lãnh gia đình tôi sang Đức theo diện *„Đoàn tụ gia đình"*.

Ngày 22.03.1983, gia đình tôi rời Việt Nam sang Đức tỵ nạn. Sau khi học xong khóa tiếng Đức 800 giờ ở Norddeich. Đầu tháng 2.1984, gia đình tôi về định cư tại Laatzen vùng Hannover, thủ phủ của Tiểu Bang Niedersachsen vì con tôi đang ở Hannover. Nơi đây có một ngôi chùa mang tên VIÊN GIÁC. Ngô Ngọc Diệp, là Đệ tử của Thầy trụ trì, vừa đi làm, vừa là Hội Trưởng Hội Phật Tử Việt Nam Tỵ Nạn tại CHLBĐ, đồng thời phụ trách về Kỹ Thuật Ấn Loát báo Viên Giác.

Trong thời gian đầu chưa tìm được việc làm, thường ngày, hai vợ chồng tôi đạp xe đạp đến chùa làm công quả. Vợ tôi thì phụ bếp, còn tôi thi làm thợ đụng, có nghĩa là đụng bất cứ việc gì cũng làm.

Thầy để cho tôi một cái bàn ngồi đối diện với cô Nga trong một cái phòng độ 4x4m. Lần lần, Thầy chỉ dẫn tôi phương cách làm bản kẽm, in ấn, sắp xếp thành tập, đóng thành cuốn, xong chở báo ra bưu điện gửi. Tôi cố gắng thu thập những gì Thầy chỉ dẫn để rồi từ từ tôi thay thế Thầy để Thầy rảnh tay lo công việc Phật sự quan trọng hơn.

Trong những giờ rảnh rỗi, tôi tìm đọc những tờ báo VG cũ. Bất ngờ, tôi đọc được những bài thơ nội dung đúng với tâm trạng của người thua cuộc mất quê hương như tôi mà tác giả thì để bút hiệu có khi là Phù Vân, khi thì Tùy Anh. Tôi hỏi cô Nga ông này là ai vậy? Cô Nga cho biết ông này tên thật là Nguyễn Hòa ở Hamburg. Tôi nói ông này là người Huế, chúng tôi biết nhau trước năm 1975. Tôi xin địa chỉ của ổng và viết thơ ghi số điện thoại nhà của tôi cho ổng biết.

Hai ngày sau, tôi nhận được điện thoại của Ông Hòa, hai người mừng rỡ vì được còn sống, còn được gặp nhau sau cuộc đổi đời, và kể sơ lược cho nhau nghe về sự có mặt tại Đức. Và để tỏ ra thân mật trong cách xưng hô, tôi hỏi ông Hòa mấy tuổi? Ổng nói ổng sanh năm 1939, tôi nói tôi sanh năm 1929, tôi lớn hơn Ông 10 tuổi. Do đó, ông Hòa liền đề nghị hai người kết nghĩa Anh Em, vì hai chúng tôi cùng một hoàn cảnh như nhau lại có duyên gặp nhau lần thứ nhì ở Tây Đức mặc dù chúng tôi chưa gặp mặt nhưng đã hợp lòng. Tôi vẫn tiếp tục làm báo và viết báo, chú Phù Vân, vẫn tiếp tục gửi bài đến đăng báo.

Đến số báo 91, tháng 2.1996, chú Nguyên Trí Nguyễn Hòa, bút hiệu Phù Vân được Thầy mời làm Chủ bút; còn tôi Thị Tâm Ngô Văn Phát làm Quản Lý Toà Soạn. Hai Anh Em gặp mặt nhau và làm việc chung nhau cho đến ngày 18.08.2023, ngày Phù Vân giã từ cõi tục, còn tôi vẫn còn tiếp tục làm Quản Lý Tòa Soạn cho tới nay.

Phù Vân và Diệu Thiện, hai vợ chồng lúc nào cũng mến thương hai vợ chồng tôi. Khi có dịp về Hannover thế nào cũng ghé thăm chúng tôi, nhứt là khi vợ tôi đau nằm một chỗ.

Một hôm, trong dịp lễ Phật Đản, Diệu Thiện và Phù Vân về chùa dự Lễ, tôi thấy Phù Vân không được khỏe vì mới xuất viện, tôi khuyên Phù Vân nên giữ gìn sức khỏe, hãy tìm người thay thế Chủ bút để có thời giờ nghỉ ngơi.

Nhân dịp này, tôi có tâm sự với hai vợ chồng Phù Vân là ngày 14.12.2017, Hòa Thượng Phương Trượng chùa Viên Giác qua chùa Khánh Anh, tôi có kính nhờ Thầy trình với TT. Thích Quảng Đạo giữ hai chỗ để hai Hũ Tro Cốt vợ chồng tôi trong Tháp Địa Tạng. Nếu hai vợ chồng Phù Vân muốn nằm gần chúng tôi thì trình ngay với TT. Quảng Đạo giữ chỗ. Diệu Thiện và Phù Vân khi về Hamburg đã làm theo lời tôi nói. Do đó khi Phù Vân tạ thế Hũ Tro Cốt đã được đưa qua chùa Khánh Anh để an nghỉ, nghe kinh kệ trong Tháp Địa Tạng.

Còn tôi và cô Diệu Thiện (Phương Quỳnh) thì sao? Thì hai chúng tôi, kẻ trước người sau, sau khi chết rồi hai Hũ Tro Cốt cũng sẽ được đưa về chùa Khánh Anh, bốn Anh Em chúng tôi sẽ nằm gần nhau trong Tháp Địa Tạng.

Một nhân duyên kỳ diệu là hai gia đình chúng tôi, một ở Nam, một ở Trung, khi sống thì làm việc gần nhau, khi chết cũng cùng nhau nằm chung một ngăn hộc!!!

Lời cuối

Tôi rất đau buồn là khi chú em Phù Vân giã từ cõi tạm, cũng như ngày tiểu tường năm rồi, tôi không có mặt để cầu nguyện và tiễn đưa được vì sức khỏe của tôi quá yếu sau bốn lần vào bệnh viện vì bệnh tim. ■

Laatzen ngày 24.06.2025

Hương Cau

Cơn gió thoảng

Hôm rồi chị Phương Quỳnh dịu dàng bảo tôi: „Tháng Tám này là anh Phù Vân mất hai năm rồi đó em". Chị nói nhẹ nhàng mà vẫn làm tôi thảng thốt: „Anh đi hai năm rồi sao?"

Bên ngoài cứ Xuân Hạ Thu Đông thanh thản đến rồi đi mà mình mãi sống lơ mơ như chuyện vừa mới hôm qua, không buồn ý thức thời gian lặng lẽ cứ trôi qua khung cửa. Độ này tôi để ý thấy mình sống rất chậm, không tính toán chuyện tương lai xa vời tháng sau, năm sau nữa, vui từng ngày hôm nay làm được việc gì mình thích, dù nhỏ cỏn con cũng thấy hài lòng, xong một ngày bình an.

Từ trái: Bhante Olane Nalanda, HT Minh Giác, HT Tánh Thiệt, HT Như Điển, Ni Sư Diệu Trạm, HT Thông Trí, Phương Quỳnh và Phù Vân. Ảnh chụp trước nhà Phù Vân 2023.

Hai năm rồi mà ngỡ như anh vẫn còn hiện diện đâu đây. Cũng có những phút giây bất chợt trong những ngày quanh quẩn trong căn hộ êm ấm của mình, nhìn những vạt nắng giăng mắc trên vòm cây tôi tự dưng nhớ đến anh Phù Vân. Gương mặt anh thanh thản, nói năng chậm rãi từ tốn với nụ cười hiền ơi là hiền. Tôi hay tự hỏi „Người như anh Phù Vân chắc khi giận cũng chẳng bao giờ la lối, phùng mang trợn mắt đâu nhỉ?" Do đó nên lúc sống anh được bao nhiêu là người trân trọng, thương mến và nay anh mất hai năm rồi, vẫn làm cho bao người ở lại thương tiếc khôn nguôi.

Người nằm xuống đã yên giấc ngàn thu, chỉ tội cho người ở lại. Tôi để ý, vợ chồng càng già càng hay khắc khẩu vì có thể lúc đó chúng ta đã bớt đi sự trân trọng nâng niu như những năm đầu chung sống, bây giờ thì ý nghĩ mới thoáng qua một cái là vội vàng chuyển thành lời tuôn ra cửa miệng liền, không cần phải cân nhắc như trước đây nữa. Như vậy không có nghĩa là bất cần vì dù gì sau gần bốn chục năm chung sống, hai vợ chồng đã hiểu nhau đến tận chân tơ kẽ tóc. Cả hai đều biết đi đâu cũng không bằng về nhà với ông chồng hay bà vợ khó chịu của mình, tuy đôi khi „tai quái" nhưng khi trái gió trở trời thì mới nhận ra đó chính là người duy nhất chịu đựng nổi cái cái trái tính trái nết của mình sau cả quãng đường hôn nhân gập ghềnh, sóng gió.

Nghĩ vậy nên tôi thấy rất thương chị Phương Quỳnh, tôi hay thầm nghĩ, chắc chị ấy đang sống hiu quạnh lắm vì còn anh đâu để chị chăm chút từng bữa cơm nóng sốt, nhắc nhở thuốc thang hay khuyên bảo anh dừng tay nghỉ ngơi sau nhiều giờ miệt mài làm báo... Nhưng có lẽ nhờ chị thấm nhuần Phật Pháp nên sau ngày anh mất, mỗi lần nói chuyện với chị, tôi lại thấy như được lan truyền cho sự thanh thản, không một lời buồn thương tiếc nuối, chị chấp nhận mọi trình tự vô thường sinh lão bịnh tử của cuộc sống dù trước đây anh chị đã có những tháng năm vô cùng hạnh phúc.

Chị hay kêu tôi ghé chị chơi nhưng bản thân tôi lại đang lu bu theo thằng cháu ngoại, tưởng trông nó vài năm cho mẹ nó đi Mỹ về rồi trao lại nhưng thằng bé nó đeo bà quá, khó mà dứt ra được. Chắc tôi còn nợ, một món nợ „tiền kiếp" do mình đã hân hoan đảm nhận bế thằng cháu đỏ hỏn từ nhà thương về đến nay. Tuy con cái lấy vợ lấy chồng hết rồi mà vẫn chưa được thong dong đó đây như bạn bè cùng trang lứa. Cái hẹn với chị Phương Quỳnh đành phải dời dù trong tận thâm tâm tôi cũng rất nhớ chị.

Với tôi, thăm chị Phương Quỳnh cũng chính là thăm anh Phù Vân, anh với chị tuy hai mà một. Trong tôi, anh chỉ đi đâu xa vài ba bữa. Gặp chị, nghe chị kể chuyện, tôi nhận ra trong lời nói của chị đều phảng phất tư tưởng của anh, cách cười từ tốn, cách hành xử bao dung... tất cả đều có nét tương đồng, tướng phu thê rờ rỡ nên anh chị mới có những năm tháng vô cùng hạnh phúc như vậy.

Chị hay kể cho tôi nghe về căn hộ mới của chị, một chốn khang trang, tĩnh lặng. Buổi sáng ngồi uống trà, nắng vàng óng ả tràn vào tận căn bếp yên ắng. Chị cười nói thêm: „Phật độ cho chị đó em, nên cuối đời mới có được chỗ sống thoáng đãng như vầy". Nghe vậy, tôi thầm nghĩ "Anh chị lúc trước sống đối đãi với thế nhân vô cùng tình nghĩa nên nay chư thiên phù trợ cho một nơi chốn bình an, thân tâm an lạc là vậy. Tất cả là phước duyên, gieo nhân lành ắt được quả ngọt“.

Năm 2020 đã mua vé, đặt khách sạn để làm một chuyến ngao du từ Nam lên Bắc nhưng Covid bùng phát không đi đâu được. Còn năm nay thì phải chuẩn bị cho thằng cháu vào trường tối cả mặt mũi, lại phải khất chị Phương Quỳnh lần nữa. Tiếc quá, hai tháng trước qua Paris lên Khánh Anh thắp nhang cho mẹ mà quên hỏi ngăn để tro cốt của anh chỗ nào để vào chào anh một tiếng. Nhưng không sao, Đức-Pháp gần xịt, xe lửa TGV của Pháp đi một vèo là tới liền, lần sau sẽ viếng anh luôn.

Viết cho anh cũng là viết cho chị, cô em thất hứa Hương Cau này thương chúc chị Phương Quỳnh cuộc sống mãi bình lặng êm đềm... ■

Huỳnh Ngọc Nga

KÍNH THƯA ĐẠO HỮU

(Nhớ về Cựu Chủ Bút Phù Vân)

Vân huynh ơi,

Mau quá, thấm thoát mà đã tròn hai năm kể từ ngày anh Phù Vân thực sự làm mây bay về với Phật. Thời gian cũng bay và ký ức con người cũng lững lờ phôi pha quên quên, nhớ nhớ, nhất là với những người mà tuổi thất thập. Em không biết ai còn nhớ, ai đã quên ông cựu Chủ bút Viên Giác của những ngày tháng cũ nhưng em tin chắc ít nhất có hai người vẫn vọng tưởng đến “ông ta”, đó là chị nhà và em.

Chị nhớ anh thì đã đành rồi, nhớ vì chị là vợ anh và cũng nhớ vì giận anh sao dám can đảm bỏ chị mà đi trước, sao đành để chị làm rau răm ở lại giữa chợ đời ngọt ít, đắng cay nhiều. Nhớ cho đến nỗi còn mấy tháng nữa mới đến ngày giỗ thứ hai của anh, chị đã kêu em dặn chừng chừng “nhớ viết bài cho anh nghen Ngỗng”. Anh đang cười đó phải không, Vân huynh. Chắc anh đang nhớ cái tật nộp bài chậm hay tật làm biếng viết của em khi anh còn làm Chủ bút Viên Giác phải không? Và anh có hiểu tại sao chị lại nhắm em mà nhắc bài hay không? Vì chị biết em thương kính, quý mến anh như em đã thường nói với chị, như những gì em thể hiện sau ngày anh rời cõi tạm ra đi. Chị đâu biết rằng dù chị không nhắc nhở thì em, cô em vốn làm biếng viết từ ngày lên chức bà ngoại, cũng sẽ ráng bỏ cơm nước, thức thâu đêm mà viết cho anh, không hẳn vì chị nhắc nhở mà để tự nhắc em không được quyền quên người anh đỡ đầu tốt bụng đã cho em có được chỗ đứng ấm áp trên tờ báo "già" nhất hải ngoại VN, tờ báo được mọi người yêu mến không những tại nước Đức cưu mang nó mà còn hãnh diện nổi tiếng gần khắp châu Âu nói riêng và thế giới nói chung vì tính đa dạng trong các cộng đồng người Việt.

Anh đã xa rồi hai năm nay, khói sương lan tỏa nhạt nhòa ngày tháng cũ nhưng tờ báo Viên Giác vẫn còn, Phương trượng Thích Như Điển vẫn dõi theo thăng trầm của tờ báo mà người đã bỏ công sức sáng lập từ hơn 47 năm qua. Nghe con số mà hãnh diện quá phải không anh? Hãnh diện vì trong thời gian đó có bàn tay anh đóng góp hơn nửa đoạn đường dài bên cạnh sự hỗ trợ của chị, có em và bao văn thi hữu thân quen chung sức vun xới cho hoa màu tờ báo ngày càng tươi sắc thắm. Và gần sáu, bảy năm nay Đặc San Văn Hóa Phật Giáo của Viên Giác ra đời mỗi năm một số như khẳng định sự vững vàng hơn con đường tiến triển của tờ báo thân thương. Tân Chủ bút Văn Công Tuấn cũng chứng tỏ khả năng lèo lái văn đàn chữ nghĩa, xứng đáng được sự tín nhiệm trao tay của anh khi tìm người tiếp nối.

Chỉ có em, người hay làm anh chờ trong những lần đợi bài hết hạn gởi bài và chị luôn là trung gian để nhắc nhở em. Vậy mà những năm cuối anh còn đương nhiệm, em vẫn thưa thớt có mặt trên diễn đàn Viên Giác. Anh không trách, chị không hờn và em cứ để cho con sông lười biếng cuốn trôi qua bao số báo, có khi cả năm dài tưởng chừng như em tự xóa nghiệp cầm bút của mình. Đổ lỗi cho tuổi tác kéo theo sự biếng nhác cũng chưa hẳn đúng anh à, nguyên nhân chính vì em vướng phải bịnh nghiện thời đại, bịnh lên mạng internet và say "phây" ấy mà. Một bà nội trợ bị bếp núc trói chân cột cẳng trong nhà vì bổn phận thì hỏi làm sao em không hân hoan bay bổng khắp nơi, gặp bạn bè gần xa, thân sơ tứ phương họp mặt, dù chỉ họp ảo qua khung hình nhỏ của máy điện thoại cầm tay. Và tai hại nhất là em quên viết bài, quên đam mê cố hữu của mình từ mấy chục năm nay. Em chạy theo tình mới internet mà quay lưng với bàn phím tình xưa viết bài, em mất hút tên mình trong báo Viên Giác, mất cả liên lạc cùng anh chị. Nhưng báo vẫn đến với em đều đặn mỗi số. Mỗi lần nhận báo em thấy tự xấu hổ, bụng thì muốn viết thư về tòa soạn nhắn đừng gửi báo nữa cho em nhưng dạ lại nghe vấn vương thân tình chữ nghĩa cùng trang báo. Và cứ như vậy em lặng thinh, thỉnh thoảng lắm có dịp trọng đại của chùa, của Thầy em mới choàng tỉnh cơn mê "phây" mà gửi bài đóng góp cho chủ đề đang khai diễn, như ngày Thầy để di chúc vật thể, của cải lại cho chùa hay ngày Thầy được chính phủ Đức trao bằng tưởng thưởng công lao đóng góp vào văn hóa cộng đồng chung của nước Đức nầy. Những dịp đó em đóng internet, thức đêm, thức khuya mà cắm cúi viết, để tạ ơn Thầy trước và sau như nhắc anh chị rằng em vẫn còn đây. Cứ như vậy mà em khi ẩn, khi hiện, như một du khách vãng lai, ghé khi nhớ, lặn khi lười chứ không phải là một "người nhà" của tờ báo nữa, và em vẫn tiếp tục nhận báo đều mỗi định kỳ xuất bản, nhận với cái tâm nằng nặng chữ nợ nần, nợ vợ chồng ông anh bà chị chủ bút tử tế, nợ Thầy Như Điển hữu tâm và nợ độc giả thương yêu của báo Viên Giác nữa. Nhưng nợ thì nợ, chẳng ai đòi và em cứ… tiếp tục tự ghi sổ nợ.

Cho đến ngày tin dữ truyền sang, anh mất, mất trong khi trước đó vài khoảnh khắc ngắn vẫn tiếp tục cùng cộng sự viên Văn Công Tuấn bàn bạc chuyện bài vở để ra sách, báo số kế tiếp. Em nghe mà choáng váng, hoảng loạn, muốn khóc mà nước mắt không tuôn, tất cả như bị đông cứng bởi sự kiện quá bất ngờ. Em nhớ cách đấy vài tuần trước anh đã điện thoại bảo em nếu không có bài mới cứ chọn vài bài cũ đắc ý gởi cho anh để anh chọn đưa vào Đặc san Viên Giác số mới năm nay. Ôi, ông anh tử tế, thiện lành, tốt bụng của em, dùng bao nhiêu từ ngữ tốt để nói về anh cũng không đủ để em cảm ơn sự khích lệ của một ông chủ bút dành cho một cộng sự viên của mình vì em tự biết mình không là gì hết, chỉ là một bà bếp, một nội trợ tầm thường đam mê viết lách để đừng quên chữ Việt và anh đã tận tình giúp đỡ cho bà bếp đó có được một góc nhỏ thường trực trên trang báo từ hơn hai mươi năm qua để bà ta có thêm niềm tin chữ nghĩa mà vui đời tha hương viễn xứ. Độc giả báo Viên Giác chắc chắn khó ai quên được anh, người lèo lái tờ báo, thay thầy Như Điển đem tiếng Việt bay bổng giữa trời phương Tây, người đã tạo chỗ đứng cho bao người yêu văn chương Việt có đất gieo mầm tâm tư những gì còn lại sau ngày rời quê hương vì vận nước.

Em ở Ý, Ý-Đức không xa trên bản đồ địa lý là bao nhưng xa với em, một người chỉ biết ru rú lo chuyện nội trợ, chồng con ở nhà. Em ít đi đây đi đó như đa số bạn bè nhưng những lần anh mời gọi tụ họp văn hữu thì em vẫn cố gắng đôi lần có mặt, không nhiều lắm nhưng đủ để có dịp quen biết, vui cười đùa giỡn với chị em các cây bút nữ Viên Giác, những cuộc gặp gỡ khó quên thân tình bằng hữu chi giao. Ngày vui có mặt, chẳng lẽ ngày buồn tiễn anh em lại không đi. Và em đã vội vã thu xếp việc nhà để cấp tốc đến đúng ngày đưa anh về cõi vô cùng. Nghĩa tử là nghĩa tận mà, ông bà xưa vẫn thường hay nói thế phải không anh?

Chị đón em trong võ vàng tiều tụy, em được cùng vợ chồng anh Táo ở chung nhà với chị trong những ngày chờ tang lễ anh, nhờ vậy em mới nghe biết được sức làm việc không ngừng nghỉ của anh cho báo Viên Giác, ngay cả những khi anh bịnh nặng phải ra vào bịnh viện như nước lớn, nước ròng.

Ngày tiễn biệt anh, thầy Như Điển chủ trì với sự góp mặt của bao người thân gia đình anh và văn thi hữu gần xa. Những bài điếu văn, những lời thương tiếc như gió thổi nhẹ nhàng đưa anh về cõi vĩnh hằng. Em nhìn di ảnh anh, thấy hình như mắt anh đang long lanh cười nụ, em tin anh thanh thoát đi không luyến tiếc, ngay cả luyến tiếc những gì gắn bó nhất với anh suốt trọn cuộc đời qua, vì anh là Vô Ngã Tướng, là Phù Vân, là con nhà Phật mà. Bi, Trí, Dũng trong anh đã chịu đựng được bao cơn bão táp của cuộc đời khi xác thân tạm giả còn thì đây là lúc anh hiểu thâm thúy hơn về nghĩa chữ Vô Thường để không vương vấn gì chuyện thế gian. Đây là giờ phút buông bỏ và buông bỏ theo thuyết nhà Phật không có nghĩa là quay đi mà là ý thức được sự không vướng chấp, anh đã đến đây và sống hết lòng thì phút ra đi cũng như mây trời bay thong dong tự tại.

Và chị, người bạn đời yêu thương nhất của anh với những bài thơ anh dành cho chị, em tin lúc đó dù chị có đau nhưng không khổ. Đau vì chim đàn gãy cánh, kẻ ở biệt người đi. Nhưng chị cũng là đệ tử Phật, chị hiểu không nên bơi ngược dòng chảy của kiếp sống con người mà phải hòa nhập chấp nhận vào tuần tự Sinh, Lão, Bịnh, Tử để thuận ý trời. Chị không quên anh, bằng chứng là chị đã thường xuyên nhắc em viết về anh trong mỗi lần giỗ kỵ nhưng trong niềm nhớ đó là sự kiên cường mạnh mẽ một mình đứng lên, quay lưng đoạn dứt phiền não như lời Phật dạy. Anh vẫn sống trong tâm hồn chị nhưng khiến chị sống tích cực chứ không ủ rũ ưu sầu.

***

Nhớ về anh, em lùi lại thời gian của hơn hai mươi mấy năm xưa, khi lần đầu tiên em được Trương văn Dân giới thiệu anh cho em gởi bài về Viên Giác. Ngày đó em cứ nghĩ báo Viên Giác là báo của nhà chùa, nên khởi đầu thư ngỏ em thưa gọn gàng "Kính thưa đạo hữu", và anh thì bình thường đáp trả em bằng "Thưa văn hữu". Bài vở qua lại, cứ "đạo hữu", "văn hữu" được mấy lần, cho đến khi em gởi bài *Hai Màu Hoa* thì thư trả lời của anh cho em biết đã nhận bài và sẽ cho bài lên trang số báo tới nhưng phần cuối thư anh lại thêm vài hàng mà em còn nhớ đại khái anh nói anh bao nhiêu tuổi, đã có gia đình, (có nghĩa anh không là một nhà sư) và bảo em cứ theo tuổi của em mà xưng hô theo đời thường chứ đừng kêu anh là "đạo hữu" nữa. Em đọc xong cười quá chừng và dù chưa gặp gỡ nhưng em đoán ra rằng em có một ông chủ bút rất thiệt thà, thẳng thắn, Và từ đó đến nay "Vân huynh", "Nga muội" đã ra đời trên những trang thư qua lại gửi đáp bài vở và dĩ nhiên em cũng có thêm "Phương Quỳnh đại tỷ" thân thương.

Chút kỷ niệm vui nhắc lại để ngày giỗ anh không là ngày bi thương theo tinh thần nhà Phật - khi mọi thứ đều đi về hư không. Hôm nay trong hư không đó với cái tâm thoáng đạt, em ghi lại đây thay nén tâm hương hoài vọng một áng *Phù Vân*, và cuối bài, như hôm nào em xin được *"Kính chào Đạo hữu"*. ■

Torino. ITALIA – 29.06.2025

Nguồn hình minh họa: Internet

Nguyên Hạnh HTD

NHƯ CÓ HUẾ ... đâu đây!

Nhân dịp qua Houston dự Đại hội Phượng Vỹ, một chị bạn đã rủ tôi về Florida chơi cho biết.

Nghe đến Florida tôi đã hình dung ra một miền nắng ấm, cây cỏ xanh tươi và sóng biển rì rào như mời gọi khách phương xa. Mà thật vậy, con đường từ phi trường về nhà chị đã quá quyến rũ du khách bởi những hàng cây, những thảm cỏ xanh um, trải dài ra tận chân trời.

Bước xuống nhà chị, tôi bàng hoàng vì phong cảnh quá đẹp, trước nhà là một bãi cỏ mượt như nhung với những hàng cây cọ cao thẳng tắp, đẹp như trong tranh vẽ làm tôi cứ đứng ngẩn ngơ như người từ trên thượng du về.

Đứng trước cổng nhà, tôi đã reo lên:

- A! bông cẩn Huế đây! Thanh thanh năm cánh mỏng uốn cong về phía sau làm bông hoa như cái lồng đèn tròn nhỏ, ôm lấy dây nhụy vươn dài có những hạt phấn nhỏ li ti màu vàng; khác với bông cẩn tây, hoa lớn hơn, dày, nhiều cánh xoắn xít lấy nhau, tràn sức sống mà thiếu nét mềm mại, ẻo lả... rất Huế.

Lại nhớ Huế rồi!

Nhìn lên cao tôi lại reo lên:

- Trời! Cây bàng! Cây bàng cổ thụ, nhiều cành trên cao. Trong đám lá xanh to lát đát những lá bàng màu vàng đỏ vẫn tràn sức sống và đẹp lạ lùng, nhắc nhở dãy bàng trên đường Gia Hội thuở nào. Mỗi ngày đi học cùng lũ bạn dừng lại tìm kiếm những quả bàng rụng có màu vàng thơm thơm rồi tìm cục đá đập bể lớp vỏ cứng để chia nhau cái phần trắng bùi bùi, tan nhẹ vào lưỡi. Mân mê lá bàng màu đỏ trong tay, xao xuyến cả một trời Huế thanh bình xa xưa:

Tôi lâng lâng trong cảm giác nhớ về êm đềm dưới bóng mát cây bàng thân quen có lá đỏ nhuộm ánh sáng mặt trời, bên cạnh cả rừng lá màu xanh xòe to che rợp một vùng, đứng bên dưới tàng lá bàng mát rượi... tưởng như đang rất gần quê hương bên kia bờ đại dương.

Ôi chao ôi! Bên góc vườn còn có cây phượng vỹ nữa. Dưới bóng cây phượng vỹ thấp lát đát hoa đỏ, nhặt cánh phượng vò nát trong tay mùi thơm ngai ngái gợi nhớ cũng đủ làm nỗi nhớ òa về như những trưa hè, tà áo trắng học trò bỗng nhuộm hồng khi vòng xe đạp ngang qua đường Nguyễn Hoàng rợp ánh phượng, tôi cứ tần ngần nhìn lên những hoa đỏ bên ngàn lá xanh rưng rức, chân không muốn rời.

Bước vào giữa sân lại thấy một bụi hoa trang. Loại hoa này đơm cánh quanh năm: màu hồng đỏ, màu trắng hay vàng cam, hoa nhỏ li ti kề sát bên nhau, thân mật, khắng khít thành một đóa trang to xòe rộng đầy bàn tay. Hoa trang thường được chọn cho lọ hoa trên bàn thờ, hoa không hương nhưng dễ trồng, ít chăm sóc, nhanh chóng làm thành một bụi tốt tươi hoa bốn mùa khoe sắc.

Tôi thẫn thờ, hết nhìn ngắm cây này đến cây khác, như hiểu ý, chị bạn nắm tay tôi dẫn đi, vừa cười vừa nói:

- Đến đây chị chỉ cho xem cây me có trái chín đàng hoàng.

Ngắm nhìn cây me cao lưng lửng, trái màu nâu thẫm, trên cành vẫn còn lốm đốm hoa vàng nhỏ xíu. Như thói quen ngày nhỏ, tôi cúi tìm trái rụng dưới gốc. Trái me chín nhỏ xíu không biết rụng từ hồi nào, nằm giấu mình trên cỏ cũng làm tôi mừng quýnh. Chưa nếm mùi me "rốp" mà nghe như có vị chua chua ngòn ngọt ở đầu lưỡi.

Lần ra sau vườn là cả một rừng tre thân thon dài san sát làm thành một màn tre xanh mát ngút tầm mắt. Rồi một mùi thơm ngào ngạt gần như ngộp thở. Cả vùng ổi chín vàng, trái không lớn, đơm đầy cây và thơm vô cùng. Loại ổi có ruột màu đỏ, như loại ổi lòn ở Huế, từng mời mọc đám học trò nhỏ chúng tôi ngày xưa. Và càng ngạc nhiên đi ngang qua một rừng trái đào của Huế (ngoài Bắc kêu là trái roi, trong Nam là trái mận), ở đây trái nhỏ mà dù có chín cũng chỉ xanh ươm ươm hồng, giống hệt trái đào ở Huế, chưa nếm thử nên chưa biết mùi vị ra sao?

Sau rừng đào là rừng xoài trái nhỏ xanh xanh, hạt lớn nhưng rất thơm, người ta gọi là xoài cơm. Toàn cả loại cây trái nhiệt đới, gợi nhớ một trời quê hương trên xứ người vời vợi.

Nhìn những quả xoài lủng lẳng trên cây mà cứ muốn đứng nhìn ngắm mãi, ai ngờ bên cạnh còn có những quả bằng quân màu đỏ sậm, chín cây cũng hấp dẫn không kém cho khẩu vị trẻ con. Lắm lúc môi trở thành màu tím đỏ, áo quần đầy vết nâu thâm không làm sao giặt sạch được. Màu nâu đỏ của trái ví như nước da hồng hào mạnh khỏe của những thiếu nữ mặn mà duyên dáng: nước da bằng quân. Thân cây bằng quân đầy gai nhọn là rào cản cho sự leo trèo nghịch ngợm của tuổi nhỏ chúng tôi.

Ngoài ra, trên những đoạn đường san sát loại cây lớn như cây phượng bên nhà mà hoa lại tím ngắt vẽ thành đường phượng tím thơ mộng vô cùng. Nhìn kỹ lá và hoa khác hẳn hoa phượng. Lá và hoa đều lớn hơn lá, hoa phượng vỹ. Nhìn xa xa cây cao lớn, đến gần lá hoàn toàn không giống lá phượng. Hoa lại càng khác hơn: hoa có hình ống, đầu hoa không xòe như hoa loa kèn, nằm thành chùm san sát như cả bó hoa kết lại. Đặc biệt hoa nở hàng loạt, nhiều và khoe sắc tím rợp trời khi nở rộ, cho ta hình ảnh mùa phượng đơm bông ở quê hương, có lẽ vì vậy mà có tên là "phượng tím" chăng?

Nhìn từ con đường lên cao dần với hàng cây hai bên trên đầu là màu tím bạt ngàn, vẽ một đường tím tiếp giáp với mây trời lãng đãng sắc trắng, đẹp hơn tranh vẽ.

Tôi tìm vào khu vườn cây nhiệt đới mà hàng cây hai bên dẫn vào là hai dãy cây phượng thấp, hoa vàng phơn phớt đỏ, hoa nhỏ mọc lưa thưa mà những buổi lễ cúng ở Huế không bao giờ thiếu vắng bình hoa này. Ở quê nhà tôi hay gọi đó là hoa phượng cúng.

Tiến sâu vào trong, toàn kỳ hoa dị thảo. Một cây khế chi chít xen lẫn quả xanh, quả vàng nghiêng nghiêng bên hồ nước lơ thơ hoa súng màu tím xanh. Lại còn có một cây thầu đâu (sầu đông) hoa tim tím pha trắng, lá hình răng cưa mềm mại rung rinh theo gió. Thật tình Huế quá! lá thầu đâu nhỏ mềm chỉ có mỗi công dụng là giúp cô hàng ủ cho những trái xoài luôn luôn tươi với vỏ ngoài mịn màng ươm vàng ngào ngạt hương. Trái thầu đâu màu xanh, nhỏ và màu vàng lúc chín trên cây. Tôi bỗng xa vời vợi nhớ hàng cây thầu đâu san sát dẫn vào lối sau vườn nhà bà ngoại tôi ở Lương Quán, Huế.

Cả một trời cây trái của Huế như rõ ràng trước mắt. Cái gì thuộc quê Huế cũng gợi nhớ cho tất cả người Huế đi xa, có chủ quan nhưng không biết làm sao? Khi mọi xúc cảm là tiếng nói từ con tim tràn ngập tình Huế. Huế mình cho dù những khó khăn của khí hậu, đất đai, nắng mưa đều quá độ nhưng người Huế vẫn thấy đó là nét đặc thù làm nên tình nghĩa quê hương không tìm thấy nơi đâu và thừa sức quyến rủ để mãi mãi trọn vẹn trong tim những kẻ xa quê.

Bụi thời gian đã phủ đầy mái tóc, chân bước lạc loài đẩy đưa xa quê hơn nửa vòng trái đất, nhưng Huế vẫn còn trong lòng người xa Huế.

Huế cho đến bây giờ vẫn là một đề tài muôn thuở, cho văn học. Dù bây giờ Huế đã ra khỏi tầm mắt, xa cách nghìn trùng.

Xúc động, tôi nghe văng vẳng như có giọng ai vang nhẹ bên tai:

"Ai về Bến Ngự cho ta nhắn cùng
Nhớ chăng non nước Hương bình.
Có những ngày xanh lưu luyến bao tình…"
(Nhạc của Dương Thiệu Tước).
"Huế mình cũng có... ở đây!!!" ■

Trần Thị Nhật Hưng

NHƯ LỜI ĐIẾU VĂN CHO ANH

(Tưởng nhớ anh Trần Hữu Lễ)

Nhớ có hôm rảnh rỗi, vớ vẩn tôi đã hỏi anh Lễ (chồng tôi):

- Sau này trăm tuổi, anh Lễ ước mơ được như thế nào?

- Về già, anh mong được về Yên Bái và được gởi thân trên một ngọn đồi.

Tôi cười:

- Sao khôn quá vậy... chàng, lúc trẻ theo em ra nước ngoài sống đầy đủ vật chất. Lúc già cả chân yếu tay run về quấy rầy con cháu bắt chúng hầu, ai mà gánh?

Thấy anh lặng thinh, tôi mới nói thêm:

- Thôi, an phận ở Thụy Sĩ đi. Một trăm năm trước không có mình, một trăm năm sau cũng không có mình. Thân này giả tạm, chết thì thiêu rồi rải tro ra biển, thế là xong. Cuộc đời này đau khổ, có gì hay để gởi thân lại nó chứ.

Anh vẫn làm thinh, không giải thích gì, nhưng tôi biết theo quan niệm ấp ủ lâu năm của anh, anh muốn giữ thân thể nguyên vẹn để nếu chôn, thân xác gởi tại quê nhà, trúng long mạch cho con cháu có cơ hội ngoi đầu lên.

Yên Bái là nơi - sau 1954 - gia đình anh vốn địa chủ thêm do anh di cư vào Nam nên bị cộng sản ghép tội phản động từ Thái Bình đày tuốt đến vùng sâu và xa nơi rừng thiêng nước độc, một loại như tù chung thân, nơi đêm đêm chỉ có tiếng ếch nhái ễnh ương nỉ non hay khỉ ho, cò gáy. Nơi ấy chỉ có đồng bào thiểu số sinh sống.

Anh ra đi, để lại người vợ trẻ và một đứa con thơ vừa mới sinh được 5 tháng. Cuộc hôn nhân phong kiến khi anh mới 16 tuổi ghép với một phụ nữ 19 tuổi. Cả hai đều bị đặt để theo truyền thống "cha mẹ đặt đâu con ngồi đấy" không ai có quyền làm chủ chính mình, kể cả đẩy anh ra đi với nhiệm vụ chăm sóc cha già di cư vào Nam. Từ đấy cho tới bây giờ, có lẽ là số phận, vợ con anh vẫn đợi chờ ở Yên Bái lây lất qua ngày với những công việc hái chè, sao chè, đồng áng và những công việc không tên.

Số phận anh cũng chẳng hơn gì, một cậu bé 17 tuổi vào Nam, nơi đất lạ quê người, anh bươn chải kiếm sống, xin được một việc gõ đầu trẻ tại một trường tiểu học để tự nuôi thân và nuôi bố. Anh không có thì giờ đến trường để đi học như bao trẻ cùng trang lứa, chỉ mon men thăm hỏi bài vở của bạn bè rồi tự học, thế mà anh dễ dàng vượt qua được hai bằng Tú Tài phần một rồi phần hai, dần dần từng bước leo lên dạy trung học rồi sau làm Hiệu Trưởng ngay ngôi trường đó.

Chiến tranh khốc liệt ngày càng gia tăng đẩy anh vào lính. Trong quân đội anh được đề cử làm Quận Trưởng và sau là Tỉnh Đoàn Trưởng tỉnh đoàn Cán Bộ Phát Triển Nông Thôn tại một tỉnh lỵ miền Trung.

Nước nhà nghiêng ngửa, gia đình ly tán, anh cảm nhận trách vụ của một thanh niên mang hoài bão dựng lại cơ đồ, mong đưa đất nước thanh bình, tự do, độc lập, dân chủ, không những cứu gia đình, gia tộc mà còn cứu cả dân tộc thoát ách cộng sản phi nhân với ý thức hệ ngoại lai. Tiếc là một con én không làm nổi mùa Xuân, lại thêm vận nước tối tăm, anh ngậm ngùi nhìn quê hương lầm than. Anh phải vào tù, chôn theo bao mộng đẹp, ước mơ anh hằng ấp ủ.

Tôi đến với anh, dù tuổi tác chênh lệch những 15 tuổi, có lẽ do nhân duyên nợ nần anh từ bao kiếp trước để kiếp này chia sẻ cùng anh những vui, buồn gian khổ trong cuộc sống. Tôi đến với anh, không vì danh lợi dù anh có chức vụ quan trọng, vì nếu như thế, khi anh ngã ngựa sa cơ thất thế, tôi đã bỏ anh, để chạy theo "người tình" đang sẵn sàng sưởi ấm tim tôi giữa bao sương gió phũ phàng do hoàn cảnh gia đình anh mang lại (kết hôn với anh, tôi không hề biết anh đã có một đời vợ và có một người con trai ngoài Bắc). Mà tôi "*thương anh không hẳn vì tình thương, không phải vì sang giàu* (anh vốn chẳng sang mà cũng chẳng giàu) *mà vì cùng chung chí hướng*". [1]

Vâng, đúng vậy. Vốn là một chiến sĩ Việt Nam Cộng Hòa có lý tưởng, anh trôi nổi với những hoài bão vượt trên mọi vật chất tầm thường chỉ để phụng sự nhân sinh, xã hội, dân tộc theo khả năng mình hơn là đeo đuổi vật chất để phục vụ đời sống bản thân khi anh có cơ hội làm giàu trên những chức vụ anh có. Hàng ngàn chiếc xe đạp Phượng Hoàng, hàng ngàn chiếc máy ảnh, chăn mền, tôn, xi măng v.v… do Hoa Kỳ viện trợ để xây dựng nông thôn nhưng anh không hề giữ riêng cho mình một món gì, dù lớn hay nhỏ. Hoặc anh chỉ cần nhận lương cán bộ ma cũng đủ giúp anh giàu nứt đá đổ vách. Anh rất thanh liêm trong sạch, còn là một

1 *Lời nhạc phẩm: Quen nhau trên đường về. Nhạc sĩ Thăng Long*

công dân gương mẫu hiền lành không cờ bạc, rượu chè, trai gái, hút sách. Một điếu thuốc cũng không, một ngụm bia cũng chưa uống đừng nói chi là rượu, thậm chí cà phê cũng không. Quần áo anh, ngoài duy nhất hai bộ "si-vin", còn thì chỉ ba bộ bà ba đen thay qua đổi lại. Chính điều này làm tôi ngưỡng mộ, kính trọng anh và càng phục anh hơn, khi tôi thấy anh nuôi chí vươn lên. Bên cạnh công việc của một vị chỉ huy, anh nhờ bạn lấy tài liệu Luật khoa ở Sài Gòn gởi về để anh tự học. Anh mong sau này khi giải ngũ có một tương lai vững chãi khá hơn mang lại cho tôi và thân phụ anh khỏi cảnh buổi sáng điểm tâm chỉ có chén cơm nguội chan nước mắm, đổi bữa thì nửa ký bún chia cho ba người chan xì dầu, đến trái bắp luộc, ổ mì xíu cũng là hàng xa xỉ ngoài mức lương anh có.

Rồi sau khi bị ám sát hụt bằng hai quả lựu đạn ném vào nhà, may có Phật Trời che chở, cả ba người chúng tôi thoát chết trong đường tơ kẽ tóc. Hôm đó, khoảng 8 giờ tối, bỗng dưng có người gần nhà đến mời bố chồng tôi sang bắt mạch kê đơn thuốc. Cụ vốn có nghề Đông Y, ai cần thì cụ giúp không nhận thù lao. Khi cụ đi rồi, có hai cán bộ xã đến chơi. Tôi bỏ qua nhà hàng xóm để các anh tự nhiên trò chuyện. Chính lúc này, kẻ khủng bố đứng ngoài hàng rào ném thẳng hai quả lựu đạn vào phòng khách. Có lẽ gần quá, nên lựu đạn chưa kịp nổ thì ba người đã chạy thoát ra khỏi phòng. Về sau, sau năm 1975, kẻ ném lựu đạn ra kể công với chính quyền mới, không ai khác hơn chính là anh cán bộ từng là tài xế riêng cho anh xã do Việt cộng cài. Từ đó, gia đình tôi phải tìm cách chuyển đi.

Đổi vô Sài Gòn, ngoài việc làm trong Bộ Nội Vụ, anh chỉ còn thi năm cuối là xong bằng Cử Nhân Luật. Tiếc là biến cố 1975 đã cuốn đi hết những mộng đẹp của bao người, trong đó có anh, có tôi (tôi đang theo học Đại Học Văn khoa mơ sau làm cô giáo). Anh vào tù. Sau chín năm bị đọa đày gian khổ nơi rừng thiêng nước độc miền Bắc, anh được thả về mang theo một nghề mới cũng tự học: Châm cứu.

Trong tù, anh từng cứu giúp bao bịnh nhân vì nơi đó không có thuốc men, ngoài tù và sau này ở Thụy Sĩ, anh chữa mát tay cho bạn bè, tiếng lành đồn xa, được một phòng mạch và một bịnh viện ân cần mời anh làm việc (anh chưa tự kiếm việc vì còn lo học tiếng Đức, mà chính việc đã tìm đến anh).

Trở lại câu chuyện, sau ngày anh ra tù do vì thời cuộc, hoàn cảnh xã hội, đất nước, anh không thể ở lại Việt Nam để sum họp với người vợ đã chờ anh hơn hai mươi mấy năm qua, xô đẩy anh vượt biên sang đoàn tụ cùng tôi (tôi đã bỏ nước ra đi trước đó để trốn chạy nghịch cảnh đau thương đổ ập đến đời mình), đưa tôi vào việc đã rồi phải chấp nhận.

Rồi cuộc sống cứ thế tiếp diễn, cũng như bao người khác, ẩn nhẫn làm việc, tiết kiệm tối đa để lo cho gia đình, gia tộc vực họ dậy từ vực sâu sau cơn bão dữ của thời cuộc. Chỉ tiếc là số phận trêu ngươi, mưu sự tại nhân, thành sự tại thiên, tất cả đều trở thành bọt biển. Vợ con anh vẫn chung thân nơi núi đồi Yên Bái. Ở đó sinh con đẻ cái tiếp nối đến ba đời: Con, cháu và chắt của anh.

Tuổi già thì bịnh tật đến. Chín năm tù cũng làm hao mòn sức khỏe anh khá nhiều. Anh bắt đầu vướng những bịnh thông thường mà người cao tuổi thường bị "mỡ, đường, máu". Không muốn chết để bỏ lại người vợ trẻ là tôi, anh ăn kiêng tối đa đến tội. Chè, anh ăn không cho đường. Bánh cuốn, không chan nước mắm v.v... Nhờ vậy, anh vẫn khỏe mạnh cho đến 87 tuổi, vẫn du lịch đó đây. Nhưng chính vào thời điểm mà bạn bè, họ hàng khao đãi anh: Tuổi già rồi, đi chơi ăn uống cho thoải mái, kiêng làm gì. Cũng có lý, tôi để anh ăn thả giàn hết chè ba màu ngọt lịm, đến tô phở tàu bay đậm đà đầy thịt và mỡ màng, trái cây như hồng, sầu riêng tha hồ ăn vô tội vạ... Định bụng khi về lại Thụy Sĩ kiêng cũng không muộn. Thế nhưng, tất cả đã muộn màng, đúng là bịnh tòng khẩu nhập. Một tháng sau vừa về tới nhà anh bị biến chứng tiểu đường thêm huyết áp cao làm suy thận giai đoạn cuối và bàng quang, anh phải kiêng ăn tối đa còn hơn trước đó nữa. Tiểu tiện phải dùng ống thông, tăng cường thuốc men, ngoài uống còn chích insulin vô cùng vất vả. Anh bắt đầu hay quên, tôi chăm anh như chăm một em bé...

Thế nhưng, anh không đau đớn gì, vẫn ăn ngon ngủ yên nên luôn nghĩ mình khỏe mạnh. Anh không hề nghĩ, anh như chiếc xe đã có một phụ tùng trục trặc, chỉ cầm cự cho đến lúc đồ phụ tùng đó hư, thì xe đứng máy.

Biết anh như vậy, nhân dịp Tết, tôi đưa anh về thăm quê hương, gia đình, họ hàng và nhất là con cháu ruột anh lần cuối cho trọn tình trọn nghĩa, rồi sau đó về lại Thụy Sĩ nghỉ ngơi không nghĩ chuyện đi đâu nữa. Không ngờ trạm cuối cùng tại Việt Nam lại là ngày vĩnh viễn anh để lại thân xác nơi núi đồi Yên Bái anh từng mong đợi.

Chuyến về Việt Nam lần đó kéo dài những bốn tháng rưỡi. Tôi đưa anh đi Bà Rịa, ngoài thăm người em con chú bác của anh có vườn cây cà phê, ca cao, tiêu còn để hưởng không khí trong lành, sau đó ra Quảng Ngãi thăm gia đình tôi, rồi về tận quê Thái Bình, nơi anh sinh ra để ăn Tết tại đây. Vì là nơi chôn nhau cắt rốn, anh gặp toàn bộ họ hàng từng sống với anh trong thời tuổi thơ. Anh vui và họ cũng vui. Ngày ngày họ lần lượt kéo về tụ tập tại căn nhà, chính là nhà của anh khi xưa đã giao cho người em con chú bác trông nom hương khói từ đường (từ đường sát bên cạnh nhà) mà đúng ra là nhiệm vụ của anh.

Nửa đêm 28 Tết trời bỗng đổ cơn giông, gió từng cơn thổi về rờn rợn, tôi giật mình khi nghe một tiếng "rắc" như vật gì gãy đổ xuống. Sáng ra mới biết đó là cây nêu thật cao trên có treo một lá cờ. Tôi chợt rùng mình khi nhớ về những câu chuyện tôi đọc trong sách sử. Khi ra quân, lá cờ gãy đổ là ứng vào chủ tướng tiêu. Vậy trong nhà này, ai là chủ tướng? Anh Lễ ư, hay người em họ anh? Tôi không dám nghĩ tiếp.

Thế rồi, theo chương trình, mồng 6 Tết, tôi đưa anh lên Yên Bái, nơi mà ba đời con cháu anh đang ở đây. Còn người vợ đã mất trước đó chín tháng rồi.

Đến Yên Bái vào một giờ sáng mồng 7, anh còn ăn được một tô phở gà nóng do cháu dâu nấu. Thế mà sáng hôm sau, anh bắt đầu hục hặc ho và nóng sốt. Tôi cho anh uống thuốc cảm ho, anh có phần mệt mỏi đi đứng hơi xiêu vẹo, nhưng ăn vẫn ngon miệng.

Cảm ho là bịnh thông thường, anh có phần thuyên giảm sau khi uống thuốc. Thế mà ngày thứ ba tối mồng 9 Tết, trong khi anh dùng cơm với một khúc cá hấp thật lớn, một đĩa đậu que xào, anh vẫn ăn rất ngon. Ăn xong, tôi hỏi thăm:

- Anh Lễ khỏe không?
- Khỏe.
- Anh thấy trong người thế nào?
- Vẫn bình thường.
- Có nghe tiếng thở khò khè trong họng không?
- Không.

Rồi anh đi ngủ. Nửa đêm chạng vạng, lúc 1 giờ khuya, tôi có thói quen thức dậy đi vào nhà vệ sinh, nhìn sang anh thấy mền tốc ra khỏi người. Nhân tiện đắp chăn lại cho anh, tôi đưa tay sờ trán, cổ và gáy anh để thăm dò nóng sốt thế nào, tay tôi ươn ướt. Tôi lần dò sờ xuống lưng thì thấy anh đẫm mồ hôi. Tôi chạy ra ngoài tìm chiếc khăn tắm để lau lưng cho anh. Anh nặng quá, tôi vội gọi cho Điển, cậu cháu nội phòng bên cạnh sang giúp đỡ. Tôi và cháu luồn tay nhau đỡ anh dậy, anh mở mắt nhìn tôi rồi con ngươi anh như đờ đẫn đứng tròng, tôi không bao giờ quên được ánh mắt cuối cùng này của anh như gởi gắm điều gì ở tôi. Rồi anh khép mắt lại, thở dốc. Tôi linh cảm có việc chẳng lành nhưng chẳng biết làm sao hơn. Núi đồi Yên Bái không có bịnh viện ngoài cái trạm xá, và cũng chẳng có taxi. Người cháu gọi Thụy, bố cháu lại, nhà cũng gần đó. Đỡ anh dựa vào tường, anh vẫn thở dốc. Tôi và Điển vừa thay phiên nhau đập đập ngực anh vừa cùng Thụy, người con trai anh bàn tính. Phải đưa anh đến trạm xá. Nếu cứu không được sẽ đưa anh ra bịnh viện thành phố Yên Bái cách đó gần hai tiếng xe hơi. Cậu cháu nội gọi điện thoại người bạn thân có xe hơi giúp đỡ. Chỉ vài phút xe đến. Cậu con trai của anh bế thốc anh vào xe. Trời lâm râm mưa và lạnh. Chúng tôi lếch thếch mang cả chăn mền theo để đắp cho anh.

Khi đến trạm xá, chỉ là một căn nhà nhỏ như một ngôi trường làng. Có hai vị trực ban tiếp chúng tôi. Không rõ là bác sĩ hay y tá. Một anh đem cả dàn máy thúc oxy trợ lực thở cho anh. Một chị đo huyết áp. Vừa đo, chị vừa lắc đầu "nặng quá rồi, sợ không qua khỏi". Khi chị lấy máy ra, chị phán "ông đi rồi". Lúc đó nhìn đồng hồ, đúng 2 giờ 20 phút sáng mồng 10 Tết.

Chúng tôi chưng hửng ngó nhau. Mọi cảm giác như tê liệt, không rõ tâm trạng lúc đó ra sao nữa. Tôi sực nhớ, vội nói "hãy niệm Phật cho ông". Nhưng cũng chỉ niệm được vài câu, Thụy hỏi "giờ làm thế nào?", "thì lo chôn cất chứ làm sao". Bàn tính một lúc, quyết định đưa anh về nhà Thụy, con trai anh, nơi có một cái sân trước nhà cũng tiện.

Tang lễ được cử hành chóng vánh theo lệ làng. Cái lệ mà đến phép vua cũng chịu thua. 9 giờ sáng ngay hôm đó mọi sự đã hoàn tất từ trang trí, quan tài, bàn thờ, thầy cúng (không phải sư) do dịch vụ phụ trách, rồi tẩn liệm luôn để sáng hôm sau chôn. Chỉ cần thưa với làng xã một tiếng là mua được đất đối với người ngoài làng. Người trong làng, đất chôn được miễn. Nhân lực trong làng dường như có sẵn. Phân bổ theo luật bất thành văn, nhóm này đào mộ, nhóm kia nấu ăn, nhóm nọ chạy linh tinh... chỉ phôn một tiếng là mọi sự sẵn sàng. Công cán chỉ lo cho họ những bữa ăn kể cả người đến phúng điếu. Lạ một điều, anh chẳng quen ai, nhưng dân làng ở đây, họ thân tình, hễ nhà nào có tang lễ là kéo nhau đến chung lo. Tôi chả biết ất giáp gì, nhập gia tùy tục, mọi sự để con cháu anh quyết định. Riêng mộ chôn đúng ra sẽ để anh nằm kề mộ người vợ cũ, nhưng xem hướng thì chéo nhau, đành chọn cho riêng anh một chân đồi khác nhìn xuống bao mộ phần bên dưới và nhìn thấy gấm vóc giang sơn Việt Nam anh từng ấp ủ dựng xây. Anh sẽ là người "lãnh đạo" nghĩa trang này, vì vị trí anh nằm không mộ nào xen vô "ngồi" trên đầu mộ phần anh được.

Anh đã toại nguyện với ước mơ được nằm trên đồi Yên Bái. Anh ra đi đúng lúc, đúng chỗ, đúng thời, đúng tuổi và xung quanh có con, cháu, chắt trông nom hương khói. Ai cũng cho anh đầy phước báu, sống an lành, tuổi già có tôi chăm sóc, còn chết thì bình yên, không đau đớn gì, được bao người cùng nhau lo cho anh. Tôi tự hỏi, đây có phải là nhân lành anh từng gieo khi sinh tiền luôn giúp đời, cứu người nên an bài cho anh mọi điều như có bàn tay vô hình sắp sẵn.

Còn tôi, bên nỗi buồn chia ly, vĩnh viễn không bao giờ còn gặp anh nữa, tôi ở lại trần thế đối đầu với bao công việc hành chính tại Việt Nam mà mọi người thường hay nói "*hành* dân là *chính*". Niềm an ủi cho tôi lúc bấy giờ là sự ân cần thăm hỏi, tận tụy hướng dẫn, giúp đỡ của mọi người khắp nơi. Từ Úc có Thầy Nguyên Tạng, bạn bè gần xa từ Canada, Pháp, Đức, Thụy Sĩ và nhất là những con, cháu, chắt, họ hàng của anh nỗ lực từng ngày, từng giờ để lo tang lễ và thủ tục.

Giấy báo tử tại thôn làng không khó. Vì rõ ràng họ thấy trước mắt tang lễ của anh. Giấy chứng nhận anh mất đêm qua thì trạm xá không chịu làm, lý do, sợ chúng tôi thưa kiện họ làm chết người. Quái vậy đó, không muốn nói dối, cũng đành khai gian anh mất tại nhà do tuổi già sức yếu. Sau đó cầm giấy báo tử trình lên huyện cách đó 45 phút đi Honda để xin cho được "Trích lục khai tử", nó như dạng trích lục khai sinh. Sinh hay tử đều phải báo mới có giấy chứng nhận này. Giấy này rất quan trọng để tiếp tục gởi đến Bộ Ngoại Giao tại Sài Gòn xác nhận, rồi mới trình lên Tòa Đại Sứ sở tại để có giấy chứng thực đem về nước trình làng.

Ôi, thật là nhiêu khê trong một xã hội kim tiền, chỉ dùng tiền để giải quyết mọi vấn đề. Luật chỉ để hành dân.

Thấy cái hộ chiếu nước ngoài trong tay, họ coi như trúng mánh. Họ bày vẽ, làm khó dễ để tăng phần công sức mà đòi tiền. Cậu cháu nội phải đi hai, ba lượt và phải "bôi trơn" (danh từ này tôi mới nghe qua khi sự việc xảy ra) nhét vào túi chúng một triệu rưỡi (trên 60 đô la US) mới nhận được giấy "trích lục". Tưởng đã yên, khi nộp đến Bộ Ngoại Giao tại Sài Gòn, họ không nhận với lý do, đó không phải bản chính thức có chữ ký bằng mực xanh của vị chủ tịch. Một lần nữa, cậu cháu nội lại vất vả đi lại cầu cạnh, lại phải "bôi trơn" cho huyện để có chữ ký bằng mực xanh rồi chuyển giấy vô Sài Gòn. Tưởng đã yên, một vấn đề khác xảy ra. Chữ ký cũng như con dấu của ông chủ tịch huyện tại Yên Bái chưa đăng ký với Bộ Ngoại Giao nên không có giá trị. Trời hỡi, dù đã lên tiếng khiếu nại, giãi bày, nhưng ông chủ tịch đâu vì một người dân mà lo giải quyết. Họ ngâm giấm không biết khi nào mới xong. Có muốn thúc hối... bôi trơn thêm nữa không chừng bị bọn cắc ké cấp dưới phỉnh gạt. Chúng tôi chết trân trước sự việc như thế. Sau gần một tháng rưỡi kể từ khi anh mất, đến ngày tôi có chuyến bay, đành bó tay gác hết lại về trình với chính quyền Thụy Sĩ trăm sự nhờ họ giải quyết. Họ thông cảm cho qua, thế là yên chuyện.

Nhưng không, sự việc chưa ngừng ở đó. Tại Thụy Sĩ, sau những thủ tục theo qui tắc phải trình làng, hết cơ quan thuế vụ, bảo hiểm, ngân hàng, di chúc, tiền hưu... hiển nhiên thôi, điều khiến ai cũng nhức đầu đó là luật Thụy Sĩ, một người vừa khuất, trước khi giải quyết vấn đề thừa kế, ngân hàng khóa hết trương mục tên người vừa mất, cùng gởi cho tôi không biết bao nhiêu giấy tờ để khai báo thế nào hợp lệ sổ sách khai thuế mới được sử dụng tài sản người mất.

Chúng tôi không có con riêng, nhưng vướng con này, con nọ từ phía anh, cũng khiến tôi mệt mỏi. Chao ôi, trăm dâu đổ đầu tằm, một mình tôi xoay sở, giữa khi mà năng lượng trong tôi đã hao mòn suốt thời gian hai năm dài chăm sóc anh cũng như khi anh mất. Tôi sụt mất 7 ký lô, héo hon từ thân xác đến tâm hồn...

Trở về Thụy Sĩ, với một tâm hồn nặng trĩu, bước vào căn nhà trống trải, đâu đâu cũng thấy bóng hình anh. Chỗ kia anh ngồi, chỗ nọ anh đứng, nằm, cười, nói, ăn, uống... mà bây giờ vắng lặng đìu hiu như lòng tôi đang hiu quạnh.

Từng đối đầu để vượt qua những nỗi cô đơn lẫn cô độc ngay khi còn ở Việt Nam với dân số mấy chục triệu người và khi một mình sống tại Thụy Sĩ toàn những người xa lạ, tôi đã tập quen, tìm quên, làm bạn với những nhân vật trong truyện do tôi dựng nên. Ngày đó tôi còn trẻ, còn háo hức một tương lai chào đón, còn hy vọng có ngày gặp anh. Còn bây giờ, tuổi đời chồng chất, khi anh vĩnh viễn ra đi không bao giờ trở lại tôi rũ xuống héo hon với nỗi cô đơn lẻ loi hiện tại. Nhưng mà nghĩ kỹ lại, học Phật để làm gì! Đức Phật đã chẳng dạy điều vui hay buồn rồi cũng sẽ qua sao?! Nghịch cảnh chính là thử thách để tôi luyện hành giả, nếu vượt qua được sẽ chuyển hóa phiền não thành Bồ đề. Đời vô thường mà. Thời gian sẽ là liều thuốc hay chữa lành mọi thứ tâm bịnh. Tôi cố gắng kiên trì chịu đựng, khi chợt nghĩ, kẻ cô đơn sẽ là người đi nhanh trong cuộc sống.

Và bây giờ, chuỗi ngày còn lại, trước khi rời bỏ cõi tạm này, cố gắng sống sao cho có ý nghĩa.

Tôi luôn nhớ ánh mắt cuối cùng anh nhìn tôi. Đó không là ánh nhìn gởi gắm cháu chắt anh cho tôi mà trong tờ di chúc anh từng ghi "theo sự sắp xếp của em" đó à. Đúng rồi, bao lâu, tuy anh không nói ra, nhưng anh ngấm ngầm buồn khi "tu thân" anh đã trọn, mà "tề gia" thì chưa hoàn thành khi ba đời con, cháu, chắt anh còn "chung thân nơi núi đồi Yên Bái". Anh thất bại trong cuộc đời này, những hoài bão anh mong ước đã không thành công nhưng với tôi thì anh đã thành nhân.

Thôi thì, không ai qua khỏi quy luật sanh, lão, bịnh, tử. Kẻ trước người sau thôi. Chỉ khác là, khi sống, sống sao cho cuộc đời có ý nghĩa để khi xuôi tay nhắm mắt còn có người thương, người nhớ, và nhắc đến mình.

Hình: anh Trần Hữu Lễ trong một Khóa Giáo Lý Âu Châu

Mong anh yên nghỉ, sớm về cõi Phật A Di Đà, nơi mà anh khi sinh tiền, trước khi đi ngủ thường tụng kinh, niệm Phật ao ước về nơi ấy.

Nhân đây, qua bài viết này, con/tôi cũng xin trân trọng tri ân Chư Tôn Đức Tăng Ni và quí Tự Viện, tất cả họ hàng, bạn bè thân thuộc gần xa đã ân cần giúp đỡ thăm hỏi phân ưu đến anh Trần Hữu Lễ và gia đình. Xin hồi hướng công đức này đến thập loại chúng sanh, mong cầu thành Phật đạo.■

Thơ NGUYỄN MINH HOÀNG

Nhớ

Chiều xưa khi em đến
Nắng vàng ngập lối đi
Lệ buồn vương ánh mắt
Anh không nói nên lời

Chiều nay anh qua đây
Phố cũ đã quên người
Nhớ từng viên đá sỏi
Ngày ấy đã xa rồi

Thu khóc trên ngàn

Trăng mùa thu mọc trên đỉnh núi
Gọi mây ngàn e ấp gót chân em
Ta đứng lặng để hồn mình rơi rụng
Nghe trời thu gió lộng tứ bề

Nguồn hình minh họa: Internet

Lê Hứa Huyền Trân

BA DƯỢNG

Ngày mẹ đi thêm bước nữa tôi nhất quyết không đến dự đám cưới của bà. Một đứa trẻ lên tám khi ấy chỉ muốn có một gia đình làm sao đón nhận được một người xa lạ đến ở cùng để rồi "ba" phải ra đi và mình phải gọi người đó bằng "ba". Trong ký ức như sương mờ của tôi, ngày cưới của mẹ, mẹ đã cười rất nhiều, thứ dần dần hòa tan đi trong tôi là hình ảnh người ba ruột, thay vào đó là dù chưa tiếp xúc nhiều nhưng tôi vẫn mặc định ghét người ba dượng của mình. Sau những năm tháng ấy tôi không nhớ nhiều về ba tôi nữa, vì tôi nghe mẹ kể ông đã đi rất xa để tìm cuộc sống mới. Tôi thấy thương cho ba, vì hạnh phúc của mẹ nên phải đi thật xa. Chắc ngày ba đi ba phải buồn lắm, phải dứt khoát lắm và thêm tổn thương dữ lắm. Ký ức với sự hạnh phúc của gia đình trước khi ba mẹ chia tay như bồi đắp thêm vào trí nhớ vốn ít ỏi vì bị nỗi chia lìa che lấp của tôi. Ban đầu, tôi ghét mẹ, vì mẹ buông tay ba, vì mẹ đang tâm để gia đình tan vỡ. Sau dần, tình thân vẫn thắng nổi nỗi oán giận thế là tôi quay ra ghét ba dượng của mình. Và rất lâu sau đôi khi tôi không tìm nổi một lý do nào để ghét dượng nữa thì "sự ghét ấy" vẫn cứ hun đúc mỗi ngày thêm lớn trong tôi đến độ tôi đã không để ý đến tình thương mà người đàn ông ấy dành cho mình.

Sau khi cưới, mẹ con tôi về ở với dượng. Khi tôi còn chưa biết phải xưng hô như thế nào thì mẹ nói với tôi:

- Từ giờ con gọi chú là ba nhé.

- Sao mẹ lại bắt con gọi ông ấy là ba, con chỉ có một người ba thôi !

Dượng rất ôn tồn nói với tôi:

- Thế con gọi ta là ba dượng cũng được. Như thế sẽ phân biệt với ba ruột của con, vì ta cũng muốn làm ba của con.

Nhưng tôi vẫn nhất quyết không chịu, dù mẹ tôi có giận như thế nào thì sau đó tôi vẫn nhất quyết chỉ gọi ông ấy là "dượng". Chẳng hiểu sao rất lâu sau này tôi mới chợt nhớ đến cái nháy mắt khi ấy của dượng và giọng nói hết sức dịu dàng:

- Gọi ta là dượng cũng được, còn hơn là ông ấy. Ta muốn là người thân của con.

Tôi vẫn hay trách mẹ sao không ở lại căn nhà cũ, mẹ chỉ bảo đơn giản lấy chồng phải theo chồng và quay đi giấu ánh mắt buồn man mác. Khi ấy tôi còn nhỏ quá, không hiểu được, đối với tôi việc thay đổi môi trường sống khiến tôi giận giỗi cả một thời gian dài. Con nít không hiểu chuyện, chỉ muốn những việc thoải mái cho mình. Thế nhưng bây giờ khi đã trưởng thành, từng chút từng chút một tôi mới nhận ra cuộc sống của cả mẹ và dượng tôi khi ấy vốn không đơn giản như tôi đã nghĩ.

Tôi còn nhớ thuở nhỏ tôi rất ham chơi. Tôi ỷ lại vào tổn thương của một gia đình tan vỡ mà mình đang mang để lấy cái cớ cho những trò quậy phá của mình. Qua thời gian, với tình thương của mẹ và sự quan tâm của dượng, tôi lớn lên trong sự đủ đầy nhưng mỗi khi quá nghịch và bị bắt lỗi tôi lại lấy lý do tổn thương ra để mà nói. Những lúc ấy mẹ thường nhìn tôi rất uất ức nhưng có gì đó không nói ra, còn tôi chỉ luôn đổ lỗi cho mẹ... Dượng khác mẹ, nếu những khi tôi làm quá sai có lẽ mẹ sẽ đánh tôi vài roi, nhưng dượng thì thường đợi sau khi mẹ hết giận sẽ dùng lời lẽ khuyên bảo tôi. Rất lâu sau này tôi hỏi dượng sao không bao giờ đánh mắng tôi dượng mới bảo:

- Vì ngày ấy con ghét ta, ta không muốn dùng đòn roi uốn nắn con. Mẹ con là ruột thịt với con, bà ấy có mọi quyền làm miễn con nên người, đòn roi sẽ làm con sợ nhưng có lẽ con sẽ không hiểu. Nên ta thường khuyên bảo con sau đó. Một vấn đề mà con làm sai, khi cả sợ và hiểu thì sau này sẽ không tái phạm nữa.

Dượng luôn đối xử với tôi bằng một thái độ rất ôn tồn đến độ tôi đã từng nghĩ người đàn ông ấy sẽ không bao giờ biết nổi giận là gì. Lúc đầu tôi nghĩ đó là sự khách sáo của hai con người xa lạ có mỗi một gắn kết chung là mẹ. Nhưng sau này tôi mới hiểu đó là vì tính cách của dượng là như vậy, và cũng vì dượng rất thương và tôn trọng tôi. Khi chúng tôi chuyển về nhà dượng ở, cũng vì thay đổi hộ khẩu nên tôi cũng phải chuyển trường, cũng chính dượng là người chạy đôn chạy đáo lo thủ tục nhập học cho tôi vì tôi chuyển vào giữa năm học nên nhiều giấy tờ phức tạp. Ban đầu tôi còn nghe dượng bảo với mẹ cứ để tôi học trường cũ nhưng rồi mẹ nói quá xa so với nhà và không ai đưa đón nên bất đắc dĩ phải chuyển trường. Nhưng dù tính cách dượng ôn hòa cách mấy cũng có một lần tôi nhớ như in dượng đã rất giận. Đó là khi tôi bước vào lớp chín. Năm cuối cấp rất quan trọng, thế nhưng trong một lần vì lười học ham chơi tôi đã để điểm kém một môn. Dượng chưa bao giờ la rầy nếu tôi điểm kém nhưng lần này dượng rất giận:

- Điểm số rất quan trọng ở năm cuối cấp con hiểu không, nó sẽ quyết định trường cấp ba con được học đấy.

Sau lần đó, tôi thực sự không dám lơ là nữa và cũng may mắn đỗ được vào trường chuyên năm sau. Nhưng đó chưa phải lần dượng giận nhất, khi tôi bước vào lớp mười một cũng là lúc tôi thường bị stress vì việc học rất nặng. Trường chuyên thường có khối lượng kiến thức khá nặng vì thế có lần tôi đã trốn đi chơi, nhưng lần đó tôi lại quên gọi về nhà. Tôi sa đà vào cuộc vui nên gần như rất khuya tôi mới về, dượng ngay khi thấy tôi đã chực tát tôi nhưng ông kìm lại mà bỏ vào trong nhà. Bóng lưng đầy mồ hôi của ông và tiếng mẹ phảng phất bên tai tôi khi ấy: "Sao con hư vậy? Dượng đã chạy cả ngày tìm con, liên lạc không được chở mẹ đi khắp nơi vừa đi vừa khóc". Ông vẫn không đánh tôi như chưa bao giờ ông đánh, nhưng khi ông chực đánh tôi mới hiểu tôi đã sai thật rồi.

Khi tôi vào đại học cũng là lúc mọi thứ trong tôi đổ vỡ. Tôi chọn lên phố học đại học một phần cũng vì tôi nghe được thông tin về ba. Dù mẹ giấu tôi rất kỹ thông tin về ba và sau rất nhiều năm chúng tôi không liên lạc nhưng tôi vẫn luôn muốn gặp lại ông. Tôi cũng muốn hỏi ông rất nhiều chuyện và cả muốn an ủi ông vì chắc ông có nhiều rào cản khi tôi đã có gia đình mới nên mới không tìm gặp tôi. Bằng rất nhiều cách cũng như lén mẹ liên lạc với bên nội để có được địa chỉ mới của ba nhưng rồi tôi lại bị dượng phát hiện. Suy nghĩ rất lâu cuối cùng dượng cũng lên phố cùng tôi đặng đưa tôi đi tìm nơi trọ, lo cho tôi chỗ ở trên phố sau cùng tôi tìm đường đến nhà ba tôi. Căn nhà ấy tràn đầy tiếng cười, có một cô gái trạc tuổi tôi dắt xe ra cửa chực đi đâu vừa nhác thấy bóng tôi hỏi tên ba tôi quay vào trong nói rõ to:

- Ba ơi, có chị này đến tìm ba này.

Rồi phóng vội xe đi. Ba tôi bước từ trong nhà ra có chút thảng thốt khi nhìn thấy tôi, ông quay vội nhìn vào trong nhà như sợ ai đó nhìn thấy rồi kéo tôi thật nhanh cùng dượng ra đầu ngõ. Ông không hề tỏ ra vui mừng khi nhìn thấy tôi mà sau đó là chuỗi liên tục các câu hỏi:

- Sao con lại đến đây? Có ai thấy không? Mẹ bảo con đến đòi tiền à?

Hàng ngàn câu hỏi đột nhiên quanh quẩn đầu tôi, chỉ thấy sau đó tai tôi ù đi và bàn tay to bè của dượng bịt chặt đôi tai của tôi...

- Dượng biết bao lâu rồi?

Và dượng đã kể cho tôi nghe tất cả, trước cả khi cưới mẹ tôi ba đã có một gia đình riêng mà mẹ không biết. Sau đó ông lấy mẹ cho đến khi mẹ phát giác ra sự thật và quyết định chia tay vì mẹ không muốn phá vỡ hạnh phúc gia đình người khác. Ba sau đó vẫn theo năn nỉ mẹ nhưng ông cũng không muốn bỏ gia đình kia. Dượng là người thương mẹ từ trước, và chính vì sự xuất hiện của dượng dưới danh nghĩa người đàn ông mới của mẹ mà ba không dám xuất hiện làm phiền mẹ nữa. Ban đầu mẹ lấy dượng khi chưa có tình yêu mà vì cần một chỗ tựa nương và cũng vì khi ấy tôi còn quá nhỏ. Sau dần mẹ dần bị tình yêu của dượng làm động lòng...

- Vậy mẹ không về căn nhà cũ không lẽ...

- Ngày đó căn nhà ấy đứng tên ba con dù là công sức làm lụng của cả hai người, sau khi không năn nỉ được mẹ con thì ông ấy bán...

- Sao mẹ với dượng không bao giờ nói sự thật về ba cho con?

Dượng chỉ ôn tồn nói với tôi:

- Vì ông ấy là ba của con.

> Thì ra bấy lâu nay bí mật to lớn nhất mà cả hai người đều giấu đó là tôi có một người ba như vậy, nhưng vì không muốn làm thương tổn chính tôi nên họ chấp nhận giữ tất cả mọi hình ảnh xấu cho mình. Ông đều có thể đến thăm tôi chỉ là vì ông không muốn chứ không phải như bấy lâu tôi vẫn nghĩ rằng ông không có điều kiện. Căn nhà mới của ông khá to và đủ đầy... Nhưng không hiểu sao tôi lại thấy khá nhẹ nhõm khi biết được sự thật, có lẽ vì thực sự tôi chỉ đang chối bỏ sự nứt vỡ của bản thân nên dùng sự đẹp đẽ của quá khứ che lấp.

Ngày tôi cưới là chuyện của hơn bảy năm sau đó, tôi vẫn mời ba đến dự nhưng người dắt tôi vào lễ đường lại là dượng. Khi tôi để dượng dắt tay tôi vào lễ đường ông đã rất bất ngờ. Nhưng tôi chỉ mỉm cười:

- Ba đang làm chú rể đợi con kìa ba...

***

Có những sự việc đôi khi ta chỉ nhìn theo cái mà ta muốn thấy mà bỏ quên đi những điều rất quan trọng, những điều vốn là sự thật ở phía sau. Cũng giống như tôi vậy, như cách tôi đã bỏ quên những hi sinh của dượng, người đã ở bên tôi suốt cả những năm tháng tuổi thơ đến khi tôi trưởng thành chỉ vì cố chấp của riêng mình. Để rồi khi nhìn lại, khi sự thật cứ từng chút từng chút hé lộ, tôi đã nhận ra những thầm lặng lớn lao của dượng đã nhiều đến vậy. Thật may, chưa phải là quá muộn... ■

Tin và hình ảnh sơ bộ về

Khóa Tu Học Phật Pháp Âu Châu Kỳ 36 tại Neuss, Đức Quốc

Từ 21. đến 30.07.2025

Sáng ngày 22.7.2025 dưới sự chứng minh và tham dự của 125 chư Tôn Đức Tăng Ni và hơn 350 Phật Tử đến từ 20 Quốc Gia trên thế giới.

Bà Phó Thị Trưởng thành phố Neuss và Ban Giám Hiệu trường học cũng đã hiện diện, có bài phát biểu rất đặc biệt về văn hoá và Phật Giáo.

Sau đây là vài hình ảnh Lễ Khai Giảng (Hình ảnh: Long Thể)

Nguồn hình: Facebook Thích Như Điển

Cát Đơn Sa (Diễm Châu)

Những "Đứa" Dễ Thương

Những đứa trong nhà Hoa đang ở là mấy đứa tự nhiên mà có! Không muốn mà Trời đem đến đành phải nuôi vậy! Ai nghe nói qua chắc cũng thấy hơi hơi bất mãn, nhưng mấy đứa Hoa vừa nhắc đến, thực ra chúng nó không phải con người, mà là thú vật! Hồi xưa, nói cho đúng thì chắc cũng chưa xưa gì mấy, mà chỉ khoảng năm tháng về trước, khi Hoa vừa đúng sinh nhật ba mươi bốn tuổi xuân, bị chồng ly dị khi mới cất bước sang ngang được 6 năm, lúc đó thì Hoa ít quan tâm đến chó mèo!

Cái tội mà chồng Hoa đưa ra tòa để đòi li dị bởi Hoa không có con cho ổng! Thực ra thì Hoa cũng có bầu được hai lần nhưng bị hư thai, có lẽ do làm việc thái quá. Làm việc vì ông chồng cứ muốn cho mau giàu, nên bắt buộc trong nhà chồng hai việc, vợ cũng hai việc. Vợ lại còn kiêm thêm chuyện chợ búa bếp núc vệ sinh, giặt giũ cho hai vợ chồng, thành ra lúc nào cũng thấy Hoa đầu tắt mặt tối!

Job của chồng cũ của Hoa là làm việc trong nhà máy sản xuất đồ điện tử. Chiều về, ăn cơm xong thì hai vợ chồng lại kéo nhau vào trường học lúc chín giờ tối, quét dọn vệ sinh trong trường, cho đến 1 giờ khuya mới về đến nhà! Buổi sáng thức dậy ăn sáng xong, Hoa leo xe bus đi làm ở xưởng may cũng gần nhà cho đến ba giờ chiều ra về. Tối nhà là lo lao đầu vào bếp nấu cơm để kịp chồng về ăn, rồi còn đi làm tiếp tục job thứ nhì!

Làm lụng như vậy, với cơ thể yếu ớt thì làm sao mà Hoa giữ bầu cho nổi! Cứ nghĩ đến việc xách mấy xô nước nặng đi lau cầu thang nhà trường, đã thấy ớn óc! Đôi lần than vãn với chồng, Hoa bị la lối là "thứ làm biếng"!

- Cô thì chỉ thích ăn nằm ỡng ẹo là nhất!

Câu nói này sao mà Hoa ghét thế không biết! Đã hai lần Hoa có bầu, mà cứ đến tháng thứ hai là tự nhiên bị băng huyết! Đó là cũng may, chứ nếu như mà phải vào nhà thương nằm dưỡng bịnh, không làm ra tiền để bỏ vào nhà băng, chắc chắn Hoa sẽ bị nghe chồng cằn nhằn không thấu! Hoa không hiểu sao ông chồng cũ của mình lại có máu tham như thế trong người! Nếu ai hỏi hắn có lỗi gì trong cuộc sống vợ chồng? Thì câu này coi bộ khó trả lời, vì hắn tối ngày chỉ "lo" làm việc, ngoài ra không rượu bia, không gái gú, không ăn chơi, bài bạc, tiêu tiền...

Hắn chỉ có cái thú vô hại là mở quyển sổ ngân hàng, mân mê ngắm nghía mãi những con số trong đó, mà cười rất thoải mái! Như vậy có hại gì không? Trên nhận xét về một khía cạnh thẳng băng thì "không", có chồng như vậy là nhất, quá quý, hiếm v.v... Nhưng có lẽ cũng vì quá hiếm, mà Hoa bắt buộc phải ly dị, vì lượng sức không thể chiều theo sự đòi hỏi của ông chồng keo kiết mãi!

Hoa dùng chữ "keo kiết" vì cuốn sổ tiết kiệm ngân hàng của hai vợ chồng, nếu hắn ta cầm ngắm thì không sao, nhưng hễ Hoa đụng vào, vừa giở ra tính coi là hắn la lối chỉ trích, moi móc... đủ thứ, làm cho Hoa bực mình mà vứt trả lại vào ngăn tủ ngay, thề không bao giờ thèm động đến nữa!

-Nói thì nhớ lời!

Đó, câu nói của hắn khi Hoa giận dỗi, thử hỏi nghe có bực không! Làm như tiền đó là do một mình hắn để dành không bằng! Tiền chợ hắn chủ động phát cho Hoa một tuần bốn chục, mua hàng thiếu trước hụt sau, toàn là chọn rau củ xào với chút thịt heo, thịt gà như hồi ở quê hương! Mà "quê hương là chùm khế ngọt"... thì người ta không để vợ phải đi làm. Vợ ở nhà lo chuyện cơm nước, nhà cửa, có khi không hết việc, còn mướn thêm người làm phụ một tay. Tiền lương ông chồng đi làm về giao hết cho vợ giữ! Hoa qua bên này rồi, mà hoàn cảnh còn bi đát hơn là ở Việt Nam! Thiệt là Trời cho mỗi người một số phận!

Thế rồi một ngày kia, không may Hoa bị thất nghiệp. Không phải mất việc là do hãng xuống dốc, mà là ông chủ hãng phá "banh nhà lồng" luôn! Bao nhiêu vốn liếng của vợ ông cung cúc tận tụy làm ở xưởng may, ông lén lấy đem vào nướng hết trong sòng bài, ngày này qua tháng nọ... Rốt cuộc tán gia bại sản!

Xưởng may bị xiết nợ! Đến bà chủ còn phải xách

bị ra đi, thì thân phận người làm thuê như Hoa làm sao mà còn ngồi lại được!

Mất việc xưởng may là chồng cũ của Hoa đã xót lắm rồi! Đi kiếm việc làm lúc này không phải dễ! Tối tối thì vợ chồng vẫn đi làm vệ sinh trường học. Nhưng con người tham lam không đáy! Nhìn số tiền trong băng không vào nhiều như trước, thế là hắn bịa đặt ra những duyên cớ để "xù" cô vợ, với lý do không có con!

Tình thương của Hoa đối với ông chồng này chẳng có gì ngoài việc ở chung nhà, quen mặt nhau, và sự chỉ trích ngày hai bữa đến quen tai! Điều làm Hoa lo âu nhứt, là khi hắn thông báo việc lau chùi vệ sinh của trường học, thì sau khi chia tay Hoa chỉ được làm thêm hai tháng thôi, còn thì hắn sang lại "Job" cho người khác!

Bạn bè Hoa không thể tin rằng sau sáu năm chung sống, Hoa làm việc cật lực như thế mà ra đi với một chiếc xe cũ, mớ quần áo, vài cái nồi niêu chén bát, và ba ngàn bạc trong tay. Ngoài ra nhà cửa và chiếc xe mới còn trả góp, Hoa giao hết cho hắn vì không muốn đụng vào!

Số tiền mặt trong băng, ít nhất phải là tám chục ngàn, Hoa đoán vậy thôi, vì sau này hắn giữ cuốn sổ đâu Hoa có thấy mặt! hắn chối biến là phải mua này mua nọ! Thấy đàn ông mà bần tiện, chỉ biết có tiền, Hoa thí cô hồn luôn!

-Mình còn sức khỏe, còn làm được!

Nghĩ như vậy, Hoa cương quyết ký giấy tờ và ra đi. Thôi cũng xong! Nhưng... với ba ngàn bạc trong tay, Hoa đi mướn căn phòng hết ba trăm một tháng, lại còn không được nấu ăn trong nhà người ta!

Từ ngày ra riêng, sau hai tháng nghỉ làm cho trường học, Hoa ít lo tới dung nhan của mình, cứ sáng sáng là vội thay áo đi ra chợ, kiếm mấy tờ báo để dò mục tìm việc. Hoa từng làm thử vài nơi, mà thấy không được lại nghỉ, rồi lại đi kiếm việc khác. "Hắn mà ở với mình thì càng lỗ thêm! quả là người tính toán hay"!

Nghĩ thầm như vậy, nhưng nhìn số tiền càng lúc càng vơi, Hoa cũng lo sợ hết sức! Không những lo sợ, mà chỗ Hoa mướn người ta lại muốn lấy lại phòng để cho một cặp vợ chồng thuê giá cao hơn.

Hoa tìm đến một ngôi Chùa nhỏ gần nhà, nói đúng ra đây chỉ là một ngôi nhà thường, sau này biến thành Chùa, vì do ni cô bán thế xuất gia trụ trì. Nơi có bà bác Thu tạm trú để lo chuyện cơm nước, mà nàng quen biết từ lâu, nàng vẫn thường gặp Bác mỗi khi ghé Chùa có dịp lễ lạc, qui tụ khoảng vài chục đệ tử.

-Hôm nay không có lễ mà cháu cũng đến đây à?

-Dạ... cháu đang thất nghiệp, nên ghé qua thăm bác nói chuyện chút!

-Ừ, hiện nay người ta thất nghiệp cũng nhiều! Gia đình cháu vẫn bình thường chứ? Sao trông cháu dạo này không sửa soạn gì hết cả vậy?

-Dạ... tụi cháu ly dị rồi Bác ạ!

Bác Thu có vẻ không ngạc nhiên:

-Vậy à! Nói thật thì bác thấy anh ấy cũng có vẻ tính toán quá đấy!

-Dạ, ly dị cũng vì liên quan đến chuyện đó!

-Thế bây giờ cháu vẫn ở nhà cũ chứ?

Hoa lắc đầu:

-Không ạ, cháu ra đi ở chỗ khác! Anh ấy lấy nhà đó!

Bác Thu tặc lưỡi:

-Thôi thì cố lên cháu ạ! Rồi cái gì cũng qua. Cuộc sống có giai đoạn tốt, giai đoạn xấu! Ăn thua là do con người có nghị lực hay không?

-Vâng ạ!

-Thế bây giờ cháu làm gì?

-Cháu đang đi kiếm việc làm mà chưa ra, rảnh cháu ghé vào thăm bác.

-Rồi giờ cháu ở đâu? Cho bác địa chỉ để bác có đi đâu thì ghé thăm.

Hoa lúng túng:

-Cháu cũng chưa có địa chỉ nhất định.

-Sao vậy?

-Vì chủ nhà muốn cháu dọn ra cuối tháng này để lấy lại phòng.

-Rồi cháu có chỗ khác chưa?

-Cháu đang đi kiếm, chắc cũng không khó.

Bác Thu có vẻ suy nghĩ, rồi hỏi Hoa:

-Hay là cháu đến đây ở tạm với bác cho vui. Ni cô đi Việt Nam ba tháng, bác ở đây trông nom nhà cũng buồn lắm, cháu đến ở tạm ba tháng đi, khi nào Ni cô về rồi kiếm chỗ khác cũng được.

Nói xong, bác Thu đứng lên, kéo tay Hoa vào trong:

-Đi vào đây bác chỉ cho coi.

-Thôi bác ạ! Cháu sợ ở trong chùa lắm!

-Có gì đâu mà sợ! Ở đây nhỏ, trừ phòng chánh điện giữa thôi, còn mấy phòng kia có liên quan gì đến đâu. Bác đóng cửa lại thì coi như không ai biết có Chùa ở đây.

-Nhưng cháu sợ Ni cô không bằng lòng.

-Người ta đi tu thì cũng mong làm việc tốt thôi. Vả lại bác gặp cháu trong hoàn cảnh này thì bác lại mừng, vì cháu ở đây là giúp bác yên tâm, ở một mình cũng sợ.

Bác Thu tha thiết nói mãi làm cho Hoa xiêu lòng. Thế là Hoa tạm thời xách gói tới ở nhờ nhà

Chùa với bác Thu vài tháng. Ban ngày Hoa đi tìm việc làm, tối về nàng giúp bác tưới cây, săn sóc con chó nhỏ của ni cô, mà càng ngày Hoa càng nhận ra nó rất dễ thương.

Đối với thú vật, Hoa không phải là người yêu thích cho lắm. Con chó con mèo nào đẹp, thì nàng nhìn ngưỡng mộ một chút rồi thôi. Nếu hỏi có thích chó mèo không, thì câu trả lời chắc chắn sẽ là: "Không".

Những buổi tối, bác Thu quen tính đi ngủ sớm, Hoa ngồi ngoài sân, con chó theo kè kè một bên nằm dưới chân. Đôi khi nó ngước mắt nhìn Hoa, liếm vào chân nàng mấy cái để tỏ tình thân thiện. Nhiều khi buồn buồn, Hoa cũng nói chuyện với con chó, khiến bác Thu đôi khi lại tưởng nàng nói với bác, làm cho Hoa bật cười khi nghe chính mình trả lời:

-Không có gì Bác, con nói chuyện với chó!

Con chó có tên là Cún. Đặt tên kiểu Việt Nam, nhưng nó chính là con Maltese xinh đẹp, có bộ lông trắng, đặc biệt là lông của con chó này không bị dị ứng với người ta. Hoa biết được điều này bởi vì nghe lời bác Thu mách bảo, nàng đi đến lớp dạy Computer miễn phí cho người già, dù Hoa chưa đủ tuổi, nhưng cũng chẳng ai hỏi han gì, nên nàng ngồi đó nghe giảng cách sử dụng Internet, Email.

Ông thầy thấy nàng chăm chỉ cũng tận tình chỉ dạy. Chỉ sau hai tuần đến lớp học hỏi mỗi ngày 1 tiếng, là Hoa đã biết cách sử dụng thành thạo. Máy computer không có, thì Hoa tấp vào thư viện. Trước tiên là nàng mở trang Web nào có sưu tầm về chó mà kiếm. Hoa đem con chó ở Chùa có khuôn mặt đẹp như con búp bê ra tìm tòi, học hỏi.

Khi tìm ra những dữ kiện về con Cún, Hoa không biết do đâu mà ni cô có con này! Vì lựa một con chó mặt đẹp, thân hình đẹp, giá tiền... đẹp không phải dễ! Chắc là ai cho ni cô để nuôi.

Giá tiền mấy con chó không phải rẻ, khoảng tám trăm đến ba ngàn một con! Việt Nam không thấy ai bán chó loại này? Chắc cũng có nhưng ít!

Ngồi bên Cún, Hoa nghĩ sao mình không thử bán chó xem sao? Mình đang cần tiền, làm nghề bán chó chắc là vui lắm, vì được chơi với mấy con chó con vừa dễ thương vừa vui, vừa có tiền. Nhưng... có cái hơi khó, muốn bán chó Maltese thì mua ở đâu? Bán ở đâu?

À, hay Hoa thử tìm ở chỗ mấy người có "chó đẻ" xem sao! Mà biết ai có chó đẻ để mua? Lại nữa muốn mua phải có giấy tờ, rồi con chó phải đẹp v.v... Ôi thôi, rắc rối quá, khó ăn quá!

Tiền thì gần cạn túi, đi xin việc làm chẳng ai mướn. Đến nỗi Hoa đã hỏi những người cần vú em, mà họ cũng lắc đầu khi nhìn thấy nàng. Cũng vì mấy bà chủ khi thấy Hoa còn trẻ, lại không xấu, người ta lo xa. Ai cũng muốn mướn vú em lớn tuổi, cỡ mấy dì, mấy bác... chứ mấy "chị" thì hơi nguy hiểm, rủi hôm nào mẹ bé không có nhà, cha bé về sớm hay đi trễ, thì sớm muộn cũng có chuyện xảy ra! Ngừa trước vẫn hơn!

Thế là Hoa mua báo Mỹ về coi mua chó. Nhưng Hoa thất vọng, vì mấy con chó người ta rao bán thật là mắc, như vậy mua mắc, thì về phải bán mắc hơn, rồi rủi mà bán không được, vì qua hai tháng con chó sẽ lớn, lại ôm con chó già vào người trong khi không nhà không cửa là chết!

Người mua chó hay thích chó con, luật lệ bên Mỹ cho bán chó khi nó được 6 tuần, là lúc con chó có thể rời vú mẹ. Con chó khi đó được 1 tháng rưỡi, và người bán có một tháng rưỡi để bán, tức là người ta thích mua chó con dưới ba tháng. Khi trên ba tháng thì khó bán hơn!

Tìm trong báo, Hoa cũng đến vài nhà để coi chó. Nhà nào có chó đẹp, coi được thì giá trên trời! Cũng có nhà bán chó không giấy tờ, nhưng đa số là mấy con già, xấu hay dơ dáy!

Đi coi cả tuần, kiếm chẳng được con nào, Hoa cảm thấy chán nghề "bán chó" mới manh nha trong đầu. Lang thang vào chợ Mỹ để mua trái cây, Hoa chợt thấy một ông Mễ lấp ló bên ngoài cửa, mặc áo khoác không gài nút, và bên trong như che giấu một cái gì úp mở sau lớp áo!

Thấy Hoa nhìn, gã đàn ông cười, tiến lại gần, hé vạt áo ra. Hoa thật sự ngạc nhiên khi thấy một con chó con nhỏ xíu màu trắng lấp ló trong đó:

-Chó nhà tui đẻ, muốn mua không?

-Chó gì vậy?

-Maltese

Hoa hỏi:

-Lấy ra ngoài cho coi được không?

-Được chứ. Nhưng cô ra chỗ xe tôi nhé.

-Sure. Nhưng coi ở đây không được à?

-Sợ cảnh sát thấy!

-À, nó có giấy tờ không?

-Không, nhưng có giấy y tế.

Hoa đi theo gã ra một chiếc xe cũ. Mèn ơi, khi nhìn vào trong đó, Hoa thấy một cái thùng cạc tông, có hai con nữa đang loay hoay bên trong. Hoa nhào tới gần mấy con chó, chúng nó dễ thương quá. Có con còn nhỏ hơn con gã đang ôm trong ngực.

Hoa chỉ tay vào con nhỏ nhất:

-Con này bao nhiêu?

-Hai con này năm trăm một con, còn con đó sáu trăm.

Nhìn con chó quá dễ thương, Hoa liều lĩnh trả giá:

-Ông bán cho tui năm trăm con nhỏ nhất đi thì tui mua.

-Con đó là con chót trong lứa này, nó nhỏ xíu à, lớn lên chỉ nặng khoảng 5 lbs thôi. Cô lấy hai con kia đi, tui bớt cho, bốn trăm một con. Con này chắc giá sáu trăm.

-Thôi mà, tui chỉ thích con này thôi, vì nó nhỏ.

-Nếu mua hết ba con thì tui bớt cho cô!

-Cái gì, mua ba con?

-Phải, lấy hết ba con thì tui bán một ngàn hai.

Hoa suy nghĩ... tiền trong túi chỉ còn khoảng một ngàn rưỡi, bỏ ngàn hai ôm ba con chó về mà bán không được chỉ có nước dắt chó đi ăn mày! Nhưng... nếu bán được thì lời cũng hơn một ngàn đồng! Hay là chơi đại! Mình đang đen tình chắc đỏ bạc! Cú làm ăn đầu tiên, mua ba con cho rậm đám.

-Nè, nếu tui mua hết ba con, bớt cho tui một trăm nữa đi là một ngàn mốt, bán rồi còn đi về!

Gã đàn ông mau mắn: Ok.

Thế là Hoa ôm cái thùng có ba con chó qua xe mình, không quên lấy mớ giấy tờ sức khỏe của cả ba. Nên nhớ ở Mỹ có nhiều luật lệ kỳ quái. Chẳng hạn chó mèo đều phải có giấy tờ. Có cả "nhãn hiệu cầu chứng". Hãng AKC nổi tiếng nhất trong lãnh vực này, chứng nhận 1 con có cha mẹ thuần giống là AKC, thì phải đóng tiền khoảng 35 đô la rồi mới có giấy tờ chứng nhận.

Mấy con chó Hoa mua, chỉ có giấy sức khỏe, chứng tỏ những con chó tốt, không bịnh. Người mua có người chỉ cần giấy này, cho nên bán mấy con chó không giấy tờ, giá thấp hơn mấy con có giấy chứng nhận.

Về nhà nhốt chó vào một góc phòng, Hoa lật đật ngồi viết mấy chữ đăng bán chó ngay lập tức. Phải chụp hình ba con, đặt tên và đề giá, rồi ra thư viện để mượn máy Computer đăng báo "online". Phải có "credit card" để trả tiền nhà báo.

Hai ngày sau mới lên báo, ở nhà, Hoa đưa mấy con chó ra sân tập cho nó ị bên ngoài, hay ị lên giấy báo. Vậy mà nó cũng quen. Theo sát phục vụ và chơi với mấy con chó, Hoa thấy chúng dễ thương vô cùng, cứ chạy theo chân Hoa sát nút, khiến cho Bác Thu cũng vui lây.

Chuyến thứ nhất bán chó trót lọt. Ba người Mỹ đến coi chó, thấy chúng dễ thương nên mua ngay. Chuyến đó Hoa lời được một ngàn hai đô! Khỏi nói nàng mừng hết sức!

Làm ăn được vài lần thì có người gọi cảnh cáo Hoa không được bán chó nữa, vì như thế là vi phạm luật. Hoa nghĩ chắc đây là những người bán chó chuyên nghiệp, và bán một con chó cũng rất công phu, không phải dễ dàng như những thứ khác. Thế là Hoa ngưng, không làm nữa!

Nhưng không ngờ sau hai tháng buôn bán chó, Hoa lại đâm ra nhớ những con chó nhỏ quay quắt. Nhiều khi ra thư viện ngồi trước máy vi tính, Hoa chỉ mở ra coi những loại chó mà ngắm mấy con chó nhỏ. Cũng nhờ thế mà Hoa rất rành về các loại chó. Tuy nhiên, Hoa không dám mua chó nữa, vì ngại dụng chạm đến miếng ăn của người khác!

Rồi một chiều, có đứa em Hoa từ xa bất ngờ đi công tác cho hãng ở California một năm, nó được sống trong một căn nhà rộng, rủ Hoa về ở chung vì biết Hoa không nơi nhất định lúc này. Lúc đó cũng gần thời hạn ni cô trở về Mỹ.

-Chị ở chung với em một năm, em trả lương cho chị để lo vụ nấu ăn, dọn dẹp trong nhà, thứ bảy chủ nhật nghỉ.

-Dễ ợt.

*** TRANG GIA ĐÌNH PHẬT TỬ ĐỨC QUỐC**

Nguyên Trí - Nguyễn Thị Diệu Hạnh

LỜI TÂM SỰ CHIẾC LƯ HƯƠNG

Tôi tên là Lư Hương. Không những đó là tên tôi, mà tôi thật sự cũng là một chiếc lư hương đấy, các bạn ạ. Có bao giờ bạn nghe chiếc lư hương kể chuyện? Nếu chưa, thì xin mời bạn dừng chân lại nơi đây, nghe đôi lời tâm sự. Ở đời, hạnh phúc cũng đôi khi là có được người bạn tâm tình.

Chuyến hành trình định mệnh

Tôi sinh ra từ lửa đỏ và đôi bàn tay tài hoa của những người thợ làng đúc trên đất nước Việt Nam nhỏ bé xa xôi. Rời chiếc lò đúc, tôi được đưa ngay tới một cơ sở phát hành và gia nhập vào đội ngũ lư hương thật đông đúc nơi đây. Trong không gian rộng lớn, những chiếc lư hương hiện ra đua nhau khoe sắc. Mỗi chiếc một vẻ, từ anh bạn sứ nhỏ nhắn đến những 'gã khổng lồ' bằng đồng cần vài người khiêng. Cứ đâu vài hôm, một vài thành viên lại bùi ngùi chia tay với bè bạn, lại vừa hồi hộp vì sắp bước vào một hành trình mới khi được một chủ nhân thỉnh về hay „mua" về. Chúng tôi chia tay nhau trong những lời chúc tốt đẹp nhất, vì đường đời trăm ngả, biết bao giờ gặp lại? Rồi một ngày, tôi được chọn. Người ta gói ghém tôi cẩn thận, và cuộc hành trình xa xôi bắt đầu.

Đó là những ngày tháng nằm trong thùng gỗ tối om, bịt bùng, lênh đênh trên biển cả mênh mông. Tôi thật sự hoang mang. Không một tia sáng, không một âm thanh quen thuộc, chỉ có tiếng sóng vỗ rì rào xa xăm cùng với nỗi sợ vô hình về một tương lai vô định. Rồi tôi sẽ về đâu? Liệu có ai cần đến tôi? Liệu tôi có trở thành một vật bị lãng quên nơi xó xỉnh nào đó? Những câu hỏi ấy cứ xoáy sâu, gặm nhấm lấy tâm tư của một chiếc lư hương mới thành hình.

Thế rồi, ánh sáng cũng hé lộ. Tôi được đưa ra, được những bàn tay trân trọng lau chùi. Và kia, một không gian uy nghiêm, ấm áp hiện ra – chánh điện của một ngôi chùa Việt nơi xứ người. Và thế là, tôi – chiếc lư hương non nớt – đã có nơi để đến! Tim tôi (nếu một chiếc lư hương có thể có tim) đập thình thịch vì vui sướng. Tôi được trang trọng đặt vào vị trí trung tâm trên bàn thờ Phật, hai bên là anh Chân Đèn bằng đồng, dáng vẻ trầm mặc và uy nghi. Có thể gọi, đó là may mắn chăng? Cứ ngỡ là không bao giờ còn nghe lại những âm thanh quen thuộc của quê hương nữa. Rồi chẳng biết từ bao giờ, tôi và anh Chân đèn, dưới mái chùa thân thương đã trở nên đôi bạn khắng khít như thể không bao giờ rời xa. Hồi tưởng lại những ngày tháng đầu đặt chân lên quê hương mới, tôi không khỏi bồi hồi, xúc cảm.

Hương nguyện lan tỏa

Nguồn hình minh họa: Internet

Ngày qua ngày, vào những dịp cuối tuần hay vào các dịp lễ lạc, bà con đồng hương, Phật tử lui tới thật tấp nập. Thế là tôi cùng anh bạn chân đèn có cơ hội nghe tiếng kinh kệ trầm bổng, tiếng người nói chuyện lao xao – tất cả đều bằng thứ tiếng Việt thân thương mà tôi ngỡ đã xa cách muôn trùng. Lúc ấy, tôi mới cảm nhận sâu sắc, ngôn ngữ chính là hơi thở của đất mẹ. Biết bao câu chuyện đời đi qua, những chuyện vui chuyện buồn, chuyện cười ra nước mắt được nói lên bằng thứ ngôn ngữ ấy và được gởi vào làn khói hương lan tỏa kia. Quả là mỗi cuộc đời một số phận, không ai giống ai. Từ một khối kim loại lạnh lẽo, chẳng hiểu do nhân duyên nào, tôi lại được chọn đúc làm chiếc Lư Hương mà không là vật gì khác. Chiếc lư hương được đặt nằm giữa bàn thờ, trang trọng và tôn nghiêm. Ánh mắt của bao người đều hướng về tôi, những nén hương thơm ngát được cung kính cắm vào. Tôi thấy nhiệm vụ những chiếc lư hương quan trọng làm sao, mà có nơi thờ phượng nào lại thiếu vắng bóng dáng chúng tôi? Nhưng vào một ngày, khi tôi đang tận hưởng cái không khí trang nghiêm quyện với làn khói tỏa từ những nén hương mà khách thập phương dâng cúng, anh Chân đèn nhìn tôi nghiêm nghị khác thường, với giọng nhỏ nhưng sắc, anh nói: „Anh ạ, người ta tôn kính chúng ta là vì Đức Phật đó. Không có Ngài, ai mà để ý đến chúng ta". Lời anh bạn như một nhát búa vô hình đập vỡ tấm gương tự mãn tôi đang soi. Tôi sững người, rồi choáng váng tỉnh ra! Suýt nữa tôi quên mình là ai và nhiệm vụ của tôi là gì rồi: Một chiếc lư hương, lặng lẽ và khiêm cung, làm nơi cho hương nguyện lan tỏa, chứ không phải để tự mình tỏa sáng".

Hạnh phúc là được cống hiến

Một buổi chiều đông, khóa công phu chiều vừa kết thúc, những mảnh tro cuối cùng từ cây nhang vừa rơi xuống lặng lẽ vào bát hương. Không gian chánh điện chìm trong tĩnh mặc. Bất chợt, một bóng dáng người tiến vào, lễ mễ khuân theo một thùng gỗ hở nắp, đặt sát vào chân tường cạnh bàn thờ. Tôi tò mò phóng ánh mắt vào chiếc thùng gỗ. Bỗng,

-Em trả chị một ngàn một tháng, nhưng có điều chị phải lo cho một con mèo và 2 con chó nhỏ của em nữa.

-Chó gì?

-Một con Maltese và một con Yorkie. Còn con mèo thì hiền khô, chỉ cần đổ thức ăn nước uống cho nó thôi. Mai chị tới thì biết, chị thương nó liền.

Em Hoa cho nàng coi hình mấy con thú cưng, chao ơi là chúng dễ thương, đúng là "mình thích gì thì trời chiều nấy!"

Cho nên sau những tháng chạy quanh tìm việc, tìm chỗ ở, bây giờ Hoa thoải mái ngồi đây, chơi với hai con chó nhỏ thật đẹp, còn đẹp hơn cả con chó ở đằng Chùa của Ni cô.

Dù sao thì cũng còn gần một năm để lo chuyện đời sống, phải dành thời gian để thở cái đã!

tay chân tôi như muốn rụng rời, một cảm giác lạnh buốt chạy dọc sống lưng. Trời ạ, đó là... một chiếc lư hương, nhưng thân thể đã bị tháo rời, nằm im lìm, bất động như một cái xác. ‚Xác' ư? Một từ ngữ khủng khiếp hiện lên trong đầu tôi. Cớ sự nào khiến một đồng nghiệp ra nông nỗi này? Liệu... liệu đây có phải là tương lai đang chờ đợi mình? Một nỗi bất an xâm chiếm lấy tôi, khiến tôi gần như không thở nổi. Đang rối rắm với những câu hỏi trong đầu thì từ chiếc thùng gỗ, tiếng chào của anh bạn Lư Hương đồng nghiệp bất ngờ cất lên, nhẹ như một làn khói mỏng. Thế là anh em chúng tôi làm quen nhau.

Anh bạn Lư hương mới kể lại cuộc đời mình. Anh xuất thân là chiếc lư hương của một gia đình được lưu truyền từ mấy đời, có nghĩa kể về tuổi tác, anh thuộc hàng tiền bối của tôi. Vì là vật hương hỏa của dòng họ nên dù thân anh to lớn kềnh càng, anh vẫn được mang theo khi gia đình người chủ đi định cư ở nước ngoài. Kể ra, đó cũng là một kỳ công khi mang anh qua được tới đây. Nhưng nhà cửa bên này thì chỉ vừa ở thôi mà thân hình của anh thì quá dềnh dàng, không để vừa ở bất cứ nơi nào trong nhà. Thôi thì anh đành chấp nhận bị tháo rời từng bộ phận ra xếp vào trong thùng… và nằm đó mãi mãi trong cái kho củ kỹ. Nhưng anh không thấy buồn. Dù không được đặt trên bàn thờ ông bà như hồi còn ở quê nhà, anh vẫn có cảm giác mình là một phần của gia đình này. Chẳng phải họ đã chuyển nhà mấy lần mà lần nào anh cũng được mang theo như vật tùy thân trong khi họ đã phải vất đi rất nhiều món đồ khác đó ư? Thế cũng đã là niềm an ủi của anh rồi. Ở đời này có gì là tuyệt đối? Những tưởng là cuộc đời anh khép lại mãi mãi ở cái góc tối trong nhà kho kia…

Nhưng vào một ngày đẹp trời đầy nắng, có tiếng chìa khóa lạch cạch mở cửa, rồi chủ nhân của anh xuất hiện. Người chủ tiến thẳng đến cái thùng gỗ nơi anh đang nằm, nhẹ nhàng lôi tất cả những bộ phận bị tháo rời của anh đặt trên bàn, thân thể anh được lắp ráp trở lại, được lau chùi sáng láng. Chủ nhân của anh đứng lùi ra, ngắm nghía anh như ngắm nghía một người bạn thân sau nhiều năm gặp lại. Ánh mắt của người chủ, như có pha chút hoài niệm xen lẫn niềm hãnh diện thầm kín. Có lẽ chăng khi nhìn ngắm anh, người chủ nhân trẻ nhìn thấy cả bao thế hệ dòng tộc đã đi qua dòng máu mình? Thế rồi người chủ khệ nệ khuân anh lên và đặt ở giữa nhà. Lúc đó anh mới biết ngọn nguồn: Tết Nguyên Đán do cộng đồng tổ chức năm nay, anh sẽ được hiện diện trên bàn thờ tổ quốc thiêng liêng! Người ta nói với chủ nhân của anh, chỉ có anh, cái lư hương to lớn và cổ kính thế, mới đủ sức tôn lên vẻ uy nghi của bàn thờ tổ tiên ngày Tết. Anh nghe có nhiều tiếng trầm trồ quanh mình: „Chỉ cần đặt chiếc lư hương lên bàn thờ thì như hồn thiêng sông núi tụ về!“. Nhưng cái vinh dự hay sự khen ngợi ấy không phải là điều đã mang lại niềm vui cho anh mà chính là cảm giác mình trở nên hữu ích đã khiến anh lâng lâng hạnh phúc, dù sau mỗi buổi lễ, bàn thờ được thu dọn và anh lại được trả về với căn nhà kho cũ kỹ, anh lại nằm trong góc tối yên lặng, một mình… Lần này, anh được tạm gởi ở chùa qua đêm rồi ngày mai được hoàn lại cho chủ nhân.

Tôi nhìn anh ái ngại. Cuộc đời anh, một chiếc lư hương gia bảo, một biểu tượng thiêng liêng, lại trôi nổi thăng trầm đến vậy? Nhưng rồi tôi nhận ra ở anh một sự tĩnh lặng nội tại và mạnh mẽ của chiếc lư đồng dẫu mang nhiều vết xước thời gian vẫn không lời oán trách. Phải chăng, thân anh dù bị phân mảnh, vẫn mang trong mình bao ký ức và giá trị được trao truyền qua nhiều thế hệ, vẫn là một phần của dòng chảy tâm linh? Còn tôi, một chiếc lư hương may mắn khi có một chốn đi về bình yên nơi cửa Phật, vẫn có đôi lúc phật ý buồn lòng. Dường như hiểu ý tôi, anh nở nụ cười nhẹ nhàng. Hôm sau chia tay, anh em tôi nhìn nhau thật lâu. Tôi chúc anh nhiều sức khỏe để tiếp tục đóng góp phần nhỏ của mình cho cộng đồng và vẫn thầm mong sẽ có dịp gặp lại anh nơi đây, thầm ước cộng đồng càng ngày càng có nhiều các hoạt động truyền thống văn hóa để anh có cơ hội tiếp tục cống hiến, để ngọn lửa cội nguồn trong anh không bao giờ tắt.

Những người bạn Áo Lam

Đang miên man với những dòng suy tưởng bỗng có tiếng bước chân dồn dập, rồi bóng dáng của những chú thiếu niên mặt còn búng ra sữa trong bộ đồng phục Lam đang tiến dần đến chúng tôi. Thoáng chốc, tôi và anh Chân đèn bị „hạ bệ“ ngay xuống nền của Chánh điện sau khi nền đã được trải những lớp báo dày kín. Tôi hớt hãi nhìn sang anh bạn Chân đèn của mình mà chẳng hiểu trời trăng gì hết. Anh Chân đèn thì cứ an nhiên trầm tĩnh, còn nhìn tôi với nụ cười bí hiểm. Khi các chú thiếu niên bắt đầu lôi trong cái thùng đủ thứ đồ nghề, lỉnh kỉnh chai lọ, khăn chùi thì tôi mới vỡ lẽ. Thì ra chúng tôi lại được lau chùi thôi mà. Nhưng mọi năm việc lau chùi anh em chúng tôi vẫn là thời gian chuẩn bị lễ Tết chứ đâu có sớm như vậy? Như nhìn thấu ruột gan tôi, anh Chân đèn nhắc:

“Anh Lư Hương ơi, anh quên rồi sao? Sắp tới là lễ kỷ niệm 30 năm của GĐPT đó!“.

Ối chào, nếu có tay thì tôi đã gõ vào đầu của mình, quên chi mà quên đoản thế! Tôi nhìn các cậu thiếu niên đang chấm cái chất lỏng gì đó vào thân tôi và thân của anh chân đèn. Nhìn các cậu phùng mang trợn mắt kỳ cọ thân thể hai anh em tôi, tôi suýt phì cười, tự nghĩ „ậy, lau chùi thôi mà, làm gì mà bặm môi, trợn mắt thế, may mà tôi mình đồng da sắt!".

Anh Chân đèn khẽ mỉm cười, ánh mắt toát lên vẻ trìu mến: „Anh xem, các em thật dễ thương. Ở nhà có khi được nuông chiều, nhưng vào đây, các em học làm nhiều thứ và học cả sự tận tâm trong từng việc nhỏ".

Không gian Chánh điện rộn ràng hẳn lên. Bên góc kia, mấy cô thiếu nữ tỉ mỉ cắt từng con chữ cho biểu ngữ. Ở góc cuối Chánh điện, hai chị Huynh trưởng đang làm những động tác như múa, nhún lên nhún xuống theo điệu nhạc trước mười mấy gương mặt ngây thơ, cứ há hốc mồm và mở to đôi mắt làm theo, như sợ rằng mình mà chớp mắt một cái là sẽ bị lỡ ngay một động tác. Thế mà vẫn lỡ nhịp tùm lum ấy chứ. Tôi nhìn ra những giọt mồ hôi trên trán của hai chị, nhưng khóe miệng vẫn tươi cười hướng về các em khích lệ.

Tôi nháy cái nhìn đầy ẩn ý với anh Chân đèn. Hướng ánh mắt đầy thương cảm về phía đó, anh Chân đèn thốt lên: „Thật thương các anh chị trưởng, họ làm việc bằng cả trái tim…".

Bỗng dưng tôi thấy anh hơi nhíu mày, như đang cố lắng nghe để hiểu dòng âm thanh nào đó. Tôi nhìn quanh. À, thì ra một chị Huynh trưởng đang kiên nhẫn dạy tiếng Việt cho các em để đọc lời tri ân cho buổi lễ kỷ niệm. Tôi nói nhỏ để anh Chân đèn vừa đủ nghe: „Nhìn những mầm non này, tôi lại thấy hy vọng. Nhưng cũng có lo lắng, liệu ngọn lửa tiếng Việt có mãi được thắp sáng ở nơi xa xôi này không, anh Chân đèn nhỉ?".

Anh Chân đèn hướng ánh mắt xa xăm, định nói với tôi điều gì đó, thì cũng vừa lúc chúng tôi được đặt trở lại trên bàn thờ chánh điện. Khỏi phải nói, tôi thấy đôi mắt của các cậu bé ánh lên rạng ngời khi nhìn ngắm chiếc Lư Hương và cặp Chân Đèn sáng láng. Anh Đoàn trưởng cất giọng đầy khích lệ: „Các em giỏi lắm, các em đã làm công việc lau chùi rất kỹ lưỡng và nhất là ai cũng tham gia phần mình. Bây giờ các em đi ăn cơm và nghỉ trưa nhé".

Chứng nhân thầm lặng

Tôi nhìn theo các bạn Lam của tôi đang dần khuất về hướng phòng ăn, ngôi Chánh điện lại chìm vào khoảng không yên lặng. Các bạn biết rồi đó, khi mọi thứ chung quanh yên lặng thì cũng là lúc dòng suy tưởng trỗi lên mạnh nhất. Rồi như một cuốn phim, những hình ảnh và kỷ niệm hơn ba mươi năm trước như đang hiện lên trước mắt, rõ ràng và sống động: buổi lễ thành lập Gia đình Phật Tử. Tôi còn nhớ như in. Hôm đó anh Chân đèn và tôi cứ sững người ra mà nhìn, bởi chưa bao giờ chúng tôi chứng kiến một buổi lễ như vậy. Tất cả diễn ra trước mắt như một chương sách kỳ thú với bao tình tiết mới lạ – nào là lá Đoàn kỳ với hoa sen trắng nổi bật trên nền cờ màu xanh biết, nào là những chiếc áo màu Lam thuần khiết giản dị được cài lên huy hiệu sen trắng như một lời thệ nguyện cho những giá trị mà cả tập thể hướng tới. Chúng tôi lần đầu tiên được nghe bài ca „Sen trắng" cất lên, thành kính như lời kinh. Những thành viên của Gia Đình Phật Tử là những cô cậu bé nhi đồng đang tung tăng trong bộ Đồng Phục cho đến những em tuổi Thiếu Thanh, những anh chị đã trưởng thành cho đến những vị đã hai màu tóc.

Cứ thế, ngày qua ngày, tôi với anh Chân Đèn xem các anh chị em Áo Lam trong Gia Đình Phật Tử như những người bạn thân thiết nhất của mình. Lâu dần, tôi càng hiểu hơn những công việc mà họ đang thầm lặng cống hiến. Chúng tôi như có thêm „đôi mắt, đôi tai" để dõi theo và khám phá đủ thứ hoạt động của Gia Đình Phật Tử.

Này nhé, ngoài chuyện học Phật pháp, các em ngay khi còn nhỏ xíu ở lứa tuổi ngành Đồng đã được các anh chị chỉ dạy cách áp dụng những điều hay lẽ phải trong đạo Phật vào cuộc sống hàng ngày. Rồi thì các em còn được học tiếng Việt, được khuyến khích tham gia nhiều hoạt động để giữ gìn những nét đẹp văn hóa của người Việt mình. Mà nói đến chuyện sinh hoạt với đám trẻ thì đúng là „nghề" của mấy anh chị Trưởng. Nào là sinh hoạt vòng tròn hát hò, kể chuyện, rồi thì tổ chức du ngoạn, cắm trại, họp vui quanh đèn, trò chơi lớn v.v… thật là lôi cuốn, hấp dẫn!

Mới đó mà đã 30 năm rồi! Nói sao cho hết những vui buồn, kể sao cho hết những nốt nhạc trầm bổng, bởi vì con đường mà những người bạn Lam của tôi chọn đi không là một con đường bằng phẳng. Những cô chú bé ngày đó, giờ đã là những con người trưởng thành. Có những người đã nối tiếp bước chân các thế hệ đi trước, trở thành những Huynh trưởng trẻ tài giỏi, nhiệt huyết. Có những người đã không còn khoác lên mình chiếc áo Lam, nhưng hạt mầm đã gieo, 5 cánh sen Thanh Tịnh, Tinh tấn, Từ bi, Trí tuệ, Hỷ xả đã rơi vào tạng thức, chỉ chờ điều kiện và nhân duyên hội tụ… Đến đây, tôi nhớ lại những câu chuyện thú vị về đoàn thể Gia Đình Phật Tử mà anh Chân đèn đã kể cho tôi nghe từ rất lâu rồi. Có lẽ vào một dịp nào đó thuận tiện, chúng ta sẽ nhờ anh Chân đèn ôn lại những sự kiện và lịch sử của Gia Đình Phật Tử, một lịch sử đã theo cùng vận nước nổi trôi cho đến hôm nay.

Những lời ước nguyện

Đang miên man với dòng suy tưởng, thì giọng của anh Chân đèn cất lên kéo tôi về thực tại: „Này anh Lư Hương, không biết anh cảm thấy thế nào chứ tôi thật là nôn nóng đến cái ngày lễ kỷ niệm GĐPT lắm đó. À, mà anh em mình sẽ có món quà nào cho các bạn Lam của mình ngày hôm đó chứ, anh bạn?

Tôi trầm ngâm giây lát rồi trả lời khẽ: „Với anh em mình, món quà ý nghĩa nhất có lẽ là sự hiện hữu thinh lặng mà chứng giám của chúng ta. Tôi nguyện rằng mỗi khi có ai đó thắp một nén hương, làn khói bay lên sẽ mang theo ước nguyện của tôi cho các bạn Lam: chân cứng đá mềm, tâm vững vàng trước muôn vàn thử thách, để mỗi ngày qua đi là một bước tiến gần hơn đến sự thanh tịnh, tinh khiết, để đóa Sen Trắng của lý tưởng các bạn mang theo sẽ không ngừng lan rộng, tỏa ngát hương giữa đời này, dù ở bất cứ phương trời nào".

Anh bạn Chân đèn của tôi tiếp lời: „Thi vị và sâu sắc lắm! Còn tôi, tôi chỉ có một ước nguyện giản dị: được đứng đây, soi sáng, cho đến ngày kỷ niệm 50, rồi 60 năm thành lập Gia Đình Phật Tử trên mảnh đất trời Âu này. Tôi muốn cảm nhận bằng tất cả sự tồn tại của mình, những thế hệ Đoàn sinh vẫn cất cao bài ca Sen Trắng, vẫn dõng dạc những lời phát nguyện thiêng liêng bằng tiếng Việt rành rọt, trong trẻo như tiếng chuông chùa sớm mai. Anh có hình dung được không," – giọng anh chợt chùng xuống: „nếu một ngày, tiếng Việt không còn vang lên ở những nơi này nữa, thì những giá trị mà chúng ta cùng bao người đang cố công gìn giữ, sẽ biết nương tựa vào đâu?".

Tôi gật đầu, cảm nhận trọn vẹn những nỗi niềm của anh. Hình ảnh người bạn Lư Hương đồng nghiệp hôm nào, với cuộc đời phiêu dạt nhưng chưa bao giờ nguôi khát vọng kết nối với nguồn cội, chợt hiện về rõ mồn một. Anh ấy, dù nằm trong góc kho tăm tối, vẫn là một phần của quê hương, bởi anh mang trong mình câu chuyện của một dân tộc, một ngôn ngữ. Tôi nhìn anh Chân đèn, một cái nhìn thật sâu, nụ cười chợt nở trên môi: „Cảm ơn anh đã nhắc!".

Và rồi, không cần một lời hẹn trước, từ sâu thẳm trong tâm thức của một chiếc lư hương Việt nơi đất khách, một giai điệu bất chợt ngân lên, réo rắt, thiết tha, như một lời thề nguyện chưa bao giờ phai:

„Tôi yêu tiếng nước tôi,
Từ khi mới ra đời người ơi,
Mẹ hiền ru những câu xa vời,
À ơi, tiếng ru muôn đời…"

(Tình Ca. Nhạc và lời: Phạm Duy) ■

Đồng Thiện

KHOẢNH KHẮC GIỮA ĐỜI

Không hẹn mà gặp, tình cờ mà nên, những khoảnh khắc không biết trước lại thành hiện thực trong đời. Thế là tôi cũng thỏa được cái ý niệm bấy lâu nay. Tôi được gặp quý thầy trong chuyến hoằng pháp Bắc Mỹ năm nay. Quý thầy là những bậc phạm hạnh trong chốn già lam, những trụ cột trong thiền môn của Phật giáo Việt Nam hải ngoại. Quý thầy đang gánh vác trọng trách và tiếp nối sự nghiệp của các bậc long tượng: Huyền Quang, Quảng Độ, Tuệ Sỹ truyền trao, phó chúc! Quý thầy là những tu sỹ tinh tấn, đầy đủ giới đức, phạm hạnh, nội điển tinh thông, ngoại điển uyên bác… Quý thầy giỏi cả về kỹ thuật điện toán, các ứng dụng của công nghệ hiện đại, trí thông minh nhân tạo. Quý thầy còn là những học giả, những nhà văn, những cây bút xuất sắc cả về Phật học lẫn văn chương…

Tôi đã có những khoảnh khắc rung động thật sự, cảm xúc mạnh đến nỗi viết mấy dòng chữ ký tặng quý thầy mà cứ run run, chữ viết vốn đã xấu lại càng thêm xiêu vẹo méo mó. Tôi gặp quý thầy tại buổi tiệc chay gây quỹ cho chùa Hải Ấn, từ đằng xa thấy quý thầy mà đã run lên y hệt như mấy cô cậu choai choai thấy thần tượng ca sỹ, diễn viên điện ảnh.

Thật sự đúng với ý nghĩa khoảnh khắc, thời gian gặp gỡ quý thầy rất ngắn ngủi, đã vậy buổi tiệc quá đông đảo và ồn ào nên thầy trò chẳng nói được gì nhiều. Thầy Như Điển, thầy Nguyên Tạng, thầy Đạo Tỉnh… Trông quý thầy từ hòa, an định và rất tự tại giữa dòng đời đầy động loạn. Nhìn quý thầy mà lòng cứ nhớ đến ôn Tuệ Sỹ. Tôi thật sự "thấy" thấp thoáng tinh thần ôn Tuệ Sỹ ở nơi thần thái quý thầy. Ngay cả những giây phút viết những dòng chữ này vẫn còn rung động, tay gõ chữ không kịp theo dòng tâm ý tuôn trào, chữ cứ tự nhiên tuôn chảy mà không có tâm niệm dụng công viết.

Quý thầy đang thực hiện chuyến hoằng pháp Bắc Mỹ, thường mỗi năm đều có chuyến hoằng pháp liên châu như thế! Quý thầy đến từ Úc châu, Âu châu, Mỹ châu… Những chuyến hoằng pháp đều đặn, bền bỉ để đem Phật pháp đến với hàng tứ chúng Phật tử Việt Nam hải ngoại. Phật tử Việt Nam hải ngoại cũng đông đảo nhưng không phải ai cũng có nhân duyên để được gặp quý thầy, nghe pháp từ quý thầy. Bản thân tôi cũng thế, bao nhiêu năm nay mong có lần gặp quý thầy nhưng có lần nào được gặp đâu. Lần này gặp cũng là tình cờ chứ cũng chẳng phải có lịch trước. Chữ duyên quả thật là khó mà đoán biết và cũng không thể suy nghĩ hay luận bàn. Trong nhà Phật có câu "Phật không độ được người vô duyên", nói vậy không có nghĩa là Phật thiếu từ bi, Phật chia chẻ hay Phật thiếu năng lực. Thật sự thì Phật là bậc giác ngộ "vô tri vô sở bất tri, vô năng vô sở bất năng". Phật không độ được là vì nhân duyên của người chứ vấn đề không ở nơi Phật. Tỷ như ánh sáng mặt trời đem lại sự sống và tăng trưởng cho muôn loài, ánh sáng không phân biệt chẻ chia, không yêu ghét thiên lệch… Nhưng người không chịu tiếp nhận ánh sáng, cứ rúc trong hang hốc, ngóc ngách thì cũng đành bó tay thôi!

Quý thầy đang hoằng pháp Bắc Mỹ và khắp mọi nơi trên thế giới, ấy thế mà không thể hoằng pháp trên quê hương, âu cũng là nhân duyên, cũng vì duyên. Tuy nhiên ngày nay với các phương tiện kỹ thuật hiện đại thì cũng có thể "gặp" quý thầy trên Net thông qua những trang web hay các mạng xã hội.

Quý thầy đang tiếp nối công việc phiên dịch Đại Tạng Kinh. Công việc tâm huyết của các bậc long tượng sư vương lớp trước làm còn dở dang. Hiện đã hoàn thành giai đoạn hai của bộ Thanh Văn Tạng, kinh sách đã và đang được gởi đi khắp các chùa, viện, trường đại học… trên thế giới.

Tôi đã vô duyên (có cả nguyên nhân khách quan lẫn chủ quan) không đảnh lễ được quý Hòa thượng long tượng sư vương: Huyền Quang, Quảng độ, Tuệ Sỹ. Nay, trong khoảnh khắc ngắn ngủi này được gặp quý thầy nên lòng cũng thỏa mãn chút tâm niệm. Thời gian ngắn ngủi, buổi tiệc chay gây quỹ quá ồn ào nên không kịp nghe được gì từ quý thầy, chẳng kịp tâm tình với quý thầy. Nói là vậy nhưng tôi vẫn thường "gặp" quý thầy trên mạng Net, trong những bài giảng, những dòng chữ, những trang sách… Quý thầy đang thay Phật giáo hóa chúng sanh. Quý thầy đang thay Phật giữ gìn cơ nghiệp của Như Lai.

Quý thầy đang ở trong nhà Như Lai, mặc áo Như Lai và đang nói những lời Như Lai. Quý thầy là tăng bảo, nếu nói theo nghĩa tự tánh tam bảo thì quý thầy thật đúng nghĩa thanh tịnh; còn nói theo nghĩa trú trì tam bảo thì quý thầy đang là những ông tăng chân chánh, uyên bác, tinh tấn, từ bi… Quý thầy đang đem giáo pháp của Phật truyền bá sâu rộng, gióng trống pháp khắp mọi nơi, duy trì giềng mối Phật giáo Việt Nam, hòa nhập với Phật giáo thế giới. Quý thầy đang lèo lái con thuyền giáo hội Phật giáo Việt Nam Thống Nhất. Con đường dài và lắm chông gai, đầy thử thách. Lòng người nhiều khác biệt, không chỉ người ngoài đời, người ngoại đạo mà ngay cả trong pháp lữ cũng lắm chẻ chia. Dù có thế nào đi nữa thì quý thầy vẫn dõng mãnh tiến về trước, giơ cao ngọn đèn chánh pháp, mạnh mẽ gióng trống pháp. Quý thầy đã và đang tiếp nối công hạnh của các bậc long tượng sư vương.

Những khoảnh khắc giữa đời cứ như thực như mơ, tưởng không mà lại có, có đó nhưng là không. Duyên như thế, thị như thế. Hạnh phúc thay những khoảnh khắc được gặp gỡ quý thầy. ■

Ất Lăng thành, 0325

Hoa Lan - Thiện Giới

Ngôi Chùa Của Tương Lai

- Tu viện Viên Lạc vùng Nordsee, Đức quốc –

Hôm nay ngày 22 tháng 6 năm 2025, ngày nóng nhất từ xưa đến giờ ở xứ Đức với nhiệt độ lên đến 36 độ C. Tại một ngôi chùa nhỏ, nằm ở vùng biển Nordsee của thành phố Varel thuộc bang Niedersachsen Đức quốc, đã long trọng tổ chức Đại lễ Phật Đản tại ngôi Tu Viện Viên Lạc, do thầy Thích Hạnh Giới Trụ trì.

Đây có lẽ là tuần lễ cuối cùng của Mùa Phật Đản PL. 2569, chúng ta được tham dự ở vùng Bắc Đức, dưới sự chứng minh của Hòa Thượng đệ nhất và đệ nhị Chủ tịch Hội đồng Điều Hành Giáo Hội Phật Giáo Việt Nam Thống Nhất Âu Châu, cùng chư Tăng Ni gồm 12 Vị đến từ các nơi và đồng bào Phật tử khoảng gần 200 người, chủ yếu quanh vùng của 3 Chi hội Phật tử từ Bremen, Aurich và Wilhelmshaven. Các địa danh này có liên quan đến một biến cố lịch sử của người Việt tỵ nạn chính trị tại bang Niedersachsen, sẽ được Sư Ông Như Điển kể rõ trong lời phát biểu tại buổi lễ.

Ngôi chùa tuy nhỏ nhưng khuôn viên đất thật rộng với diện tích 2.000 mét vuông, những bảo tháp màu trắng xây dựng theo trường phái Tây Tạng rất đẹp mắt và trang nghiêm. Một chỗ thờ Ngài Dược Sư thật ấn tượng với pho tượng nho nhỏ của Tây Tạng và 7 pho tượng bằng ngọc 7 màu khác nhau như ngọc lưu ly. Chung quanh vườn được chia khu trồng hoa các loại khác nhau. Đặc biệt nhất vẫn là các bụi hoa Lavender màu tím vừa tỏa hương vừa đuổi ruồi muỗi côn trùng. Chỗ ngồi nghỉ chân được bao bọc bởi những cụm trúc hình ảnh của quê nhà. Đây có phải là nơi ta tìm được an lạc của cuộc đời, sau những buổi thiền hành tu học? Đúng rồi! Viên Lạc Tu Viện đó mà!

Đúng 10 giờ 30 sáng, buổi lễ được bắt đầu trong Chánh điện với phần tụng kinh Khánh Đản, các Gia Đình Phật Tử của 3 Chi hội kể trên đã làm hàng rào danh dự cung thỉnh Chư Tăng Ni ra lễ đài Tắm Phật. Các em trong Gia Đình Phật Tử múa vũ khúc dâng hoa cúng Phật và hát bài *"Mừng ngày Đản Sanh"*.

Sau đó Sư Ông Tánh Thiệt ban đạo từ ngắn gọn nhưng thật ấm đạo tình. Người nói, ngôi Tu Viện tuy nhỏ nhưng vùng nầy đã có mười mấy người xuất gia, một con số không nhỏ so với các ngôi chùa to lớn khác! Thầy Trụ trì đã độ được giới trẻ nhất là ở vùng này, đã dùng ngôn ngữ của bản xứ để đưa Đạo Pháp vào thế hệ thứ hai trên xứ người. Đây là điều đáng quý, trong khi thế hệ thứ nhất đã và sẽ từ từ ra đi, các chùa chiền ở hải ngoại sẽ có nguy cơ trở thành các viện bảo tàng hay di sản văn hóa để du khách đến viếng thăm, vì thiếu người làm công tác *"Tục diệm truyền đăng"*.

Về tình hình chính trị thế giới hiện nay, Sư Ông rất lo ngại cho việc lành ít dữ nhiều, nếu chiến tranh nguyên tử xảy ra thế giới chỉ còn lại 10 quốc gia và tất cả đều bị tiêu diệt. Các nước Pháp, Hòa Lan, Bỉ đã đưa ra các thông báo dày 18 trang phát cho dân chúng để chuẩn bị tinh thần, sửa soạn thức ăn, nước uống và đèn cầy, phòng hờ bom đạn ít nhất trong 72 tiếng đồng hồ có thể sống sót. Nhưng tình trạng của nước Đức có vẻ dửng dưng trước những biện pháp của các nước láng giềng trong cộng đồng Âu Châu. Người nói thêm, nếu chúng ta biết tu tập và cầu nguyện thì sẽ giữ được tình trạng tốt đẹp một cách tương đối như hiện nay.

Tiếp đến Sư Ông Như Điển kể một câu chuyện lịch sử của hơn 40 năm về trước tại bang Niedersachsen, có liên quan đến 2 ngôi chùa Viên Giác và hậu duệ là Viên Lạc tại bang này.

Thuở ấy vào ngày 24 tháng 11 năm 1978, khi ông Thủ hiến bang Niedersachsen Dr. Ernst Albrecht ký sắc lệnh nhận 1.000 thuyền nhân tỵ nạn từ Việt Nam trên chiếc tàu Hải Hồng vào tiểu bang này, rồi sau đó nhận tiếp thêm một ngàn nữa. Đã là gánh nặng trên vai vị Đại Đức trẻ mới sang Đức năm 1978, chỉ một năm sau Người đã phải đi thông dịch cho nhiều thuyền nhân tỵ nạn tại Hannover. Người kể, lúc đi khám bác sĩ các thuyền nhân nam phải cởi áo để chụp hình quang tuyến phổi, sau lớp áo là những tấm vàng lá bốn số 9 được ép dán bên trong gọn gàng. Phần các bà thì đi đâu cũng mang kè kè bên mình cái bình tích thủy, thay vì đựng nước lại chứa vàng và hột xoàn. Từ đó suy ra, họ bỏ nước ra đi không vì nghèo đói mà vì chính trị, thiếu tự do thật sự trên quê hương của họ; nên họ phải bỏ nước ra đi?

Phụ trách phần ngoại giao liên lạc với chính quyền Đức, có anh Thị Thiện - Phạm Công Hoàng, một trong 5 người đệ tử đầu tiên của Sư Ông Như Điển, đã tiếp xúc trực tiếp với ông Thủ hiến Albrecht và sau này với con gái của ông là bà Ursula von der Leyen, Chủ tịch Liên Minh Âu Châu. Ngoài ra còn sự giúp sức của người đệ tử đầu tiên của Sư Ông Như Điển là anh Thị Chơn - Ngô Ngọc Diệp. Hai đệ tử này thuộc diện sinh viên du học trước 75, là những kỹ sư hàng không và cơ khí giỏi làm việc tại Đức

Từ đó ngôi chùa Viên Giác là ngôi chùa tâm linh của những thuyền nhân ấy, họ sinh hoạt tích cực và đóng góp rất nhiều cho ngôi Tam Bảo. Con cháu họ được sinh ra và lớn lên tại xứ Đức, gần như quên tiếng mẹ đẻ, nên dù có cố gắng theo cha mẹ lên Chùa cũng không thể nghe được các lời Pháp nhũ của quý Thầy. May mắn thay các hàng đệ tử xuất gia của Sư Ông Như Điển, trong đó phải kể đến Thầy Hạnh Tấn, Thầy Hạnh Giới..., đã thu phục được giới trẻ đến với Phật pháp bằng những bài thuyết pháp bằng tiếng Anh, tiếng Đức. Số đệ tử xuất gia của hai Thầy càng ngày càng nhiều khiến đạo tràng thêm vững chắc, Phật pháp được trường tồn.

Hàng năm cứ vào dịp đầu xuân hay đầu hè, hai Thầy tổ chức các Trại hè Thanh Thiếu niên, các Khóa tu cho các em trong Gia Đình Phật Tử, đào tạo một thế hệ trẻ đầy Bi-Trí-Dũng, làm nền tảng vững chắc cho ngôi nhà Phật pháp.

Người viết được biết Thầy Hạnh Giới qua các Khóa Huân Tu Tịnh Độ 10 ngày tại đạo tràng chùa Linh Thứu, Berlin. Thầy có những phương pháp sống động đưa các Hành giả vào cõi Tịnh Độ của Phật A Di Đà. Gieo trồng những hạt giống Bồ Đề làm tư lương về Tịnh độ.

Biết đến Thầy nhờ những chuyến hành hương Đài Loan, Hàn Quốc, Hồng Kông, Singapore, thăm viếng các cảnh Chùa nổi tiếng ở Á Châu. Đặc biệt vẫn là các Khóa tu ở Pháp Cổ Sơn của cố Hòa Thượng Thánh Nghiêm tại Đài Bắc, ngôi cổ tự nằm trên một ngọn đồi hẻo lánh đối diện với một ngọn đồi phồn hoa đô thị, nơi có tòa nhà cao 104 tầng, nỗi niềm hãnh diện của người Đài Loan. Buổi tối ngồi trong khuôn viên của Thiền viện nghe tiếng côn trùng kêu rỉ rả, nhìn xa xa trước mặt là tháp cao lấp lánh ánh đèn và một rừng ánh sáng tượng trưng cho sự khác biệt giữa Đạo và Đời.

Nhắc đến các chuyến hành hương của Thầy Hạnh Giới, phải kể đến văn phòng du lịch Nhi Phong của anh Đồng Pháp, một đệ tử của Thầy. Anh đã tìm ra địa điểm ngôi nhà gần nơi gia đình anh sinh sống, để trợ duyên cho Thầy xây dựng ngôi Tam bảo.

Trong ngày Đại lễ này, người viết đã gặp lại rất nhiều bạn Đạo từ nhiều nơi đến, nhiều nhất vẫn là từ chùa Viên Giác. Phải rồi, khắp nơi đều tụ lại ngôi Chùa Tổ, nên lần nào cũng gặp những nhân vật ấy! Đặc biệt là Thiện Quang, cô hàng chè thập cẩm sữa trân châu nổi tiếng của quầy hàng chùa Viên Giác mà mười năm sau mới gặp lại. Được biết Thiện Quang gọi nhà thơ Hồ Dzếnh - Hà Triệu Anh là bác ruột, người với vần thơ làm tan chảy bao trái tim:

Cô gái Việt Nam ơi!
Nếu chữ hy sinh có ở đời.
Tôi muốn nạm vàng muôn khổ cực.
Cho lòng cô gái Việt Nam tươi.

Thiện Quang đang làm từ thiện với các nhân vật nổi tiếng như tài tử Himanshu Soni người Ấn Độ, đóng cuốn phim Cuộc đời Đức Phật gồm 55 tập. Rồi với tài tử Gagan Malik, người được tặng cho danh hiệu "*Nam thần*", đóng cuốn phim về Cuộc đời Đức Phật dài gần 2 tiếng, chiếu ở các rạp chiếu phim. Tài tử Gagan đang ở Bồ Đề Đạo Tràng, đang gieo duyên với Thiện Quang làm từ thiện cho chương trình giúp đỡ các chú tiểu tu học tại đây. Ông ấy viết "*I need support for poor children monks in India*".

Mặc dù trời rất nóng, tưởng rằng đĩa cơm tấm bì chay chẳng thể nào nuốt nổi. Nhưng không ngờ nó ngon đến nỗi tôi phải xin thêm đĩa thứ hai, với bát canh chua vừa miệng. Thành thật khen các Ban Trai soạn của các Chùa đến tiếp sức cho buổi Đại Lễ hôm nay. Các chị vẫn miệt mài nhồi bột chiên bánh cam, bánh tiêu để phát hành cúng dường cho Chùa. Một món ăn chơi tưởng rằng dầu mỡ khó tiêu, nhưng lại đắt hàng đến không tưởng, mọi người phải xếp hàng dài dài mới mua được.

Sau phần cúng Mông Sơn Thí thực, diễn Nôm là cúng Cô hồn, mọi người từ từ giải tán ra về. Thầy Trụ trì Thích Hạnh Giới tươi cười đứng nép mình bên khung cửa tiễn đưa khách Thập phương gần xa quay về trú xứ. ■

Mùa Phật Đản tại Tu Viện Viên Lạc, PL 2569.

CÙNG ĐỌC & GIỚI THIỆU RỘNG RÃI ĐỂ DUY TRÌ TỜ BÁO GIẤY PHẬT GIÁO LÂU ĐỜI NHẤT, DUY NHẤT CÒN LẠI Ở ÂU CHÂU

Bước sang năm 2025, Tạp Chí Viên Giác tròn 47 năm hoạt động không gián đoạn. Dù đối mặt với thách thức báo điện tử trong thời đại số, chúng tôi vẫn kiên trì ấn hành với tâm nguyện phụng sự Đạo pháp và Dân tộc. Bắt đầu từ tháng 12/2023, báo đã đổi mới hình thức – nội dung trẻ trung hơn, và thêm các trang tiếng Đức dành cho giới trẻ ít rành tiếng Việt.

Kính mời quý độc giả tiếp tục ủng hộ bằng cách:

* Đọc, đặt báo dài hạn và giới thiệu báo đến bạn bè thân hữu.

* Tặng 1 năm (6 số) Báo Viên Giác cho người thân: Tại Đức: 20,- €/năm (gồm ấn phí & bưu phí máy bay). Ngoài Đức: 30,- €/năm (gửi bằng đường thủy).

* Đặt báo/tặng báo: Gửi thư hoặc email về Chùa Viên Giác, hoặc chuyển khoản (xem thông tin trang đầu tờ báo). Vui lòng ghi rõ: Họ tên, địa chỉ, email/số điện thoại người nhận + số tiền ủng hộ.

Trân trọng cảm ơn quý vị. Ban Biên Tập – Báo Viên Giác.

TIN SINH HOẠT CỘNG ĐỒNG

Đại Nguyên thực hiện

*LIÊN HỘI NGƯỜI VIỆT TỴ NẠN TẠI CHLB ĐỨC

kính mời toàn thể quý Hội đoàn, quý Thân hào Nhân sĩ và mọi thân hữu tham dự Lễ **„Tri Ân Nước Đức“ tại Troisdorf** vào ngày **thứ Bảy 20.09.2025** từ 14:00 giờ đến 18:00 giờ tại Stadtpark Troisdorf-Mitte an der Frankfurter Straße (Ecke Siebengebirgsallee) với sự hiện diện của bà Christel Neudeck và nhiều quan khách Đức-Việt.

Nhân dịp Lễ Tri Ân chúng tôi sẽ tu sửa chiếc thuyền nhằm bảo trì một vật chứng duy nhất trên thế giới còn tồn tại để ghi khắc một thời điểm lịch sử kinh hoàng của người Việt. Đây là một chiếc thuyền vượt biên nguyên bản của người Việt do chính tay Đại Ân Nhân Rupert Neudeck đã kéo về nước Đức và đặt dựng tại đây từ năm 1984. Lần cuối cùng tu sửa con thuyền đã cách nay 7 năm.

Chúng tôi xin trân trọng kêu gọi toàn thể người Việt tỵ nạn tại Đức Quốc và thân hữu xa gần tham dự đông đảo buổi Lễ này.

Mọi đóng góp tài chánh để tu sửa chiếc thuyền xin gửi về: Volksbank, Mönchengladbach eG; Herr *NGUYEN Van Ri* –

Konto: IBAN DE 03 3106 0517 2208 4110 15

Ban Tổ Chức kính mời!

Liên lạc: Ông Trịnh Đỗ Tôn Vinh Tel. Nr. 0157-74320039 | Ông Nguyễn Văn Rị Tel Nr. 0155-66248081

*KỶ NIỆM 17 NĂM DỰNG ĐÀI TƯỞNG NIỆM THUYỀN NHÂN VIỆT NAM

Westminster, chiều Thứ Bảy, ngày 7/ 6 /2025,

tại Đài Tưởng Niệm Thuyền Nhân VN trong khu Nghĩa Trang Westminster Memorial Park, Ủy Ban Thực Hiện Tượng Đài Thuyền Nhân Việt Nam đã trang nghiêm tổ chức buổi lễ Kỷ Niệm 17 Năm Thành Lập và lễ Tưởng Niệm hàng trăm ngàn thuyền nhân, bộ nhân đã tử nạn trên đường vượt thoát chế độ CS sau khi miền Nam VN rơi vào tay CS Bắc Việt 1975.

Tham dự buổi Tưởng Niệm có Hòa Thượng Thích Viên Lý, Chủ Tịch, Hội Đồng Điều Hành Tăng Đoàn Giáo Hội Phật Giáo Việt Nam Thống Nhất Hải Ngoại; Hòa Thượng Thích Viên Huy, Phó Chủ Tịch Thường Trực kiêm Tổng Vụ Trưởng Tổng Vụ Xã Hội Tăng Đoàn Giáo Hội Phật Giáo VN Thống Nhất Hải Ngoại và phái đoàn.

Đại diện Hội Đồng Liên Tôn Việt Nam Tại Hoa Kỳ có Linh Mục Joseph Nguyễn Thái (Công Giáo), Chánh Trị Sự Hà Vũ Băng (Cao Đài)… Được biết tượng đài này trước đây do hoạ sĩ ViVi vẽ.

Trước khi buổi lễ bắt đầu, Câu Lạc Bộ Tình Nghệ Sĩ đã trình diễn nhạc cảnh "Đêm Chôn Dầu Vượt Biển." Sau đó Ban Tù Ca Xuân Điềm hợp ca bản "Tưởng Niệm Anh Linh 81 Chiến Sĩ Nhảy Dù,"

Ca Sĩ Thanh Tuyền hát "Đêm Chôn Dầu Vượt Biển " và bản "Giờ Này Anh Ở Đâu" CS. Tuấn Minh hát bản "50 Năm Tình Vẫn Không Phai, CS. Mindy Huỳnh hát bản "Đường Về Quê Hương". Sau phần trình diễn, đại diện ban tổ chức đã lên trao bằng tưởng lệ cho Câu Lạc Bộ Tình Nghệ Sĩ, Ban Tù Ca Xuân Điềm, và các Ca Sĩ trình diễn.

Chương trình chính thức bắt đầu với nghi thức chào quốc kỳ VNCH, Hoa Kỳ và phút mặc niệm để tưởng nhớ, tri ân công lao dựng nước, giữ nước của các bậc tiền nhân, để tưởng nhớ quân, dân, cán chính VNCH đã hy sinh vì lý tưởng bảo vệ quê hương, để tưởng niệm hàng trăm ngàn thuyền nhân, bộ nhân đã bỏ mình trên đường tìm tự do…

Lễ cầu siêu tại tượng đài, Ban tổ chức mời các vị lãnh đạo Tôn giáo và các dân cử thân hào nhân sĩ phát biểu ý kiến và cùng quý đồng hương đến trước Tượng Đài Thuyền Nhân dâng hương, thả đèn và cầu nguyện theo niềm tin của mỗi tôn giáo, tất cả đều cầu nguyện xin Ơn trên thương ban cho các linh hồn, hương linh của thuyền nhân tử nạn được siêu thoát vĩnh cửu muôn đời…

* Paris (Pháp) - Thứ Bảy 28/6/2025

Hội Cựu Quân Nhân VNCH cùng hội Vinh Danh Cờ Vàng VNCH Âu Châu tổ chức chương trình Tinh Thần Quân Lực Việt Nam Cộng Hòa, hàng năm vào ngày 19.06. là ngày Quân Lực VNCH.

Chương trình đã được tổ chức từ 13g đến 17g30, Tại nhà thờ Saint-Hippolyte, 27 avenue de Choisy, 75013 Paris. Métro Porte de Choisy, Paris 13. Nghi lễ khai mạc chào cờ hát Quốc Ca VNCH. Nhằm Vinh Danh các Cựu Chiến binh QLVNCH và truy điệu hương linh các Chiến sĩ Vị Quốc vong thân thuộc các quân, binh chủng VNCH đã hy sinh để bảo vệ miền Nam Việt Nam trước 1975. Sự hiện diện đông đảo của các cựu Quân nhân và hậu duệ, cùng các thân hữu Hội đoàn bạn là niềm vinh dự lớn lao cho hội và là nguồn động viên tinh thần thật cao cho cho thế hệ con, em tiếp tục giương cao Ngọn Cờ Vàng Chính Nghĩa của Việt Nam Tự Do.

* PARIS ngày 14/6/2025 Tổ chức Diễn Hành Văn Hoá Việt Nam: *50 NĂM (1975 - 2025) TỪ SÀI GÒN ĐẾN PARIS.* Kỷ niệm 50 từ biến cố 30 tháng Tư năm 1975. Cộng Đồng Người Việt Ty Nạn khắp nơi trên thế giới đều tổ chức 50 năm làm người người viễn xứ. Năm nay là lần đầu tiên tại Paris Ban tổ chức 50 Năm Đấu Tranh Cho Tự Do với 14 Hội Đoàn cùng tham dự ngày Diễn Hành Văn Hoá tại đại lộ quận 13 Paris rợp bóng cờ và cờ vàng ba sọc đỏ của VNCH, cờ Pháp tung bay, tiếng nhạc, tiếng trống rất sôi động từ 14 giờ cho đến 17 giờ cùng ngày. Diễn hành với chủ đề: Từ Lưu Vong Đến Dấn Thân, cảm ơn nước Pháp đã thu nhận Thuyền nhân VN. "Merci à la France". "Pour l'accueil des Boat People Vietnamiens".

-Dẫn đầu là đoàn người mặc áo dài dương cao cờ vàng, cờ Pháp.

-Xe lớn mang dấu ấn Thuyền nhân trên có chữ SOS hai bên xe là hình lớn chiếc thuyền chở người vượt biển có hàng chữ Mémoire: Exil Et Liberté … La France a accueilli 120.000 réfugiés vietnamiens.

-Xe chở các tù nhân lương tâm, được chính phủ Pháp đón nhận.

-Quý bà đóng lại vai của hai Bà Trưng là nữ tướng cầm kiếm đi những đường quyền rất oai, với những cờ ngũ sắc biểu tượng của thời xa xưa dựng nước, đánh đuổi ngoại xâm.

-Hai Hội đoàn bạn: Đài Loan (Taiwan) và Miến Điện (Myanmar).

-Xe do Tổng Hội Sinh Viên Paris trang trí có biểu tượng Trống Đồng, Chim Lạc và ngọn lửa rực cháy cho Tự Do…

Ngoài ra còn có nhiều đoàn mang nét đẹp văn hóa như: đoàn người mang theo dụng cụ nhạc cổ truyền, các vị bô lão áo dài khăn đóng, đám cưới rước cô dâu chú rể…

Rất nhiều quan khách, cũng như người qua

đường cùng tham gia đi cùng với tiếng trống tiếng nhạc tạo không khí vui tươi và hấp dẫn…

***Tiểu bang Victoria (Úc Đại Lợi)**

Hội Cựu Quân Nhân Quân Lực VNCH Tiểu bang Victoria, sáng thứ sáu ngày 21/06/2025 đã tổ chức buổi Lễ Kỷ niệm Ngày Quân Lực 19 tháng 6 tại Trung Tâm Tưởng Niệm Chiến Sĩ Úc-Việt, 99 Dickson St, Sunshine. Buổi Lễ diễn ra vô cùng trang nghiêm và long trọng với Cựu Quân Nhân Hải, Lục, Không quân Quân Lực VNCH tham dự.■

hộp thư Viên Giác

Trong thời gian qua VIÊN GIÁC đã nhận được những thư từ, tin tức, tài liệu, bài vở, kinh sách, báo chí của các Tổ Chức, Hội Đoàn, Tôn Giáo và các Văn Thi Hữu khắp các nơi gửi đến.

*** THƯ TÍN**

- **Đức:** HT Thích Như Điển, Ngô Văn Phát, Nguyên Đạo, Đại Nguyên, Thi Thi Hồng Ngọc, Tịnh Ý, Nguyên Hạnh HTD, Hương Cau, Thiện Mỹ (GĐPT), Nguyên Trí Nguyễn Thị Diệu Hạnh, Nguyễn Minh Hoàng, Hoa Lan.
- **Pháp**: Hoang Phong, Chúc Thanh.
- **Bỉ:** Nguyên Trí Hồ Thanh Trước.
- **Hòa Lan:** Quảng Phúc.
- **Thụy Sĩ**: Thích Như Tú, Nhật Hưng.
- **Áo:** Nguyễn Sĩ Long.
- **Ý**: Huỳnh Ngọc Nga.
- **Hoa Kỳ**: Tuệ Nga, Lâm Minh Anh, Diễm Châu Cát Đơn Sa, Nguyên Giác, Steven N.
- **Việt Nam:** Bs. Đỗ Hồng Ngọc, Đỗ Văn Tuấn, Nguyễn Văn Hà, Tịnh Bình, Lê Hứa Huyền Trân.

*** THƯ & SÁCH BÁO**

-**Đức:** Buddhismus aktuell 3/2025.

CÁO PHÓ & CẢM TẠ

Gia đình chúng tôi lấy làm đau buồn báo tin cùng thân bằng quyến thuộc và bạn bè thân hữu gần xa là: Chồng, Cha và Ông Ngoại của chúng tôi là:

Ông NGUYỄN PHƯƠNG

Sanh ngày 16.04.1953 (Quý Tỵ) tại Qui Nhơn, Bình Định. Đã từ trần lúc 17 giờ 13 phút ngày 16.06.2025 (nhằm ngày 21 tháng 5 năm Ất Tỵ). Hưởng thọ 72 tuổi.

Chương trình lễ tang:

*Lễ phát tang và nhập quan ngày 20.06.2025 lúc 11giờ00 tại gia, và tại Bestattung Lehnen Viersener Str. 282 - 41063 Mönchengladbach.

*Lễ động quan ngày 24.06.2025 lúc 10giờ00 tại Trauerhalle - Birkenhalle 50 - 41063 Mönchengladbach

Chúng tôi kính xin gởi lời chân thành cảm ơn:

- Ni Sư Thích Nữ Tuệ Đàm Châu, Trụ trì chùa Bảo Đức – Oberhausen.
- Quý vị quan khách, anh chị em, bạn bè thân hữu đã đến viếng thăm và tiễn đưa linh cữu Chồng, Cha và Ông ngoại của chúng tôi đến nơi an nghỉ cuối cùng.

Trong lúc Tang gia bối rối, không tránh khỏi những thiếu sót, kính xin quý vị niệm tình tha thứ.

Tang gia đồng kính bái
GIA ĐÌNH XIN MIỄN CHẤP ĐIẾU

-Vợ: Nguyễn Thể Hoa (nhũ danh Lương Thể Hoa).

-Trưởng nữ: Nguyễn Thể Đan Thanh, chồng Lý Hoàng Đạt và các con.

-Thứ nữ: Nguyễn Thể Hoài Phi, chồng Kadir Özsan và các con.

CÁO PHÓ & CẢM TẠ

Gia đình chúng con/chúng tôi xin báo tin cùng thân bằng quyến thuộc và thân hữu gần xa.

Mẹ, Bà Nội, Bà Ngoại của chúng con/chúng tôi là:

Bồ tát giới **Trần thị Xê**
Pháp danh **Thiện Thọ.**

Sinh: 01.01.1940.

Từ trần: 19.06.2025 (nhằm ngày 24.05 Ất tỵ).

Hưởng thọ 86 tuổi.

Tang lễ cử hành theo nghi lễ Phật giáo vào lúc 9 giờ ngày 25.06.2025 tại Bestattungsinstitut Karlsruhe.

Chúng con/ chúng tôi xin chân thành cảm tạ:

- Hòa Thượng thượng Như hạ Điển, Phương trượng Tổ đình Viên Giác.
- Thượng tọa Thích Như Thanh, Trụ trì chùa Kim Quang, Canada.
- Đại đức Thích Hạnh Bổn đến từ Tu viện Viên Đức.
- Ni trưởng Viện chủ Thích nữ Như Viên, và Ni sư Trụ trì Thích nữ Hạnh Trang thuộc chùa Viên Quang, Tübingen.
- Quý chi hội Phật tử Karlsruhe, Pforzheim và quý đạo hữu vùng phụ cận.
- Quý hội đoàn đồng hương, thân bằng quyến thuộc, bạn hữu gần xa.
- Các bạn Cựu học sinh Altensteig.

đã đến tụng Kinh, cầu nguyện, điện thư chia buồn, tiễn đưa linh cữu đến nơi yên nghỉ cuối cùng.

Tang gia đồng kính bái.

Trưởng nữ **Lê thị Cúc** và các con cháu, Việt nam.

Trưởng nam **Lê văn Sang,** Karlsruhe.

Thứ nữ **Lê thị Hoa,** chồng và con, Düsslingen.

Thứ nam **Lê văn Mỹ**, vợ và con, Pforzheim.

Thứ nữ **Lê thị Ánh** và các con, Karlsruhe.

Thứ nam **Lê văn Tâm,** vợ và các con, Böblingen.

PHÂN ƯU

Chúng tôi vừa nhận được tin buồn,

Ông Gioan VÕ ĐẠI TÔN

Công Dân Việt Nam Cộng Hòa

Nhà thơ, nhà đấu tranh kiên cường cho Tự do Dân chủ Việt Nam - Sinh năm 1936, đã tạ thế vào lúc 10 giờ đêm ngày 23 tháng 05 năm 2025 tại Sydney, Úc Châu - Hưởng thọ 90 tuổi.

xin thành kính chia buồn cùng Bà Quả Phụ Võ Đại Tôn cùng toàn thể Tang môn Hiếu quyến. Nguyện cầu linh hồn Ông Gioan Võ Đại Tôn an nghỉ nơi cõi vĩnh hằng.

Thành kính Chia Buồn và Nhất Tâm Cầu Nguyện

***

- *Hòa Thượng Thích Như Điển (Phương Trượng – Chủ Nhiệm Báo VG).*
- *Thượng Tọa Thích Hạnh Định (Trụ Trì) và Tăng Ni Chúng Tổ Đình Viên Giác Hannover, Đức quốc.*
- *Thị Tâm Ngô Văn Phát (Quản Lý Tòa Soạn), Nguyên Đạo (Chủ bút) cùng toàn thể Ban Biên Tập, Cộng Tác Viên Báo Viên Giác.*
- *Nguyễn Tăng Lộc, Phạm Công Hoàng và toàn thể thành viên Hội Phật Tử Việt Nam Tỵ Nạn tại CHLB Đức.*

PHÂN ƯU

Được tin

Thân phụ Thượng Tọa Thích Quảng Viên

(Trụ Trì Chùa Siêu Nhật Nguyệt & Chùa Liên Hoa, Bordeaux Pháp Quốc)

đồng thời cũng là bào huynh của Trưởng Lão Hòa Thượng Thích Tánh Thiệt (Đệ Nhất Chủ Tịch Hội Đồng Điều Hành GHPGVNTN AC - Viện Chủ Chùa Thiện Minh Lyon Pháp Quốc) là:

Cư sĩ Phật Tử Ưu Bà Tắc
HOÀNG NGỌC TRUNG
Pháp danh: TÂM ĐỒNG

Sanh: 1939 Kỷ Mão tại Quảng Trị Việt Nam.

Từ trần: ngày 02.07.2025 (nhằm mùng 8 tháng 6 năm Ất Tỵ), lúc 3 giờ 37 phút.

Nhất tâm cầu nguyện cho Thần Thức Phật Tử TÂM ĐỒNG - HOÀNG NGỌC TRUNG thác gởi Liên Hoa Tịnh Độ của Từ Phụ A Di Đà

TM. Hội Đồng Điều Hành GHPGVNTN AC
Đệ Nhị Chủ Tịch Hội Đồng Điều Hành
Phương Trượng Tổ đình Viên Giác
HT Thích Như Điển

phương danh cúng dường

(Tính đến ngày 30.06.2025)

Trong thời gian gần đây, Chùa Viên Giác có nhận được tiền của quý Đạo Hữu gửi bằng cách chuyển qua Ngân Hàng hay bằng Bưu Phiếu, nhưng không ghi rõ mục đích. Thí dụ như Cúng Dường, Tu Bổ Chùa, Ấn Tống Kinh, Pháp Bảo v.v...

Ngoài ra có Đạo Hữu nhờ người khác đứng tên chuyển tiền nhưng không rõ chuyển tiền giùm cho ai để Cúng Dường hoặc thanh toán vấn đề gì. Do đó khi nhận được tiền, Chùa không thể nào ghi vào sổ sách được.

Để tránh những trở ngại nêu trên, kính xin quý Đạo Hữu khi chuyển tiền hoặc gửi tiền về Chùa nhớ ghi rõ Họ & Tên, địa chỉ đầy đủ và mục đích để Chùa tiện ghi vào sổ sách.

Ngoài ra khi quý vị xem Phương Danh Cúng Dường xin đọc phần trên cùng là tính đến ngày?... tháng?.... để biết rằng tiền đã chuyển đi ngày nào và tại sao chưa có tên trong danh sách.

Chùa có số Konto mới và Tu Viện Viên Đức cũng đã có số Konto (xin xem phía sau). Kính xin quý vị thông cảm cho.

Thành thật cám ơn quý Đạo Hữu.

Danh sách PDCD của quý Đạo Hữu & Phật Tử, chúng tôi xin phép chỉ đánh máy một lần chữ **ĐH** (Đạo Hữu) ở bên trên.

TAM BẢO

ĐH. Aiden Kein Appelt 10€. Alice Kit Wan Keo, Hing Tai Lo & Michelle Wing See Kov 10€. Ẩn danh (Gia đình người Hoa) 100€. An Đức Hứa Hiền & Minh Hiền Hứa Phú Kiều 100€. Bà Lưu Anh 50€. Bà Năm Cà Mau 10€. Ban Bảo Trợ GĐPT Tâm Minh 100€. Becker Phương Lan 20€. Bùi Quỳnh Trang 20€. Bùi Thị Thoa 5€. Bùi Thị Yến 20€. Cao Thị Hằng 30€. Châu & Trinh 10€. Châu Ngọc Diệp 10€. Chu Đoan Trang 50€. Cindy Nguyễn 5€. Cord Tatge (Bhante Sukhacito) 3.400€. Đám cúng ẩn danh 100€. Đàm Thị Hoàng Lan 10€. Đặng Thị Thúy, Đặng Thị Hương & Cát Tường 50€. Đặng Thị Tuyết 10€. Daniela Jilge 20€. Dany Nguyễn 15€. Diệu Đức Hoàng Bích Nga 20€. Diệu Hạnh Nguyễn Thị Gọn 10€. Diệu Hạnh Vũ Thị Đức 50€. Diệu Lý 300€. Đinh Thị Mỹ Linh 5€. Đinh Văn Hiển & An Thị Hồng Hạnh và Đinh Hoàng Đức, Đinh Thùy An 20€. Đỗ Diệp Mừng 100€. Đỗ Đình Bình (Thầy Hạnh Định) 1.686,54€. Đỗ Quốc Sơn 50€. Đỗ Thị Mai 20€. Đỗ Văn Mạnh & Vũ Minh Thu 10€. Đồng Bạch Nguyễn Thị Liên 20€. Đồng Hạnh & Đồng Pháp 30€. Đồng Hạnh Lưu Mỹ Phương 20€. Đồng Huệ 10€. Đồng Nhan 30€ HH cầu an Hồ Đễ sinh 1953. Đồng Nhẫn Dương Xuân Thường 200€. Đồng Phước Phạm Thị Lanh 50€. Đồng Quang Đỗ Khai Benjamin 10€. Đồng Thuận Ngô Thị Chinh 20€. Đồng Thuận Phạm Thị Thảo 50€ HHHL Thiện Nam Hoàng Nguyên Hai. Đồng Vân 50€. Đồng Vinh & Đồng Lạc 20€. Đồng Vĩnh Phan Bích Vân 50€. Dung Freter 10€. Dương Phụng Hảo 10€. Dương Ta 20€. Fam. Aneüulles 20€. Fam. Do 40€. Fam. Do 40€. Fam. Lâm 10€. Fam. Li 20€. Fam. Nguyên (Hoang Dung Nguyen) 15€. Fam. Thái Lan Noi - Noi 5€. Fam. To 20€. Fam. Wong: Alan Wong, Truc Wong, Kenneth Wong & Sarh Ann Wong 50€. Gđ Pt. Huệ Lương Thu Hiền Wittkowsky 20€. Gđ. Chử Thị Thành-Andreas và các con 50€. Gđ. Duyên Ngọc 50€. Gđ. Hoàng Hằng 20€. Gđ. Lâm Đạo Dũng 30€. Gđ. Minh Thúy 10€. Gđ. Nguyễn 10€. Gđ. Nguyễn Quốc Ninh 100€. Gđ. Nguyễn Trung Thảo & Gđ. Trần Thị Mỹ Châu 50€. Gđ. Pt Ngọc Cẩn Trần Thị Lan 100€. Gđ. Pt Ngọc Cẩn Trần Thị Lan 50€ HHHL Lê Đình Trung Pd Nguyện Hòa vãng sanh Cực lạc quốc. Gđ. PT Thiện Học, Thiện Chi và Thiện Thảo 150€. Gđ. Quang Hiển Trần Ngọc Vinh & Ngọc Đài Trần Thị Kim Liên 20€. Gđ. Sư Cô Hạnh Ấn 100€. Gđ. Thiện Liên Hoàng Anh & Kimmy 100€. Gđ. Thiện Thịnh Ngũ Thơ Cường & Thiện Châu Tô Lê Yến 100€. Gđ. Trần Khi 20€. Gđ. Trần Văn Điền & Đoàn Thị Như Kiều 100€. Gđ. Trương Thị Lẹ 300€ HHHL Má, Bà Nội, Bà Ngoại và Bà Cố Trương Thị Lẹ Pd Cẩn Ngọc. Sanh năm 1932 Mất ngày 23.05.2025 nhằm ngày 26 tháng 4 năm Ất Tỵ. Gđ. Trương Thị Thúy Huệ 30€. Gđ. Văn Nại Tường 200€ HHHL Cẩn Ngọc Trương Thị Lẹ. Gđ. Vạn Phụng Đinh Thị Loan, Vạn Thiện Nguyễn-Lâm Sơn Tùng và Vạn Thành Lâm Đức Đạt Max 100€. Gđ. Wu Ting & Thiện Trí 30€. Gđ. Pt Ngọc Cẩn Trần Thị Lan 50€ HHHL Đỗ Văn Thuận. Gđ. Pt Phạm Hữu Quang & Lâm Thị Hải Yến và Phạm Quang An 50€. Gia đình TO 50€. Gia My Pd Diệu Tâm Bảo 100€. Gia Nghi Hồng 100€. HHHL Đồng Sanh Nguyễn Văn Đạo 100€. HHHL Nguyễn Thế Cường 45€. Hiền Siegmund 20€. HL Định Ngọc Trương Thị Ên (Mất 2017) 20€. HL Nguyễn Anh Tuấn 20€. HL Thiện Quý Dư Ngọc Phú 20€. Hoàng Công Khanh 10€. Huệ Phương và Gia đình 50€. Hugo Cardenas Krenz 50€. Hương 50€. Huỳnh Bá Thuận 50€. Huỳnh Kim Thúy & Phạm Minh Tân 30€. Huỳnh Thị Guoi 50€. Huỳnh Văn Đệ & Trương Kim 10€. Jan Philip Nguyen 10€. Jaria Sap & Manfred Kuhnt 40€. Jennifer Derees 150€. Jenny La & Dona La 40€. Joanne Lee 5€. Johannes Zuidema 50€. Johannes Zuidema 50€. Jörg Becker Pd Đồng Thể 50€. Justin Nguyen 20€. Kamila Kindge 50€. Kerstin Drettmann 10€. Lai Nguyên 10€. Latda Thong Kham Sawath 20€. Lê Đình Quý 20€. Lê Mai Vân 100€. Lê Nguyễn Hương Trà 20€. Lê Thị Bé Ly 40€. Lê Thị Kim Hoa 50€ HHHL Giáp Văn Lai Pd Khai Tâm Liên Hoa. Lê Thị Ngọc Tuyền 50€. Lê Thị Thanh Hiền 10€. Lê Thị Thanh Nga 50€. Lê Trường 200€. Lê Văn Dung 50€. Lê Vũ Hoàng Nam 30€. Liên Võ Hồng 10€. Lôi Thị Cúc 50€ HHHL Lôi Thị Sáu. Lương Thị Vinh và quý PT ẩn danh 50€ HHHL Võ Phước Lầu được vãng sanh Cực Lạc quốc. Lương Vĩnh Phúc, Lương Kerstin & Simon, Gaxherst Vivian 20€. Lưu Hữu Hạnh, Lưu Quốc Huê, Lưu Triết Duy và Lưu Triết Vũ 130€. Lưu Khai Tinh, Lưu Khai Thuận và Lưu Ngọc Hương 300€ HHHL Cẩn Ngọc Trương Thị Lẹ. Lưu Kim Châu 50€. Lưu Nguyệt Thìn 200€. Lưu Tuyết Liên 20€. Ly Augeliam 40€. Mai Diễm Hồng 45€. Michael 10€. Minh Đạt Phạm Văn Đại 50€. Minh Greiff (Vechelde) 10€. Ngô Lan Hương 10€. Ngô Minh Sáng 100€. Ngô Nguyên Khai 5€. Ngô Quang Huy & Ngô Quang Tùng 20€. Ngô Thị Loan 20€. Nguyễn Anh Tùng 10€. Nguyễn Hồng Thu 20€. Nguyễn Hồng Thu 10€ HHHL Nguyễn Hồng Phước. Nguyễn James 5€. Nguyễn Lương Hùng 5€. Nguyễn Minh Trí 50€. Nguyễn Quang Tý 20€. Nguyễn Thế Cương 300€ HH Jan Phillip Nguyen. Nguyễn Thị Bảo Khuyên 100€. Nguyễn Thị Bảy & Nguyễn Minh Kỳ 10€. Nguyễn Thị Cẩm Anh 10€. Nguyễn Thị Kim Dung 200€. Nguyễn Thị Lan Hương 10€. Nguyễn Thị Minh 10€. Nguyễn Thị Thu 10€. Nguyễn Thị Tường Vân 10€. Nguyễn Thị Tuyết 10€. Nguyễn Thị Tuyết Nhung 10€. Nguyễn Thị Vân 250€. Nguyễn Thúy Nga 20€. Nguyễn Trân 10€. Nguyễn Trọng Bình Pd Quảng Thiện 20€. Nguyễn Thị Thanh 10€. Nhi - Minh & Chuộc 50€. Pauke 10€. Phạm Đức Hiếu 20€. Phạm Đức Thọ 10€. Phạm Hương Quỳnh 10€. Phạm Lê Hoài Hương 50€. Phạm Thị Thu Trang 30€. Phạm Văn Biệt 20€. Phạm Văn Thịnh 20€. Phúc Minh Lý Trường An 50€. Phùng Thị Bích Thủy 20€. Pt Diệu Nhã Phan Thanh Nhàn 10€. Pt Trần Thị Thanh Thủy 50€. Pt. Đồng Hạnh 50€. Pt. Đồng Viện & Pt Đồng Hiếu 50€. Pt. Lâm Thuận Hỉ 20€. PT. Lê Thị Bích Thìn 200€ HHHL Trần Thị Mai. Pt. Minh Đức Huỳnh Văn Thương, Diệu Trí Huỳnh Thị Ngọc Hà, Diệu Quang Lục Huệ Linh, Gđ. Diệu Phượng & Thiện An, Đồng Vân, Đồng Ngân, Đồng Tú và Gđ. Minh Hậu Huỳnh Công Hải 300€ HHHL Diệu Liên Hoàng Thị Hóa và Đồng Sanh Diệp Đồng Ngươn. Pt. Võ Hồng Lan Giao 20€. Quý Phật Tử Đạo tràng Thọ Bát Quang Trai 100€. Regine 20€. Sandy La & Pierie La 20€. Son Nguyen 1.124,26€. Sư Cô Xả Không 100€. Sư Cô T.N. Thông Chân 100€. Thị Ngọc Hiền Atasakun 100€. Thích Nữ Hạnh Trang 7.164,68€. Thiện Học & Thiện Chi và Thiện Thảo 100€. Thiện Lạc & Thiện Hiếu 200€ (Quầy hủ tiếu của Nürnberg). Thiện Lý Tăng Bích Phân 100€. Thiện Phú Lê Bích Lan 20€ HHHL Phạm Văn Cương Pd Đồng Phú Liên Trì. Thoai-Dao Trang 108€. Thuy Spitzner 100€. Trần Huy Linh 40€. Trần Thị Bích Hiền 40€. Trần Thị Nga Thùy 200€. Trần Tú Anh 100€. Trịnh Ánh Linh 5€. Trương Thanh, Trương Tuyết Nguyệt, Trương Tuyết Thu & Cheah Fook Seng 40€. Van Dung Diep 100€. Vũ Mạnh Đình 50€. Vũ Thị Huệ 50€. Vũ Thị Minh Hằng 60€. Vũ Thị Xuân 20€. Vũ Trọng Anh (Thầy Hạnh Lý) 1.695€. Vương Văn Mạnh 30€. Nguyễn Huyền Trang (Walsrode) 20€. Nguyễn Thị Liễu (Aschaffenburg) 50€. Gđ. Nguyễn Đức Hiệp & Phạm Thị Vân và Nguyễn Hiệp Đức, Nguyễn Hà Anh, Phạm Thị Hà Vy (Aschersleben) 100€. Phạm Phương Anh 20€. Đồng Quệ (Aurich) 20€. Nguyễn Thị Tuyết Lan 50€. Nguyễn Thị Vân Anh (Bad Driburg) 20€. Giang Thị Phương Hoa (Bad Lauterberg) 30€. Nguyễn Lương Hùng (Bad Oeynhausen) 10€. Nguyễn Thị Tình (Bad Pyrmont) 30€. Trịnh Minh Tân 20€. Lữ Trung Cang (Barntrup) 50€. Vũ Mạnh Trụ (Basinghausen) 50€. Diệu Bạch Nguyễn Liên Hương (Berlin) 200€ Sinh nhật 22/5/25 & và ngày 05/5/25 sinh nhật bố chồng là Phúc Hải Nguyễn Minh Bình + 8 ngọn nến và 4 hộp Socola. Diệu Hoàng Trịnh Kim Phượng 50€. Nguyễn Đức Bình 20€. Trần Quế Anh 10€. Trừ Thị Thu Thủy 100€ HHHL Trừ Văn Dũng mất 10.02 năm Nhâm Ngọ. Gđ. Hà Quân (Huệ & Cúc) (Bickeburg) 30€. Diệu Hòa Mai Thị Dậu (Bielefeld) 50€. Gđ. Pt Nguyễn Thị Hậu 20€. Lương Thị Hường 20€. Lương Thị Kim Khánh 20€. Nguyễn Thị Kim Tuyến 20€. Thu Hiền Wittkowsky Pd Huệ Lương 20€. Vương Khắc Vũ (Borkum) 50€. Fam. Thang - Vi (Braunschweig) 20€. Gđ. Lâm Hữu Tri 20€. Huỳnh Thị Chân 20€. Huỳnh Thị Phon 20€. Nguyễn Thị Tâm 20€. Vũ Minh Thoa 10€. Đặng Thị Kim Loan (Bremen) 20€. Đồng Giác 20€. Frings Huyền 50€. Nguyễn Thị Mai 50€. Nguyễn Thị Mỹ Dung 200€. Phạm Thị Xuân Hương 20€. Phan Thị Bích Thủy 10€. Thiện Hiếu 200€. Gđ. Thịnh Trà (Bückeburg) 20€. Trần Đức Thông (Burgdorf) 50€. Bùi Thị Thanh Vân (Celle) 20€. Fam. Dương & Hứa 90€. Nguyễn Thị Hồng Diệp 20€. Vũ Thị Bích Liên 20€. Nguyễn Ngọc Sáu (Cloppenburg) 20€. Nguyễn Văn Cường 20€. Trương Thị Thu Hồng 20€. Nguyễn Văn Phương (Delmenhorst) 50€. Hoàng Minh Tuấn (Dormagen) 50€. Gđ. Trương Minh Dũng & Đoàn Thị Thúy Nga (Detmold) 30€. Stefan Groß & Nga Dang (Dreieich) 50€. Quách Ngọc Anh (Düren) 10€. Bùi Phước (Düsseldorf) 50€. Gđ. Trịnh 30€. Nguyễn Thị Lan 20€. Nguyễn Thị Na 20€. Nguyễn Thị Thân 10€. Nguyễn Văn Thịnh 20€. Thiện Đạo Nguyễn Thị Trường 10€. Thiện Như Nguyễn Thị Gái 20€. Đào Thị Hồng Nguyên (Edewecht) 50€. Đỗ Thị Bích Loan (Emden) 5€. Đồng Nhã Tiêu Mỹ Lan 10€. Đồng Tiem My Lan Nhã 10€. Hồ Hưng & Nguyễn Thị Thanh Hương 50€. Hồ Hưng Restaurant Sawatdy 50€. Hoàng Hồ Huyền Trang 40€. Lê Xuân Hà & Trần Thị Kim Tuyến 10€. Nguyễn Kiên Trung & Nguyễn Thị Xim 30€. Phạm Chí Huy (Erftstadt Liblar) 40€. Lê Thị Hồng Hoa (Essen) 50€. Mme Đoàn Thị Lang (France) 100€. Hà Kiến Hưng (Frankfurt/M) 100€. Gđ. Pt Thủy Thân (Friedrichsdorf) 50€. Gđ. Mai Việt (Garbsen) 20€. Nguyễn Hoàng Lan & Thị Nụ 20€. Trần Tú Ngọc (Gifhorn) 20€. Trần Thị Huê (Göharg) 20€. Lưu Thị Thắng (Goslar) 20€. Nguyễn Mỹ Hoa 30€. Đào Thị Huệ (Göttingen) 20€. Huỳnh Sấu Hoa 50€. Komm, Larry Ngọc 50€. Lê Việt Hải 30€. Ngô Đức Hải Đăng 20€. Nguyễn Thị Thái 20€. Phạm Thị Khuyên & Nguyễn Anh Ngọc 100€. Trần Minh Hơn 20€. Gđ. Bùi Văn Quang (Gütersloh) 40€. Lưu Ánh Như Zilina, Lưu

Hân Như Zinnia, Võ Lưu Ngọc Hiền & Lưu Phước Lợi (Hagen) 20€. Diệu Khánh Trần Thị Ninh (Hải Phòng/Việt Nam) 10€. Fam. Diệu Thành (Halle/S) 30€. Bùi Đức Mạnh & Nguyễn Huyền Ngọc (Halle) 30€. Ẩn danh (Hamburg) 50€. Chánh Tịnh Đạo 50€. Chung My Hao 10€. Đào Thị Cường (Alex) 20€. Diệu Bích 20€. Fam. Lâm Chấn Căn 10€. Lê Quang Côn 50€. Lý Thiên Hưng & Lý Nga 30€. Nguyễn Angela Hoa Thiên 10€. Quảng Thiện 50€. Thu Thảo 10€. Trần Thành Quyền 10€. Bùi Kim Huệ (Hameln) 30€. Đồng Phúc Đinh Thị Hạnh 50€. Gđ. Nguyễn Thanh Bình 20€. Gđ. Xuân Nguyễn 30€. Bohn-Nguyễn My (Hannover) 20€. D. Taal Neditation Deutsche Gruppe 78€. Đào Minh Thu 20€. Diệu Ngọc Nguyễn Thị Thu 30€. Đinh Thanh Thủy 100€. Đinh Thị Phượng 50€. Đỗ Khải 50€. Đỗ Thị Hoa ASIA 10€. Dương Ngọc Minh 20€. Fam. Chan Anny 50€. Fam. Ta 5€. Gđ. Bùi Hoài Nam & Đồng Thành Nguyễn Thị Phương 30€. Gđ. Huỳnh Nhung 20€. Gđ. Pt Ngọc Cẩn Trần Thị Lan 150€. Gđ. Gđ. Quảng Ngộ & Diệu Hiền 50€ HHHL Bác Sáu Võ Phước Lầu. Gđ. Thiện Dũng Nguyễn Quang Mạnh 100€. Gđ. Thu & Tứ 30€. Gđ. Trọng Dương 50€. Gđ. Vũ Thị Hoa 20€. Hồ Thị Hai 10€. Hoàng Long Đặng 20€. Lê Thị Hà Trang 20€. Lê Thi Kim Sa (Hannover) 20€ HHHL Thân Mẫu Lê Thị Liễu. Lê Thị Lan 20€. Lê Thị Thùy Dương 10€. Lê Thu Hương Hoa Anh Tú 50€. Linh & Stefan Luc 10€. Nghiêm Phú Tiến & Nguyễn Thị Hảo 50€. Nguyễn Cẩm Vân 20€. Nguyễn Hữu Quyết & Nguyễn Thị Thủy và Nguyễn Henry Anh Tú 20€. Nguyễn Thị Ánh Tuyết 20€. Nguyễn Thị Thu Hồng 20€. Nguyễn Thị Trâm 20€. Phạm Thị Bích Ngọc 10€. Pt Đồng Kim Ngụy Minh Thúy 20€. Pt. Trần Hoàng Việt 20€. Quảng Ngộ & Diệu Hiền 100€. Romi 2€. Sư Cô TN Hạnh Bình 100€. Tô Quang Vinh 20€. Trần Bích Thuận 20€. Trần Thị Trang & Bùi Duy Quan 20€. Trương Bích Hậu 50€. Vũ Thị Thu Huyền 50€. Nguyễn Thị Thảo & Nguyễn Thị Thơm (Hannover & Kassel) 20€. Cao Hữu Danh (Haren) 50€ HHHL Cao Tay Truyền & Nguyễn Thị Ba. Cao Hữu Đức (Haren/Ems) 20€. Nguyễn Phúc Hưng &, Hoàng Thị Thanh Hằng, Nguyễn Thùy Linh và Nguyễn Hùng Cường (Harpstedt) 40€. Mạch Gia Lạc (Haßloch) 20€. Diệu Lộc Huỳnh Thị Bê (Helmstedt) 50€. Huỳnh Tú Dung 50€. Ký Thanh Hảo & Âu Thị Mỹ Phương 50€. Nguyễn Thị Thanh Hằng 20€. Gđ. Lê Quang Thịnh (Hildesheim) 10€. Ngô Thị Nhung 20€. Nguyễn Hương Thủy 10€. Nguyễn Thị Chi 50€. Nguyễn Thị Kim Nhung 30€. Thiện Hà & Nguyên Thảo 50€. Phạm Như Ngọc (Holzminden) 50€. Fam. Trần Võ (Kassel) 50€. Nguyễn Văn Lam (Kleinostheim) 30€. Điền Kim Thoa (Köln) 25€. Gđ. Phạm Văn Hiệu 50€. Nguyễn Thị Đào Nguyên 50€. Nguyễn Thị Thanh Viên 50€. Trương Đình Khiêm 20€. Jean Michel (Korbach) 10€. Khưu Hồng Ân (Krefeld) 10€. Khưu Hồng Nhung 5€. Lý Hồng Tiên 130€. Kim Chi (Laatzen) 20€. Phan Thị Kim Lan 200€. Thiện Tuệ Ngô Kevin Minh 10€. Trương Mỹ Phương 120€ HHHL Cẩn Ngọc Trương Thị Lẹ. Trương Mỹ Phương 20€ HHHL Võ Phước Lầu. Phùng Hằng (Lahr) 20€. Gđ. Hà Thông (Langenhagen) 80€. Thang Familie 50€. Phạm Như Tôn (Laos) 20€. Fam. Đoàn & Mai (Lehrte) 10€. Fam. Phan & Đoàn 10€. Gđ. Đặng Quý Hải & Nguyễn Thị Tâm 10€. Gđ. Phạm Văn Hải & Đồng Hoa Nguyễn Thị Thu Hương 40€. Michael Trần & Gđ. Thu Vũ 50€. Nguyễn Đình Thắng 20€. Nguyễn Thị Loan 20€. Oanh 10€. Bùi Đức Hoàng (Leipzig) 10€. Hoàng Thị Nga (Leverkusen) 30€. Gđ. Diệu Minh Ong Thị Tuyết (Linden) 40€. Cheng Sui Cu (Lingen) 40€. Gđ. Mai Thị Quý (Lüneburg) 50€. Monhamad Khanh (Lyon/France) 100€ HHHL Trương Thị Lẹ. Trần Thị Nhuần (Mainz) 50€ HHHL Phu quân Hoàng Văn Lịch và bạn Vũ Quốc Cương. Lê Thị Diễm Phượng (Mannheim) 50€. Nguyễn Công Hóa 100€. Nguyễn Công Tín 100€. Lý Hoa (Fam. Ly) (Meppen) 30€. Ngọc Bình Ô Thị Hai (Meppen) 200€ HHHL Cẩn Ngọc Trương Thị Lẹ. Trần Thị Thu (Minden) 50€. Hứa Hiền & Hứa Phú Kiều (Mönchengladbach) 100€. Gđ. Pt Ngô Thị Thanh Huyền (München) 50€. Viên Hảo Hồ Thị Thu Hà (Münster) 200€. Trần Ngọc Nga (Neumünster) 50€. Phan Văn Hách (Niederkassel) 50€. Gđ. Lục Tô Hà (Nienburg) 10€. Lee Luc Nhan Khanh 20€. Đào Thu Thoa (Norderney) 20€. Dương Anh Tuấn 20€. Nguyễn Hiếu Nghĩa 20€. Tự Phúc Anh Phan Ngọc Hùng, Diệu Nga Trần Thu Hằng, Tự Phúc Bình Phan Ngọc An & Tự Phúc Chí Phan Ngọc Đức Denis 30€. Vũ Hồng Minh & Nguyễn Thị Hoàng Giang 150€. Fam. La Quốc Dũng (Nordhorn) 20€. Võ Nhật Huy 20€. Diệu Ngọc Nguyễn Thị Kim Châu (Nürnberg) 25€. Gđ. Pt ẩn danh 50€. Gđ. Thiện Phượng 50€. Nguyễn Tăng Lộc 35€. Nguyễn Thị Vân (Tuấn & Vân) 100€. Dr. Bao Thanh Thy Chau (Oberasbach) 3.000€. Thái Thị Khánh Hồng (Oberkirchen) 50€. Đào Thị Huệ & Nguyễn Chí Hà (Oldenburg) 20€. Đào Thị Ngoan 10€. Đào Thị Ngoạn 20€. Oliver Büsing 20€. Huyen My Sandmann (Osnabrück) 30€. Huỳnh Cuoi Sau 20€. Nguyễn Thị Thu Trang 50€. Phạm Văn Lương 20€. Dương Kiều Oanh (Paderborn) 20€. Gđ. Trần Thiên 810€. Huỳnh Tố Nữ 10€. Đào Thị Huệ (Papenburg) 50€. Đào Thị Kim Quyến 40€. Đồng Pháp Đào Thị Huệ 40€. Tô Thục Vân (Paris/France) 20€. Hoàng Thị Hiên (Peine) 20€. Li Mike (Pforzheim) 50€. Gđ. Kunde Marie N., Marie Louis, Joseffin & Pascal (Rehburg Loccum) 60€. Nguyễn Thị Kim Huệ (Rodenberg) 40€. Nguyễn Trần Thị Lương (Rodgau) 20€. Lê Thị Huỳnh Hoa (Saarburg) 100€. Lại Kiến Cường (Salzwedel) 20€. Lê Tấn Đảnh (San Diego/USA) 200€ HHHL Trương Thị Lẹ. Thiện Bạch Nguyễn Xuân Mai (Schwanewede) 30€. Thị Hạnh Sehr (Schwerin) 50€. Đỗ Bằng Si (Seelze) 10€. Gia Đạt Huỳnh (Seesen) 50€. Khánh Ly Huỳnh 10€. Nguyễn Văn Nam (Springe) 20€. Quỳnh Thư Schneider (St.Gallen/Schweiz) 100€. Phan Thị Thu Hà (Stadthagen) 50€. Nguyễn Thị Thái Lan (Staßfurt) 50€. Hoàng Văn Chiến & Đặng Thị Khánh Nhung (Suhl) 500€. Gđ. Hoàng Kim Tuấn (Thiede-Salzgitter) 20€. Gđ. Lê Quang Phi & Võ Thị Hường, Lê Quang Phú Quang, Lê Quang Phú Minh và Lê Quang Phú Quí (Thừa Thiên Huế/VN) 50€. Gđ. Lê Tiến Dũng & Ngô Thị Vượng (Trier) 50€. Vincent Hoàng (Troisdorf) 20€. Gđ. Bùi Văn Học & Vũ Thị Hường (Uelzen) 35€. Alan Ly An (Vechta) 20€. Gđ. Bùi Đình Huấn & Bùi Thị Tám 30€. Lý Tùng Phú 20€. Nguyễn Thị Hiền 10€. Nguyễn Vinh 10€. Trần Thị Minh 10€. Adam (Việt Nam) 5€. Nga (Walsrode) 20€. Nguyễn Quang (Wernigerode) 20€. Bành Tâm Sơn (Wiesbaden) 10€. Huỳnh Thị Hòa 20€. Lý Ái (Wilhelmshaven) 20€. Nguyễn 20€. Nguyễn Thị Liễu 40€. Nguyễn Thị Ngọc Hương 20€. Thái & Phạm 30€. Trần Thị Dung 50€. Nguyễn Thu Thủy (Wittlich) 20€. Đặng Duy Hiền (Wolfsburg) 500€. Đặng Duy Tân 200€. Đỗ Thu Thủy & Nguyễn Thị Phương Lan 20€. Hồ Văn Long (Wunstorf) 20€. Quý Đạo Hữu & Phật tử ẩn danh 402€. Quý Đạo Hữu & Phật Tử cúng dường thực phẩm và bánh phát hành: Diệu Thanh Nguyễn Thị Minh (Bochum) 2 bao gạo và 15 chai dầu ăn. Asia Shop (Bremerhaven) 24 gói bột nêm chay và 20 gói đậu phộng. Hải Phụng (Delemhorst) 675 bánh xu xuê.

* HHHL Đồng Hạnh Trần Trường Phương (Hannover) 100€. Chùa Đại Bi (Frankfurt) 700€. Đồng Thiện (") 1.000€. Diệu Huệ Hà Mộng Thúy (") 100€. Thiện Hưng Hà Điền Long (") 200€. Nguyên Ngọc Phan Như Lan (Offenbach) 50€. Chùa Bảo Đức (Oberhausen) 1.500€. Quảng Thảo & Thiện Phước (") 50€. Nguyệt Chánh Tri (") 30€. Thiện Giới Trần Thị Ba (Reutlingen) 50€. Ni Sư TN Bảo Như (Việt Nam) 174€. Cô TN Thông Chân (Hamburg) 100€. Ngọc Cẩn Trần Thị Lan (Hannover) 50€ HHHL Đỗ Thị Miều Pd Diệu Huyền. Phật Tử ẩn danh (Nürnberg) 100€. Từ Giác (Schweiz) 106€. Chùa Viên Minh (") 1.064€. Quý Phật Tử ẩn danh (") 255€. Quân & Cúc (") 106€. Huệ Nhã & Diệu Nhiên và Mỹ Lệ & An Hạnh (") 106€. Hùng & Hưng và My, Mai, Minh (") 10€. Quang, Loan, Nhật và Nhân (") 20€. Diệu Đức Lâm (Weil am Rhein) 50€. Chùa Viên Âm (Nürnberg) 600€. Nguyên Tịnh & Nguyên Lạc (") 50€. Thiện Phương & Diệu Pháp (") 40€. Weiß Wolfgang Vạn An (") 100€. Thiện Định Nhữ Thị Chiến & Tuệ Thanh Hải Nguyên Son (") 50€. Đồng Nam & Đồng Liên (Friedrichshafen) 50€. Minh Hải Tâm Tịnh Phổ (Ulm) 100€. Tâm Thủy (") 100€. Thiện Mẫn & Thiện Nhã, Đồng Nam & Thiện Hồng và một số Phật Tử (Erlangen & Bamberg) 550€. Tu Viện Viên Đức (Ravensburg) 200€. Sư Cô Xả Không (München) 100€. Tổ đình Bảo Quang (Hamburg) 1.500€ Hồi hướng Lễ Húy Kỵ Ni Trưởng Thích Nữ Diệu Tâm. Kim Kim (") 50€. Thiện Chánh Lê Bảo Uyên (") 50€. Sư Cô TN Chân Không (France) 150€. Tâm Trí & Tâm Vũ (Mannheim) 100€. Trần Huệ Nữ & Ngô Hoàng Phong (Bielefeld) 100€. Quảng Ngộ & Diệu Hiền (Hannover) 70€. Đồng Thiện Tâm (Frankfurt) 2.000€. Chùa Liên Tâm (Finland) 1.000€. Bảo Tuấn (") 200€. Chùa Quan Thế Âm (Danmark) 400€. Nguyễn Minh Ý và quý Phật Tử (") 391€. Chùa Vạn Hạnh (Holland) 1.000€ HH Giác linh HT Thích Minh Giác. Gđ. Pt Thanh Vân (Norway) 100€. Thiện Vũ & Thiện Niệm (USA) 1.043€. Tu Viện Viên Lạc (Varel) 1.000€. Thiện Quang Hà Ngọc Hoa (Mönchengladbach) 500€. Ngọc Bình Ô Thị Hai (Meppen) 100€. Chi Hội Phật Tử VNTN tại Wilhelmshafen 100€. Ngọc Lượng 50€. Nguyên Hạnh (München) 100€. Công Ngọc Trương Mỹ Anh (Münster) 100€ HH đến PT Thiện Học Trần Thị Anh Đào đang trọng bệnh. HLĐH Thiện Thọ (Karlsruhe) 500€. Thiện Huê (") 1.000€ HHHL ĐH Thiện Thọ. Thiện Thành & Thiện Thịnh (") 100€ HHHL Thiện Thọ. Thiện Trọng (") 100€ HHHL Thiện Thọ. Gia đình (") 100€. Tịnh Trí (") 100€. Diệu Lâm (Birkenfeld) 50€. Thiện Nguyện Thái Sến (Pforzheim) 20€. Thiện Hảo & Thiệm Tâm (Lippstadt) 150€. Huệ Phương và gia đình (Münster) 100€. Chùa Kim Quang (Canada) 671€. Thiện Tài Lê Văn Hai (") 604€. Sư Cô TN Thông Chân (Hamburg) 100€. Diệu Tịnh & Hằng Tuấn (Berlin) 100€. Chùa Viên Thông 200€. Đồng Huệ Đàm & Trần Thị Tân 100€. Sư Cô TN Xả Không (Stuttgart) 100€. Daniel Quách (Sweden) 100€. Sư Cô TN Giác Mãn (") 100€. Chùa Giác Ý (Mülsen) 100€. Huệ Lương (Bielefeld) 20€. Đồng Phước (") 200€. Sư Cô TN Hạnh Bình, Thiện Đức, Thiện Huy, Thiện Hậu, Thiện Xuân & Thiện Mỹ (Hannover & Frankfurt) 200€. Ẩn danh (Frankfurt) 5.000€. Nguyên Trí & Nguyên Tuệ (Wilhelmshafen) 100€. Đồng Chi 30€. HL Nguyệt Hòa Lê Đình Trung 50€. Ngọc Tuyền & Pawel 50€. Đồng Hoa Nguyễn Thị Thu Hươg (Lehrte) 20€. Huệ Thông & Thiện Kim (Nürnberg) 200€. Quảng Hải & Ân Đức (Berlin) 50€. Đồng Huệ 100€. Ngọc Cẩn & Thiện Phước (Hannover) 200€. Diệu Hạnh & Đạo Tâm (") 30€. Thiện Phú (") 50€. Thiện Đạo (") 50€. Thiện Hảo (") 50€. Diệu Phúc (") 50€. Đồng Nhẫn (") 50€. Đồng Nhã & Đồng Độ (") 50€. Nguyên Ngọc (Frankfurt) 100€. Diệu Danh (") 100€. Chúc Quân (") 200€. Đồng Nhan, Diệu Tịnh, Đồng Lạc, Diệu Giác và Đồng Kim 50€. Ni Sư Tuệ Đàm Nghiêm (Hamburg) 100€. Chung Huỳnh Hiệp (") 100€. Ẩn danh 950€. Ni Sư TN Hạnh Quang (France) 1.000€. Minh Huệ Becker (Münster) 100€. Thiện Nghiêm, Thiện Lai, Thiện Dũng, Thiện Bảo (M'Gladbach) 100€. Thiện Giới Huỳnh Thị Thu Hương (München) 200€. Mỹ Tuyết Trương Ngọc Huệ (") 100€.

*** Báo Viên Giác**

Nguyễn Duy Kiên 200€ (Phân Ưu). Nguyễn Thị Kim Phượng 20€. Nguyễn Thị Trương Nghi 30€. Trần Diệp Thị Phước 20€. Trần Thị Quang 25€. Vũ Thị Minh Hằng 30€. Phạm Muội Pd Ngọc Vân (Bad Iburg) 20€. Nguyễn Thị Tình (Bad Pyrmont) 20€. Trịnh Minh Tân 20€. Fam. Trần (Trần Tấn Lộc) (Berlin) 50€. Diệu Huệ Nguyễn Phương Lan (Bielefeld) 20€. Trịnh Văn Côn (Bissendorf) 20€. Trần Thị Yến Trang (Bonn) 20€. Vương Khắc Vũ (Borkum) 50€. Huỳnh Thị Phon (Braunschweig) 20€. Lý Quốc Kinh 20€. Trần Văn Các (Bremen) 30€. Nguyễn - Ung (Bremerhaven) 60€. Trần Thị Mẫu Đơn (Danmark) 30€. Võ Thị My (Delkenheim) 50€. Quách Ngọc Anh (Düren) 20€. Thiện Đạo Nguyễn Thị Trường (Düsseldorf) 20€. Thiện Ý Nguyễn Thị Thân 20€. Trần Minh Quang (Essen) 50€. Phạm Văn Đức (Feucht) 20€. Vũ Bá Kiêm & Phạm Thị Thanh (Finland) 50€. Trần Văn Ân (Flensburg) 20€.

Bùi Mạnh Căn (Chúc Thanh) (France) 100€. Nguyễn Thanh Vinh 50€. Trần Thị Kim Hoa 182,50€. Nguyễn Thị Kim Cúc (Frankfurt) 50€. Hà Kiến Hưng (Frankfurt/M) 50€. Trần Tú Ngọc (Gifhorn) 20€. Nguyễn Văn Dêt (Göttingen) 20€. Lý Giang Châu (Griesheim) 35€. Nguyễn Ngọc Kham (Haar) 20€. SC TN Thông Chân (Võ Victoria) (Hamburg) 50€. Trương Văn Xuân (Hannover) 30€. Cao Hữu Đức (Haren/Ems) 20€. Mạch Gia Lạc (Hassloch) 40€. Huỳnh Tú Dung (Helmstedt) 40€. Trần Thị Ngọc Hương (Henstedt Ulzburg) 100€. Đinh Hùng Minh (Hildesheim) 20€. Nguyễn Duy Hưng (Kaiserlautern) 20€. Nguyễn Văn Lam (Kleinostheim) 30€. Phan Thị Kim Lan (Laatzen) 50€. Lý Phàn Thơ (Leipzig) 30€. Trần Thị Thu (Minden) 20€. Lê Văn Ngọc (Mönchengladbach) 100€. Lương Thể Hoa („) 100€ (Cáo Phó). Nguyễn Ngọc Lan (Morges/Schweiz) 50€. Đào Thị Ngọc Diệp (Đào Thi) (München) 20€. Võ Ngọc Khải (Neuss) 20€. Phan Văn Hách (Niederkassel) 50€. Phạm Hồng Khanh (Nordhorn) 50€. Nguyễn Mạnh Thưởng (Nordstedt) 50€. Nguyễn Tăng Lộc (Nürnberg) 30€. Nguyễn Thái Nam & Nguyễn Thị Kim Huê 20€. Võ Thị Mỹ 20€. Nguyễn Văn Xiêu (Offenau) 50€. Fam. Huỳnh (Osnabrück) 30€. Nguyễn Thị Nhung & Ngô Văn Mai (Regensburg) 50€. Võ Quang Châu (Schwabach) 40€. Lê Trường Sinh (Schwäbisch-Hall) 60€. Thiện Bạch Nguyễn Xuân Mai (Schwanewede) 20€. Lan Morat Nguyen Pd Huệ Nhã (Schweiz) 50€. Lưu-Trương Kim Anh 30€. Nguyễn Văn Tây (Springe) 30€. Huỳnh Thị Phương Thảo (Huỳnh Văn Thập) (Stuttgart) 100€. Lê Văn Hai (Toronto/Canada) 250€. Nguyễn Hữu Hậu (Trossingen) 50€. Nguyễn Văn Hoa (Fam Nguyễn & Đặng) (Tübingen) 50€. Raible Ngọc Xuân 20€. Nguyễn Văn Cừu (Wiesbaden) 50€. Nguyễn Thị Liễu (Wilhelmshaven) 40€.

*** Ấn Tống**

Ẩn danh 10€. Thiện Ý Nguyễn Thị Thân (Düsseldorf) 20€. Nguyên Sáu (Karlsruhe) 20€. Phan Thị Kim Lan (Laatzen) 50€. Phan Văn Hách (Niederkassel) 50€. Diệu Ngọc Nguyễn Thị Kim Châu (Nürnberg) 50€. Đoàn Thị Khanh Pd Nhật Thành (Lyon/France) 500€ HHHL Mouhamad-Houssaine Pd Thiện Hòa (sanh 1950 mất 2014).

-Thanh Văn Tạng: Vũ Thị Đức 100€ (Đợt 2). Trần Lăng Hía 110€.

*** TƯỢNG PHẬT**

-Tượng Quan Âm: Lâm Kim Khánh (Mönchngladbach) 240€. Mai Thị Dậu (Bielefeld) 20€.

-Tượng Phật trên tháp: Bian Jun 60€. Bian Sherry 60€. Gđ. Vạn Phụng Đinh Thị Loan 500€. Trang Bửu Cầm 60€. Trang Tiểu Bích 180€. Đinh Công Chương (1965) (München) 60€. Đinh Công Tài (1963) 60€. Đinh Công Tuấn (1954) 60€. Đinh Thị Giang (1957) 60€. Đinh Thị Hiền (1959) 60€. Đinh Thị Mai (1951) 60€. Đinh Thị Phương (1949) 60€. HL. Đinh Quý Từ (1928-2018) 70€. HL. Đinh Thị Trúc (1956-2018) 70€. HL. Lê Thị Quý (1931-1996) 70€. HL. Nguyễn Huy Hoàng (1964-2013) 60€. HL. Nguyễn Thị Bền (1929-1979) 70€. Lâm Thành (1960) 60€. Vạn Phụng Đinh Thị Loan (1971) 60€. Vạn Thành Lâm Đức Đạt Max (2008) 60€. Vạn Thiện Nguyễn Lâm Sơn Tùng (1990) 60€.

*** Khóa Tu Gieo duyên**: Huệ Phương và Gia đình 50€. Đồng Chi (Bremen) 50€. Đồng Lạc Nguyễn Hùng Anh (Ibbenbüren) 40€. Viên Hảo Hồ Thị Thu Hà (Münster) 100€.

*** Khóa tu học Phật Pháp Âu Châu kỳ 36**: Diệu An Nguyễn Thị Yến Nhi 50€. Trần Quới Ninh 50€ HH La Ngọc Lan Pd Tịnh Lạc. Gđ.Pt Đồng Pháp & Đồng Hạnh (Aachen) 50€. Phạm Thanh Mai (Canada) 150€. Bùi Phước (Düsseldorf) 60€. Thiện Ý Nguyễn Thị Thân 100€. Gđ. Diệu Minh Ong Thị Tuyết (Linden) 100€. Viên Hảo Hồ Thị Thu Hà (Münster) 50€. Lan Morat Nguyen Pd Huệ Nhã (Schweiz) 100€. Phi Sai Ngươn (Sweden) 45,74€. Quảng Ngộ & Diệu Hiếu (Hannover) 50€. Thiện Độ Ngô Quang Đức & Thiện Chơn Ngô Quang Vinh (Ludwigshafen) 50€.

*** Sửa Chùa:** Phan Văn Hách (Niederkassel) 50€.

*** Đèn Dược Sư:** Huỳnh Thị Chân (Braunschweig) 10€.

*** Trai Tăng**

Ẩn danh 50€. An Đức Hứa Hiền & Minh Hiền Hứa Phú Kiều (Mönchengladbach) 350€. Cô Đồng Phước 300€. Lê Thị Lê 20€. Thiện Phú Lê Bích Lan 30€. Trần Hải Hòa & Hứa Thị Dục Tú 50€. Diệu Huệ Nguyễn Phương Lan (Bielefeld) 20€. Lương Thị Kim Khánh 30€. Mai Thị Dậu 10€. Lê Văn Dung (Bonn) 50€. Gđ. Thiện Dũng Nguyễn Quang Mạnh (Hannover) 100€. Nguyễn Thị Kim Nhung (Hildesheim) 20€. Phan Thị Kim Lan (Laatzen) 50€. Viên Hảo Hồ Thị Thu Hà (Münster) 100€. Gđ. Pt ẩn danh (Nürnberg) 50€. Nguyễn Tăng Lộc 35€.

*** Vu Lan:** Trịnh Văn Thinh & Nguyễn Thị Tám (Essen) 20€.

*** Phật Đản**

Amenuca 20€. Ẩn danh 20€. Blumenthal 50€. Bùi Thị Mỹ Linh 30€. Bùi Thị Trang 40€. Cao Thu Hà 30€. Cáp Trọng Dũng 20€. Chu Thắm & Vũ Hường 30€. Chu Thị Kim Anh 20€. Công Ngọc 30€. Craven 20€. Đặng Công Thanh 20€. Đặng Kim Thu 20€. Đặng Thị Vân Anh 50€. Dany Nguyễn 15€. Đào Thị Huyền 10€. Điệp Zimmermann 100€. Diệu Ngọc & Quảng Tâm 50€. Diệu Ngọc Ngô Mỹ Châu 20€. Đinh Thị Phương 30€. Đinh Thị Phương Thảo 10€. Đỗ Công Minh 20€. Đỗ Hoàng Ngọc Quỳnh Châu 100€. Đỗ Ngọc Oanh 20€. Đỗ Thị Nghĩa 20€. Đồng Mai Đặng Thị Hoài Phương 50€. Đồng Tịnh Phạm Thu Thủy 50€. Fam. Đồng Đạt Lê Ngọc Thành 50€. Fam. Goh 100€. Fam. La 20€. Fam. Mai Quang Tuyến 60€. Fam. Nguyễn Thị Hằng 50€. Gđ. Đồng Nhẫn Dương Xuân Trường & Đồng Khánh Lê Thị Thanh Lịch và Đồng Trân Dương Thanh Liên Linda, Đồng Thắng Dương Xuân Đức Daviol 50€. Gđ. Huỳnh Hưng Võ 20€. Gđ. Nguyễn Văn Lục 20€. Hà Diệu Cơ 20€. Hà Nguyễn 10€. Hồ Thị Kiêm Lý 30€. Hoàng Thị Hòa 20€. Hoàng Thị Lụa 20€. Hoàng Thị Phúc 100€. Hoàng Trọng Vinh 20€. Hoàng Văn Dộp 20€. Höch Stadt 50€. Hứa Kỳ Tân 20€. Hứa Thị Nguyễn 50€. Huang 20€. Huệ An Nguyễn Tú Nhi 50€. Huỳnh Kim Lang 20€. Huỳnh Phước Bình 50€. Lã Thị Lành 50€. Lâm Quốc Quang 20€. Lâm Thị Ngọc Thạnh & Đặng Viết Mười 20€. Lê Chí Thăng 20€. Lê Đình Thủy Tiên 50€. Lê Hồng Sơn 50€. Lê Thị Anh 10€. Lê Thị Bích Hạnh 50€. Lê Thị Hai 50€. Lê Thị Tuyết 50€. Lê Thu Giang 30€. Lê Trường 100€. Lê Văn Hội 50€. Liên Ngọc Trân 50€. Lương Lệ Bình 30€. Lưu Sỹ Cúc & Trần Hồng Thanh 100€. Lưu Thu Hương & Văn Trí Tài và Văn Huệ Trân Matz 60€. Lý Diệu Anh 50€. Lý-Huỳnh Ai Khanh 50€. Meier Hou 50€. Nga 10€. Ngô Phú Quý 20€. Ngô Thị Dương 50€. Nguyễn Anh Tuấn 20€. Nguyễn Hồng Thái 20€. Nguyễn Khai Mi 20€. Nguyễn Kim Loan 40€. Nguyễn Minh Tân 20€. Nguyễn Ngọc Trinh 30€. Nguyễn Ngọc Vũ 10€. Nguyễn Phước Hạ Uyên 20€. Nguyễn Phương Mai 20€. Nguyễn Phương Nội 10€. Nguyễn Quý Hạnh 30€. Nguyễn Thanh Liên 20€. Nguyễn Thanh Nga 50€. Nguyễn Thanh Vân 20€. Nguyễn Thị Can 20€. Nguyễn Thị Chang 20€. Nguyễn Thị Hoa 10€. Nguyễn Thị Hồng Nhung 10€. Nguyễn Thị Hồng Thắm 25€. Nguyễn Thị Kim Dung 10€. Nguyễn Thị Lan Hương 50€. Nguyễn Thị Liên 70€. Nguyễn Thị Linh Nga 30€. Nguyễn Thị Luân 10€. Nguyễn Thị Luyến 30€. Nguyễn Thị Ninh & Nguyễn Thị Bảo Yến 20€. Nguyễn Thị Thùy Linh 50€. Nguyễn Thị Trai 20€. Nguyễn Thị Vân Quỳnh 50€. Nguyễn Thị Xuân Minh 20€. Nguyễn Toàn Thắng & Nguyễn Thị Hạnh 20€. Nguyễn Trọng Nghĩa 50€. Nguyễn Tú Quỳnh 10€. Nguyễn Văn Đức & Nguyễn Văn Chiến 100€. Nguyễn Xuân Hạnh 20€. Nguyễn Xuân Mạnh 50€. Nguyễn-Lê Thanh Hai 10€. Nhan Sáu & Nhan Mai 20€. Ôn Huỳnh Sâu Hoa 70€. Phạm Bạch Cúc 20€. Phạm Đức Hiếu 20€. Phạm Duy Thắng 20€. Phạm Mạnh Hùng 50€. Phạm Ngọc An & Lê Bạch Yến 20€. Phạm Quốc Khánh 20€. Phạm Sỹ Đạt 10€. Phạm Thị Liên 10€. Phạm Thị Minh Phương 100€ HHHL Nguyễn Thị Thơi. Phạm Tiến Hạnh 20€. Phạm Văn Đức 10€. Phạm Văn Phi 10€. Phạm Văn Trương 50€. Phan Hồng Sơn 20€. Phan Thị Thu Hà 50€. Phùng Thu Trang 20€. Phương 50€. Quản Thị Nhuận 30€. Sái Thị Bích Hợp 30€. Sophie Dương, Huê Quan Van & Chi Kiến Dương 20€. Thạch Thị Tuyết Trinh 20€. Thanh Vu & Thuy Nguyen Lam 20€. Thiện Hậu & Thiện Chi Trần Lan Mai 50€. Thiện Mỹ Lưu Hạnh Dung & Trương Mỹ Châu 100€. Thiện Sắc Lý Kiến Thanh, Thiện Hỉ Lý William, Thiện Châu Lý Michael & Thiện Hậu Lý Regina 50€. Thiện Thọ Trần Thị Xê 50€ HHHL Thiện Lộc, Thiện Thanh, Thiện Hậu. Thiện Thức Nguyễn Duy Tâm 20€. Thoai-Dao Trang 108€. Thương Quyết 20€. Trần Bội Châu 20€. Trần Đàm Thành 100€. Trần Duyệt Khanh 50€. Trần Duyệt Sanh 50€. Trần Hải Hòa & Hứa Thị Dục Tú 30€. Trần Kinh Hưng 100€. Trần Thị Hằng 30€. Trần Thị Hạnh 10€. Trần Thị Liên 20€. Trần Thị Lượt 70€. Trần Thị Quang 100€. Trần Thị Thanh Hương 20€. Trần Thị Thu Hương 50€. Trần Thị Thúy Hà 20€. Trần Thủy Hồng Khay 50€. Trần Văn Điệp 100€. Trần Xuân Mai 10€. Trịnh Thị Hoa 20€. Trịnh Thị Vân 50€. Trịnh Tô Mạnh 20€. Trương Thanh Hùng 50€. Trương Thị Lệ Pd Cẩn Ngọc 50€. Trương Văn Sơn 20€. Từ Hiển Trần Thị Thu Hương 40€. V.D. 20€. Võ Kiều Oanh 50€. Võ Quang Châu 100€. Vũ Hồng Thanh 20€. Vũ Mạnh Trụ 20€. Vũ Quốc Hiếu 30€. Vũ Quốc Trung 50€. Vũ Thanh Hương 50€. Vũ Thanh Xuân 40€. Vũ Thị Hà 50€. Vũ Thị Thanh Huyền 20€. Vũ Thị Vân & Mạc Quỳnh Tráng 50€. Vũ Tuấn Anh 50€. Vũ Văn Đàn 20€. Vũ Văn Nguyên 20€. Vương Đặng Đức 50€. Hoàng Tôn Long (Aurich) 100€. Phạm An Thanh (Bad Iburg) 50€. Phạm Muội Pd Ngọc Vân 50€. Lê Thị Hải Yến (Bad Salzdetfuth) 50€. Nguyễn Xuân Long (Bad Zwischenahn) 50€. Ngô Thị Thức (Barsinghausen) 50€. Gđ. Ngo Ke Chi (Basreiler) 20€. Phạm-Nguyễn Thị Thu Thủy (Belgique) 100€. Nguyễn Thị Khánh Huyền & Johnny Nguyễn, Vũ Trọng Huy & Phạm Thị Bình và Huy Phong, Enrico Micheal & Thị Hạnh Phan Micheal và Bùi Phan Lâm (Berlin & Wolfsburg) 50€. Diệu Huệ Nguyễn Phương Lan (Bielefeld) 20€. Đoàn Tường Khánh 50€. Lương Thị Hường 30€. Lương Thị Kim Phụng 50€. Chu Hải Thanh (Bochum) 50€. Lê Thị Kim Loan 20€. Trần Thị Hoa 20€. Phương Thảo (Brandenburg) 20€. Trịnh Thị Sáu 20€. Hương Deeheuthin (Braunschweig) 50€. Pt. ẩn danh 20€. Phan Thị Duyên (Bremen) 20€. Thơm Nghi 20€. Fam. Lâm Sang (Celle) 20€. Hong Loi, Thuy Choi 50€. Nguyễn Thị Minh Hạnh 50€. Fam. Huỳnh (Delmenhorst) 20€. Mai Thanh Hương (Detmold) 50€. Đinh Văn Hùng & Hoàng Thị Yến (Emden) 50€. Trần Võ Tuấn & Ngô Thị Hai 100€. Vương Tú Quyên 50€. Phạm Chí Huy (Erftstadt Liblar) 10€. Đỗ Đức Chính (Erfurt) 30€. Đỗ Việt Hùng (Essen) 50€. Trịnh Văn Thinh & Nguyễn Thị Tám 20€. Lê Thị Hoa (Filderstadt) 30€. Phạm Việt Anh (Flensburg) 50€. Nhựt Hòa Võ Văn Thắng (France) 100€. Trần Thị Lệ Chi (Frankfurt/M) 500€. Nguyễn Thị Dung & Nguyễn Tất Thành (Freiburg) 50€. Nguyễn Thị Nga (Goslar) 50€. Phan Thị Hồng Lan (Göttingen) 50€. Nguyễn Hải An Ernin (Großbreitenbach) 10€. Nguyễn Thùy Dương 20€. Nguyễn Thúy Ngọc & Nguyễn Văn Hữu 10€. Gđ. Nguyễn Thị Hồng Thắm (Gütersloh) 50€. Bùi Quốc Việt & Đỗ Thị Nghĩa (Halle) 50€. Chị Thảo (Hamburg) 100€. Fam. David Tang & Linda Le 50€. Fam. Thanh Tiến 50€. Hà Lệ Bình 20€. Quảng Hiền Trương Thị Mỹ Khánh 20€. Quỳnh 10€. Staron, Jennifer Ngọc Phượng 100€. Trần Ngọc Thảo 10€. Vũ Quốc Thinh 50€. Thái Thị Thu (Hameln) 50€. Đỗ Thị Thanh Tâm (Hannover) 50€. Đồng Hòa Đỗ Thái An 15€. Nguyễn Thị Lan Hương 20€. Nguyễn Thị Liên 20€. Nguyễn Thu Hằng & Trần Văn Cường 50€. Thiện Khang Võ Thị Hoa 50€. Cao Văn Châu (Haren) 25€. Gđ. Quách Tuấn (Helmstedt) 50€. Ngô Thị Ngọc Oanh (Hildesheim) 20€. Tăng Thị Kim Oanh 20€. Thiện Học Trần Kim Phượng (Hilgertshausen-Tandern) 30€. Nguyễn Ngọc Châu (Ibbenbüren) 50€. Thị Bình Nguyễn-Drebelow (Jesteburg) 30€. David Nguyen (Kassel) 20€. Điền Kim Thoa (Köln) 25€. Fam. Trương 20€. Lý

Hồng Tiên (Krefeld) 50€. Nguyễn Ngọc Toàn (Laatzen) 20€. Phan Thị Kim Lan 50€. Tâm Thảo Trương Thị Diệu Phương 50€. Tăng Quốc Cơ 50€. Thị Chơn Ngô Ngọc Diệp 20€. Thị Tâm Ngô Văn Phát 50€. Thiện Tuệ Ngô Kevin Minh 20€. Lâm Y Xuân (Leer) 50€. Nam Hằng (Lehrte) 30€. Nguyễn Thị Thu 50€. Trần Duyệt Xương (Leinefeld) 30€. Gđ. Diệu Minh Ong Thị Tuyết (Linden) 40€. Diệu Hoàng (Lippstadt) 30€. Fam. Lèo Văn Chưa & Ngô Xuân Duyên (Magdeburg) 100€. Võ Thị Thảo (Mainz) 50€. Ngọc Bình Ô Thị Hai (Meppen) 50€. Fam. Quách (Minden) 50€. Phạm Ngọc Nhật (Minden) 20€. Phạm Thị Sen 50€. Diệu Phi Nguyễn Phương Danh (Mönchengladbach) 20€. Quang Hoàng (München) 20€. Đào Diệu Linh & Nguyễn Thị Thu (Neuss) 20€. Huỳnh Văn Châu (Norden) 30€. Nguyễn Mạnh Thưởng (Nordstedt) 20€. Phan Văn Hiệp (Nürnberg) 20€. Fam. Huỳnh (Osnabrück) 30€. Nguyễn Văn Thao & Phạm Thị Nhàn, Phạm Quang Anh và Phạm Phương Trang 20€. Lương Miêu, Lương Hà Nữ & Lương Bá Nhơn (Paderborn) 50€. Li Trần Thúy Phượng (Pforzheim) 50€. Bích Ngọc Rüttiger-Nguyễn (Sandberg-Langenleiten) 10€. Thị Hạnh Sehr (Schwerin) 50€. Vũ Quang Tú (Seelze) 50€. Gđ. Trương Huyền (Soltau) 50€. Đồng Tụy Nguyễn Văn Cúc (Steinbach) 50€. Nguyễn Minh Nguyệt (Steinhude) 50€. Phan Kim Oanh (Sugenheim) 10€. Lê Thị Tính (Suhl) 50€. Dương Thị Thu Thủy (Wilhelmshaven) 20€. Thái Thi 50€. Nguyễn Thị Bích Hằng (Worms) 50€.

*** Học viện Phật Giáo Viên Giác**

August Ziehl 100€. Becker Phương Lan 20€. Chánh Đức Đinh 1000€. Dean Mosmondor & Đoan Trang Hoàng 100€. Diệu Cúc 5€. Đồng Như & Đồng Chi 100€. Dương Thanh Sang và gia đình 50€. Dương Tuyết Nga & Lư Kha Vinh 318€. Gđ. Dương 50€. Gđ. Pt. Diệu Thiện 10.000€. Hứa Thiện Thanh 150€. Lê Trường 200€. Ngô Quang Diễm Phi 300€. Nguyễn Kim Hạnh Trương 10€. Nguyễn Thị Bích Hằng 500€. Nguyễn Thị Hương Thu 50€. Nguyễn Thị Thu Hương 50€. Nguyễn Văn Thịnh 50€. Nha Xanh GmbH 600€. Phan Quỳnh Nga 100€. Gđ. Tâm Tịnh (Berlin) 1.000€. Sư Cô Diệu Hoa (Chùa Đại Phước) (Biên Hòa/Việt Nam) 354€. Phạm Thanh Mai (Canada) 850€. Tam Nguyễn Phước 126,76€. Fr. Quảng Anh & Quảng Thanh (Gđ. Diệu Hoa & Minh Hạnh) (Dallas, Texas/USA) 1.326,49€. Tâm Từ An Hồ Trọng Nghĩa (Düsseldorf) 50€. Trịnh Quốc Phong & Diệu Hiền Phạm Thị Tuyết Nga 100€. Gđ. Diệu Cảnh (Erfurt) 5.000€. Gđ. Thiện Dũng Nguyễn Quang Mạnh (Hannover) 300€. Gđ. Thiện Trí Phạm Văn Dũng & Thiện Hương Đỗ Thị Cúc (Hildesheim) 100€. Phan Thị Kim Lan (Laatzen) 100€. Gđ. Diệu Minh Ong Thị Tuyết (Linden) 100€. Mohamad Khanh (Lyon/ Francxe) 100€. Trần Thao-Mi (München) 1.500€. Võ Thị Mỹ (Nürnberg) 1.000€. Oliver Büsing (Oldenburg) 100€. Diệu Lượng (Schweiz) 150€. Diệu Như Trần Thị Nhật Hưng 1.000€. Lan Morat Nguyen Pd Huệ Nhã 300€. Nguyễn Minh Tâm 300€. Minh C. Nguyen & Hanh L Nguyen (USA) 1.768,87€. Thai D. Le 176,87€. Huỳnh Kim Bế (Việt Nam) 50€. Tổ Đình Viên Giác Hội An 4424,77€. Bành Tâm Sơn (Wiesbaden) 20€.

*** TỪ THIỆN & XÃ HỘI:**

-Cô nhi, Cùi, Mù & Dưỡng lão: Lê Thị Hoe 40€. Huỳnh Thị Chân (Braunschweig) 20€. Quách Ngọc Anh (Düren) 10€. Đào Thị Hồng Nguyên (Edewecht) 60€. Dr. Nguyễn Hoàng Cương & Dr. Nguyễn Thị Minh Ngọc (Hamburg) 50€. SC TN Thông Chân (Võ Victoria) 50€. Phi Nam (Karlsruhe) 30€. Gđ. Diệu Minh Ong Thị Tuyết (Linden) 40€. Nguyễn Thị Vân (Tuấn & Vân) (Nürnberg) 100€. Thái & Phạm (Wilhelmshaven) 20€. Nguyễn Lê Dân & Nguyễn Thu Thủy (Wittlich) 30€.

-Giúp nạn nhân bão lụt: Lê Thị Hiệp (Nordhorn) 20€.

-Giúp nạn nhân động đất Myanmar: Đồng Vượng Tô Văn Thìn, Diệu Hòa Vũ Thị Hợp & Đồng Hạnh Tô Thanh Tịnh 100€. Thích Nữ Hạnh Bình, Thiện Đức Huỳnh-Lê Diệu Phước, Thiện Huy, Thiện Hậu, Thiện Xuân & Thiện Mỹ 100€. Phi Tạ (Stadthagen) 50€.

-Nồi cháo tình thương: Phạm-Nguyễn Thị Thu Thủy (Belgique) 100€. Nguyễn Thị Diệp Thanh (Schorndorf) 30€. Nguyễn Lê Dân & Nguyễn Thu Thủy (Wittlich) 20€.

****Xe lăn***: Nguyễn Lê Dân & Nguyễn Thu Thủy (Wittlich) 20€.

-Mổ mắt tìm lại ánh sáng: Phi Quang (Karlsruhe) 30€. Nguyễn Lê Dân & Nguyễn Thu Thủy (Wittlich) 30€.

-Phóng sanh: Đào Thị Hồng Nguyên (Edewecht) 50€.

*** Học bổng Tăng Ni VN:** Bành Tâm Sơn (Wiesbaden) 20€.

*** Ký Tự**

Gđ. Trương Thị Lẹ 300€ HHHL Má, Bà Nội, Bà Ngoại và Bà Cố Trương Thị Lẹ Pd Cẩn Ngọc. Sanh năm 1932 Mất ngày 23.05.2025 nhằm ngày 26 tháng 4 năm Ất Tỵ. Gđ. Vạn Phụng Đinh Thị Loan 500€. HL Đồng Lan (06.04.1938 - 11.01.2019) 50€. Lê Trường 100€. Lý Tùng Phú 150€ HH Lý Anton & Lý Tánh. Trần Thị Mẫu Đơn (Danmark) 27€.

*** Quảng Cáo:** Huỳnh Ngọc Hà 115€.

ĐỊNH KỲ (Tháng 5 & 6/2025)

An Duyên Nguyễn Thị Nhứt 20€. Chöling 700€. Christian Leupold 60€. Đặng Quốc Minh 20€. Đào Thị Hiền 40€. Diệu Khai, Diệu Ngọc & Quảng Tâm 100€. Đỗ Thái Bằng 60€. Đỗ Thị Hồng Hạnh 10€. Đoàn Thanh Vũ Phước 20€ HHHL Bà Võ Thị Hai Pd Đồng Phước. Đồng Giới Nguyễn Thị Thu 20€. Dương Anh Tuấn & Đinh Thị Hồng Đoàn 20€. Gđ. Nguyên Huệ & Diệu Mẫn 100€. Gđ. Thị Thiện Phạm Công Hoàng 50€. Gđ. Thiện Nam & Thiện Hồng 100€. Hà Ngọc Kim 50€ HHHL Diệu Hạnh Đinh Thị Hợi. Hồ Thị Nguyệt 50€. Hoàng Thị Nhung 20€ HHHL Cha Hoàng Văn Lịch. Hoàng Thị Phúc 20€. Hoàng Thị Tân 120€. Hồng Nghiệp Phan Quỳnh Trâm 10€. Hứa Thiện Cao 10€. Hue Wollenberg 20€. Lâm Thị San 20€. Lê Minh Sang 60€. Lê Thị Ngọc Hân 100€. Lê Thị Tiến 50€. Lê Thị Xuyến 10€. Lê Thùy Dương 20€. Lê Văn Đức 20€. Lý Kiến Cường 30€. Lý Lăng Mai 20€. Manuela Horn 20€. Ngô Thị Thắng 20,46€. Ngọc Trương 50€. Nguyễn Hoàng Vũ & Nguyễn Thị Thanh Phương 20€. Nguyễn Liên Hương 40€. Nguyễn Ngọc Đương 10€. Nguyễn Quang Hùng 30€. Nguyễn Quốc Định 30€. Nguyễn Thị Diệu Hạnh 40€. Nguyễn Thị Hiền 20€. Nguyễn Thị Hồng Quyên 20€. Nguyễn Thị Kim Lê 20€. Nguyễn Thị Minh Sáu 40€. Nguyễn Thị Ngọc Thảo (Straubenhard) 50€. Nguyễn Thị Thắm 20€. Nguyễn Thiện Đức 100€. Phạm Thị Mai & Minh Trương 40€. Phạm Văn Dũng & Đỗ Thị Cúc 12€. Phan Đình Du 100€. Phan Thị Dương 25,56€. Phan Thị Lan 20€. Phùng Văn Thanh 20€. Quách-Lê Thị Kim Thu 50€. Quảng Thiện Nguyễn Trọng Bình 20€. Sabine & Phan Trương Trần Vũ 100€. Tạ Thị Ngọc Dung 60€. Thái Kim Sơn 80€. Thái Quang Minh 200€. Thị Bích Lan Nguyễn-Erhart 30€. Thiện Chơn Ngô Quang Vinh 40€. Thiện Độ Ngô Quang Đức 80€. Thiện Thủy Vũ Thị Xuyến 30€. Tôn Thúy 40€. Trần Mạnh Thắng 100€. Trần Tân Tiếng 22€. Trần Thị Kiều Nga 20€. Trần Thị Kim Lệ 10€. Trần Thị Ngọc Anh (Trần Lăng Hía) 20€. Trần Thị Thanh 30€. Trần Thị Thu Thủy 5,11€. Trần Văn Dân 15€. Trương Ngọc 50€. Uông Minh Trung 20€. Viên Tú Nguyễn Thị Anh 20€. Võ Thị My 20,46€. Võ Thị Mỹ 20€. Võ Văn Hùng 30€. Vũ Đình Đức 30€. Vũ Quang Tú 100€. Vũ Thị Tường Nhân 20,46€. Young Thị Thanh 30€.

*

* *

Khi chuyển tịnh tài cúng Chùa, xin quý vị vui lòng ghi vào nơi (Verwendungszweck = mục đích cho việc gì) để văn phòng dễ làm việc. Quý vị ở xa ngoài nước Đức cũng có thể gửi tiền mặt hoặc Check trong thư, có thể gửi thường hoặc bảo đảm về chùa. Xin thành thật cám ơn quý vị.

Tất cả mọi sự Cúng Dường định kỳ hoặc những lễ lạc khác cho Chùa, quý vị đều có thể lấy Giấy Khai Thuế lại (bằng tiếng Đức) để cuối năm quý vị có thể khai khấu trừ thuế với Chính Phủ. Quý vị nào cần, xin liên lạc về Chùa qua Email: pagodevg2020@gmail.com bằng thư hoặc điện thoại, cho đến cuối tháng 4 mỗi năm; chúng tôi sẽ gửi giấy đến quý vị.

Quý vị chuyển tịnh tài về Chùa Viên Giác, xin chuyển vào Konto mới như sau:

1. Chùa Viên Giác
Congr.d.Verein Vietn.Buddh.Kirche Abteilung i.d
Sparkasse Hannover
Konto Nr. 910 403 066
BIC: SPKHDE2HXXX
IBAN: DE40 2505 0180 0910 4030 66

2. Chùa Viên Giác có số Konto riêng cho
Học Viện Phật Giáo Viên Giác như sau:
Vien Giac Institut
Konto-Nr.: 910 570 655
BIC: (Swift-Code): SPKHDEHXXX
IBAN: DE 90 2505 0180 0910 5706 55
Sparkasse Hannover

3. Ngoài ra Tu Viện Viên Đức ở Ravensburg
có số Konto như sau:
Kloster Vien Duc
BIC: SOLADES1RVB
IBAN: DE53 6505 0110 0111 3020 68
Kreissparkasse Ravensburg

- -

DANH SÁCH NHỜ ĐĂNG CỦA HỘI VAF ĐỨC QUỐC

Danh sách đợt IV (từ 01.06.2025 đến 01.07.2025) quý Mạnh Thường Quân ủng hộ Tu sửa Nghĩa Trang Quân Đội Biên Hoà: Huỳnh Thị Thu Mỹ (Hamburg) 50€; Nguyễn Mạnh Thưởng (Hamburg) 50€.

Xin kính báo tin: Liên Hội VAF Đức và Mỹ đã hoàn tất xây vòng đê chận nước mưa và xây sửa lại các mộ của Tử sĩ ở dãy C3 trong tháng 5/25 vừa qua. Ủng hộ về Tài chánh Quí vị có thể chuyển qua Trương Mục (Konto) Sparda-Bank Hamburg eG., Tên: Thi Bich Lien Dam; IBAN: DE47 2069 0500 0001 6300 75. Verwendungszweck: Nghĩa Trang Quân Đội Biên Hoà. Xin chân thành cám ơn Quí vị.

Đại diện Hội VAF ở Đức Quốc. Liên Lạc: Nguyễn Tích Phùng.Tel (049) 0157 8726 3989. Email: phungnguyen34@gmail.com

- -

Ngày....... tháng .... năm 20 ....

PHIẾU ỦNG HỘ BÁO VIÊN GIÁC

Số hiệu độc giả (SH) ....
Họ và tên ....
Địa chỉ ....
....
Tel./Email...
Số tiền: ....
Giấy chứng nhận khai thuế : Có ☐ Không ☐
Độc giả mới ☐ Độc giả cũ ☐

Nếu thay đổi địa chỉ nhận báo, xin ghi rõ địa chỉ cũ dưới đây:

....
....

Congr.d.Verein Vietn.Buddh.Kirche Abteilung i.d
Sparkasse Hannover
Konto Nr. 910 403 066
BIC: SPKHDE2HXXX
IBAN: DE40 2505 0180 0910 4030 66

----

www.ingramcontent.com/pod-product-compliance
Lightning Source LLC
LaVergne TN
LVHW070544061026
849580LV00018B/2605
9798349494765